சுருதி பேதங்கள்

முதற்பதிப்பு: 2023

First Edition: 2023

Shurthi Bethangal

சுருதி பேதங்கள்

Vaasanthi

வாஸந்தி

ISBN: 978-93-5695-086-3

Pustaka
EBooks | Audiobooks | Paperback

Pustaka Digital Media Pvt. Ltd.
#7-002, Mantri Residency,
Bannerghatta Main Road, Bengaluru - 560 076
Karnataka, India
+91 7418555884

சுருதி பேதங்கள்

வாஸந்தி

Pustaka
EBooks | Audiobooks | Paperback

முன்னுரை

தன் காலில் நிற்கப் போராடும் ஒரு பெண்ணின் கதை 'சுருதி பேதங்கள்.' எல்லையற்ற பொறுமையுடனும், விவேகத்துடனும் எதிர்ப்படும் பிரச்சனைகளை அநாயாசமாக வெற்றிகொள்ளும் அவள் தன்மைகள் நம்மையும், 'வெல் செட்' என்று சொல்ல வைக்கின்றன.

பெண் மனத்தின் புதிய பரிணாமங்களை மனோதத்துவ வெளிச்சத்தில் வாஸந்தி வழங்கியுள்ள சுவாரஸ்யமான நாவல் இது.

✲ ✲ ✲

அத்தியாயம் 1

ராதா படுக்கையிலிருந்தபடியே அண்ணாந்து பார்த்தாள் கட்டிலுக்கு நேர் மேலாக மின்விசிறி வெகு வேகமாகச் சுழன்றுகொண்டிருந்தது. அது சுழன்ற வேகத்தில் அதன் விசிறிகளே கண்களுக்குப் புலப்படாமல் இருந்தன. அதன் மையத்தில் இருந்த ஸ்டீல் தகட்டில் தெரிந்த உருவம் விசிறியின் சுழற்சியில் அசையாமல் நிற்கிற மாதிரி ஒரு பிரமையேற்படுத்திற்று.

தகட்டில் வாழைத்தண்டு மாதிரித் தெரிந்த தன் கை கால்களை ராதா ஓர் அசுவாரஸ்யத்தோடு பார்த்தாள். தூக்கம் எப்பொழுதோ கலைந்துவிட்டது. இருந்தும் எழுந்திருந்து என்ன செய்வது?

இப்பொழுது யோசித்துப் பார்த்தால் மின்விசிறியில் தெரிந்த பிம்பத்துக்கும், தனக்கும் ஏதும் வித்தியாசமில்லை என்று தோன்றிற்று. விசிறியின் சுழற்சியிலும் பாதிக்கப்படாமல் அசையாமல் அந்த பிம்பம் நிற்கிற மாதிரிதான் வாஸ்தவத்தில் அவளும் இருக்கிறாள். அவளைச் சுற்றி இருக்கும் ஓட்டத்தில் ஒட்டாமல் பாதிக்கப்படாமல் நிற்க வேண்டிய தேக்கம்... அத்தகைய தேக்கத்தில் அகப்பட்டுக் கொண்டவளுக்குச் சற்று ஏறத்தாழ எழுந்தால் குடி முழுகியா போய்விடும்?

வாசலில் சைக்கிள் மணியோசை கேட்டது. 'ஓ, பேப்பர்க்காரன், ஏழு மணி ஆகிவிட்டதா' என்கிற நினைப்போடு அவள்

எழுந்தாள். மின்விசிறியை நிறுத்திவிட்டு அவசரமாகப் பல் துலக்கிவிட்டு காப்பி சாப்பிட சமையலறைக்குள் நுழைந்தாள்.

சமையல்கார அம்மாள் மங்களம் அவளைப் பார்த்ததும்,

"என்ன ராதா, இன்னிக்கு என்ன சமையல் பண்ணட்டும் சொல்லு" என்றாள்.

குக்கர் இறக்கி வெண்டைக்காய் நறுக்கி வைக்கப்பட்டிருந்தது.

"நீங்களே ஏதோ பண்ணுங்கள் மாமி. உங்களுக்குத் தெரியாதா?"

"தெரியும்தான், அப்புறம் உங்கப்பா ஏதாவது சொல்லப் போறாரேன்னுதான்!"

ராதாவுக்கு அலுப்பாக இருந்தது. "ஒன்றும் சொல்லமாட்டார். இன்னிக்கு எதையோ செய்யுங்கள். நாளையிலேர்ந்து நான் கொஞ்சம் சீக்கிரம் எழுந்து வந்து சொல்றேன். இல்லேன்னா ராத்திரியே சொல்லிடறேன்" என்றாள்.

அதுதான் சரி என்றபடி மங்களம் தன் வேலையைத் தொடர்ந்தாள்.

ராதா காப்பியைக் குடித்துவிட்டு மெள்ளக் கூடத்துப் பக்கம் எட்டிப்பார்த்தாள். அப்பாவைக் காணவில்லை. குளிக்கப் போயிருப்பார் என்று அனுமானித்துக்கொண்டு அவள் கூடத்துக்கு வந்தாள். மேஜையில் அன்றைக்கு வந்த தமிழ்ப் பத்திரிகைகள் இருந்தன. அவள் எந்தவிதப் பிரத்யேக சிரத்தையுமில்லாமல் அவற்றைப் புரட்டிப் பார்த்தாள். இரண்டு பத்திரிகைகளில் அப்பாவின் தொடர் நாவல் இருந்தது. இரண்டிலும் கதாநாயகிகள் கதாநாயகர்களின் அணைப்பில் இருந்தார்கள். வெவ்வேறு கோணத்தில் மார்பகங்கள் பம்மென்று உப்பிக்கிடந்தன கச்சையிலிருந்து வெளியில் வந்து விடுகிறமாதிரி. ராதா கதையை மேலோட்டமாக ஒரு பார்வை பார்த்தாள். வழக்கமான சிருங்காரரஸம் வரிக்குவரி நிரம்பியிருந்தது. கதாநாயகன் கதாநாயகியின் இடையிலும் முதுகிலும் செய்த விஷமங்கள்

ஒரு பக்கத்தை நிரப்பியிருந்தது. அவள் ஆயாஸத்துடன் பத்திரிகையை மூடுகையில் அப்பாவின் பலத்த குரல் கேட்டது.

“ராதா, இதையெல்லாம் நீ படிக்கக் கூடாதுன்னு உனக்கு எத்தனை தடவை சொல்லியிருக்கேன்?”

அவளுக்கு முகம் லேசாகச் சிவந்தது.

“நான் படிக்கல்லியே?”

“பின்னே என்ன பண்ணிண்டிருந்தே?”

“சும்மா பார்த்தேன்...”

“நன்னாப் பார்த்தே... இதிலெல்லாம் புத்தி போச்சுன்னா இன்னும் விபரீதம்தான்...”

அவளுக்கு முகம் இன்னும் சிவந்தது. அவள் பதிலே சொல்லாமல் தன் அறைக்குச் சென்றாள். கண்களில் வரப் பார்த்த நீரை உள்ளுக்குள் விழுங்கிக்கொண்டாள். சட்டென்று ஒருவிதச் சீற்றம் உடல் முழுவதும் வியாபிக்கிற மாதிரி இருந்தது.

‘இதிலெல்லாம் புத்தி போச்சுன்னா இன்னும் விபரீதம்தான்...’

அவளுக்கு ஆத்திரம் பற்றிக்கொண்டு வந்தது, ‘உங்கள் புத்தி ஏன் இப்படி விபரீதமாகப் போகிறது?’ என்று கத்த வேண்டும்போல் இருந்தது. உங்கள் எழுத்தைப் படித்து என் மனம் கெட்டுப்போகும் என்று நீங்களே பயப்படுகிற மாதிரி ஏன் எழுதுகிறீர்கள் என்று கேட்க வேண்டும்போல் இருந்தது. நீங்கள் செய்வது ஒரு பொறுப்பற்றதனம், வியாபாரத்தனம், பித்தலாட்டம்...

‘யூ ஆர் எ ஹிப்பொக்ரிட் - யூ ஆர் எ...’

ராதா திடுக்கிட்டாள் தன் மனம் போகிற போக்கைப் பார்த்து... அதுபடும் ஆத்திரத்தைப் பார்த்து... அவள் ஆத்திரப்பட்டு என்ன ஆகப்போகிறது? அவர் மாறமாட்டார். அவர் எழுத்து மாறப்போவதில்லை. எழுத்துலகத்தில் அவர் தனக்கேற்படுத்திக் கொண்டிருக்கும் இமேஜை மாற்றிக்கொள்ள அவராலேயே முடியாது... பெண்ணின் உணர்வுகளுக்கு அணைகட்டப்

பார்க்கத்தான் முடியும். எது சுலபம் என்று அவர் யோசித்துக்கூடப் பார்க்கமாட்டார் என்று அவளுக்குத் தெரியும். அவள் அபத்தம் என்று நினைத்து ஒதுக்கும் அவருடைய எழுத்தைப் படித்து அவள் புத்தி விபரீதமாகிப்போகும் என்று அவர் பயப்படுவதைக் கண்டு அவளுக்கு வேடிக்கையாக இருந்தது. பெரிதாகச் சிரிக்க வேண்டும்போல் இருந்தது.

அப்பா, உங்கள் நிழலைக் கண்டு நீங்களே பயப்படுகிறீர்கள். கதைகளில் நீங்கள் காட்டும் முற்போக்குத்தனம் எல்லாம் உங்கள் மனசிலிருந்து வருகிறதா; வயிற்றிலிருந்து வருகிறதா? நிச்சயம் அவை நெஞ்சிலிருந்து வரவில்லை. பேனாவை மூடியதும், மனசும் மூடிக்கொண்டு விடுகிறதே? இன்றைக்கு நிச்சயம் ஒரு விஷயம் அப்பாவிடம் கேட்க வேண்டும் என்று தீர்மானித்துக் கொண்டிருந்தாள். அது இன்று சாத்தியப்படுமா? அவளுக்கு யோசனையாக இருந்தது.

இவரிடம் ஏன் எந்த விஷயத்தையும் தன்னால் சாதாரணமாக இயல்பாகப் பேச முடிவதில்லை என்று அவள் யோசித்துப் பார்த்தாள்... எந்த விஷயத்தைப் பற்றிப் பேசுவதற்கு முன்னும் இத்தனை தயக்கமும், அனுமானமும் என் ஏற்படுகிறது? அவருக்கும் அவளுக்குமிடையே ஒரு சுவர் எழும்பி நின்ற மாதிரி இருந்தது. அந்த சுவரை அகற்றித்தள்ள இருவருமே தயங்கி நின்றமாதிரி இருந்தது. அந்தச் சுவர் இருப்பதே தங்களுக்குச் சௌகர்யம் என்று நினைத்த மாதிரி... வாசலில் பேச்சுக்குரல் கேட்டது.

அப்பாவைப் பார்க்க யாரோ பத்திரிகைக்காரர்கள் வந்திருப்பது புரிந்தது. அவளுக்குச் சலிப்பும், ஆத்திரமுமாக வந்தது. வழக்கம்போல் அவர்கள் அவருடைய அபத்த எழுத்தை ஒரேயடியாகப் புகழ்வார்கள்.

இந்த மாதிரி நான்கு பத்திரிகைகள் இந்த எழுத்தை ஆதரிக்கிறவரையில், பணத்தைக் கொடுக்கிறவரையில் அப்பாவின் எழுத்து மாறாது. அச்சில் வருவதெல்லாம் நல்ல

எழுத்து என்று படிக்கும் வாசகர்கள், மனத்தில் எழும் வக்கிர ஆசைகள், செயல்படுத்த முடியாத ஆசைகள், இன்னொருவரின் எழுத்து மூலமாய், ஓவியத்தின் மூலமாய் வடிவம் பெறுவதைக் கொண்டு வக்கிர சமாதானமடையும் முட்டாள்கள்... இவர்களை நம்பித்தான் அப்பா எழுதுகிறார்...

கூடத்தில் பலத்த சிரிப்பொலி கேட்டது.

"உங்க புது நாவல் ஆரம்பத்திலேயே சும்மா சக்கைப்போடு போடுதுங்க."

"ஆமாங்க, இரண்டே வாரத்திலே பத்திரிகையோட ஸர்குலேஷன் ஏறிடிச்சி..."

"அப்படியா? ரொம்ப சந்தோஷம்."

"நிறைய ரீடர்ஸ் கேக்கறாங்க - போட்டோவைப் பார்த்தா வயசானவராத் தெரியுது. எழுத்திலே இத்தனை இளமை இருக்கே. அவர் பேரிலே வேறு யாராவது எழுதறாங்களாங்கறாங்க."

"என்னவோ சொல்லிட்டுப் போகட்டுமே? என் எழுத்துக்கு வரவேற்பிருந்தா சரிதான்."

"நல்லாச் சொன்னீங்க. உங்க கதை வரப்போவுதுன்னு அறிவிப்பைப் பார்த்த உடனே ஏஜெண்டுங்கல்லாம் அதிகமாக் காப்பி வேணும்ங்கறாங்க. எங்களுக்கே ஆச்சரியந்தான். எப்படி இந்த வயசிலே இப்படி ஜிலுஜிலுவென்று எழுதுறீங்கன்னு."

அப்பா சிரிப்பது கேட்கிறது.

"நானும் ஒரு காலத்திலே சின்னவனாயிருந்து பிறகு பெரியவனானவன் தானே? இளமை உணர்வுகள்ளாம் அவ்வளவு சீக்கிரம் மறந்துடுமா? அதுவும் தவிர மூப்புங்கறது மனசிலேதான்பா இருக்கு உடம்புலேயா இருக்கு?"

ராதாவுக்கு முகம் சிவந்தது. இதற்குமேலும் இவர்களுடைய பேச்சைக் கேட்டுக் கொண்டிருக்க முடியாது போலிருந்தது. அவள் விடுவிடுவென்று குளியலறைக்குச் சென்றாள். ஷவரைத்

திருப்பிக் குளிக்க ஆரம்பிக்கையில் மண்டையின் சூடெல்லாம் கண்ணுக்கும் நெஞ்சுக்கும் இறங்கின மாதிரி இருந்தது. கண்களிலிருந்து நீர் சூடாக இறங்கிக் குழாய்த் தண்ணீரோடு கலந்தது.

"இளமை உணர்வுகள் அவ்வளவு சீக்கிரம் மறந்துடுமா?"

அவள் ஒருவிதக் கோபத்தோடு சொல்லிக்கொண்டாள்.

அப்பா, உங்களுக்கு இரண்டு நாக்கு. ஒன்று, எனக்காக, இன்னொன்று வெளிப்பேருக்கு. எனக்காகப் பிரத்யேகமாகப் பட்டை தீட்டி வைத்திருக்கிறீர்கள்.

அப்பா அவள்மேல் வளர்த்துக்கொண்டிருந்த கோபத்தை நினைத்தால் ஒரு பக்கம் வேடிக்கையாக இருந்தது. அந்தக் கோபம்தான் அவரது சிந்தனையையே பாதித்த மாதிரி தோன்றிற்று. அவளைப்பற்றி அவர் சிந்திக்க முற்படும் போதெல்லாம் அவர் மனசைக் குறுக்கிவிடும் கோபம். அதனால் அவளுக்காக அவர் வைத்திருக்கும் அளவுகோலே தனியானது. அலாதியானது. வெளிப் பேருக்கு அவர் ஒரு சிறந்த அறிவாளி. முற்போக்கான எண்ணங்களை பிரகடனப்படுத்தும் எழுத்தாளர். சிருங்காரரஸத்தை அதில் புகுத்தி ரஸமேற்படுத்தும் அபிமான எழுத்தாளர். இந்த வேஷம் வெளிப்பேருக்கு என்று ராதா தனக்குள் சொல்லிக்கொண்டாள். அவளைப் பொறுத்த வரையில் அவர் சென்ற நூற்றாண்டைச் சேர்ந்தவர். யாரையும் மன்னிக்கத் தெரியாதவர். அவளை இந்த ஜன்மத்தில் ஏற்று இயல்பாக மகளாக நடத்தப்போவதில்லை.

கற்பனைக் கதாபாத்திரங்களின் மனநிலையைப் பக்கம் பக்கமாய் அலசத் தெரிந்தவர்களுக்கு சொந்த மகளின் மனத்தைப் பற்றி நினைக்கக்கூட நேரமில்லாதது ஆச்சரியமாக இருந்தது, நேரமில்லாமல் போகவில்லை என்று அவளுக்குத் தெரியும். இது கோபத்தினால் ஏற்பட்ட அலட்சியம். அவருக்கும் அவளுக்குமிடையே ஏற்பட்ட திரை. பாசத்தை விட அவருடைய சுயகௌரவம்தான் அவருக்குப் பெரிதாக இருக்கையில் அதைத்

தாண்டிக்கொண்டு அவளருகில் அவர் இந்த ஜன்மத்தில் வருவாரா? அம்மா உயிரோடு இருந்திருந்தால் அப்பா இவ்வளவு தொலைவுக்குப் போயிருக்கமாட்டார் என்று தோன்றிற்று...

அவள் சட்டென்று தன்னைச் சமாளித்துக் கொண்டாள். இந்த மாதிரி எண்ணங்களினால் ஏதும் லாபமில்லை என்று அவள் தனக்குள் சொல்லியபடி புடவையைச் சுற்றிக்கொண்டு வெளியில் வந்தாள்.

புடவையைக் கட்டிக்கொள்ளும் பொழுது, தலையை வாரிப் பின்னிக்கொள்ளும் பொழுது ஒரே ஒரு எண்ணம்தான் மனத்தை வியாபித்தது.

இன்று அப்பாவை எப்படியாவது கேட்டுவிட வேண்டும். அப்பா நல்ல மூடில் இருக்கும்போது கேட்டுவிட வேண்டும். காலத்தை இப்படியே கடத்திக்கொண்டு போனால் பைத்தியம் பிடித்துவிடும்...

அவள் மெள்ளக் கூடத்தில் எட்டிப் பார்த்தாள். அப்பா தனியாக உட்கார்ந்திருந்தார் மேஜைக்கருகில், அவள் நிதானமாக அவரருகில் போய் நின்றாள்.

“அப்பா?”

அவர் திடுக்கிட்டு நிமிர்ந்து பார்த்தார் அவளை எதிர்பாராதவர் மாதிரி.

“என்ன?”

அவள் தயங்கிக்கொண்டே சொன்னாள்.

“நான் மறுபடி காலேஜிலே சேர்ந்து படிக்கிறேம்பா. எம்.ஏ படிக்கிறேன்...” சொல்வதற்குள் தொண்டை வறண்டது.

அவர் முகத்தில் சுரீரென்று கோபம் பரவுகிறது மாதிரி இருந்தது. அவர் அவளைத் தீர்க்கமாய்ப் பார்த்தபடி கேட்டார்.

“ஏன், மறுபடி யாரையாவது இழுத்துண்டு ஓடவா?”

✲ ✲ ✲

அத்தியாயம் 2

அப்பாவின் வார்த்தைகளில் இருந்த தீட்சண்யத்தை கொடூரத்தைத் தாங்க முடியாமல் அவள் ஒரு விநாடி வெலவெலத்துப் போனாள். இவர் எவ்வளவு அசிங்கமாகப் பேசுகிறார் என்று ஒரு கோபம் மனத்தில் எழுகையில் அவள் பதிலே பேசாமல் தன்னுடைய அறைக்குச் சென்றாள். கண்களில் நீர்முட்டி நின்றது. சீ, இவரும் ஒரு மனிதரா என்று நெஞ்சு படபடத்தது. இவர் மனத்தில் கனிவோ பச்சாதாபமோ எதுவுமே கிடையாதா என்று ஆத்திரம் வந்தது.

அவள் வெகுநேரம் தன் அறையில் மேஜைமேல் முகத்தைக் கவிழ்த்தபடி மௌனமாக அழுதாள். யோசித்துப் பார்க்கையில் தான் இப்படி அப்பா சொல்வதெற்கெல்லாம் மௌனமாக அழுவது தன் பவவீனத்தைத்தான் அதிகப்படுத்துகிற மாதிரி தோன்றிற்று. இந்த பலவீனத்துக்கு இடம் கொடுத்தால் தனக்கு விமோசனமே இல்லை என்று தோன்றிற்று. வாசற் கதவு திறக்கும் சத்தமும் தொடர்ந்து, “கதவைத் தாழ்ப்பாள் போட்டுக்கோ” என்று அப்பா மங்களம் மாமிக்காக ஒரு குரல் கொடுப்பதும் கேட்டது.

“சாப்பிட வறயா ராதா?”

ராதா தலையை நிமிர்த்திப் பார்த்தாள். மங்களம் மாமி நிலைப்படியண்டை நின்றிருந்தாள். ஐயோ பாவம் என்கிற மாதிரி; ‘ஏன் இப்படி உங்கப்பா கரித்துக் கொட்டுகிறார்’ என்கிற மாதிரி,

அந்தக் கண்களில் தெரிந்த பச்சாதாபத்தைக் காணப்பிடிக்காமல் ராதா எழுந்தாள்.

அவள் மௌனமாகக் கைகளைக் கழுவிக்கொண்டு வந்தபோது மாமி அவளுக்கு மேஜைமீது தட்டு வைத்து பரிமாறியிருந்தாள்.

ராதா பேசாமல் சாப்பிட ஆரம்பித்தாள். இந்த மாமியின் எதிரில் தன் உணர்ச்சிகளைக் காட்டிக்கொள்ள அவளுக்கு இஷ்டமில்லை. மாமி வேலையில் சேர்ந்து இரண்டு மாதங்கள்தான் ஆகியிருந்தது. சொந்தபந்தம் ஏதும் இல்லாத ஒரு விதவை என்பதைத் தவிர அவளைப் பற்றி ஏதும் தெரியாது. ஆனால் முன்பு இருந்த சமையல்காரர்கள் விட்டேற்றியாக இருந்த மாதிரி இவள் இருக்கவில்லை. ஒரு தோழமை உணர்வும், கனிவும் இவளிடம் இருக்கிற மாதிரி ராதாவுக்குத் தோன்றிற்று. கஷ்டப்பட்டிருப்பாள் என்று தோன்றிற்று. அந்த அனுபவத்தினால்தான் மற்றவர்கள் படும் கஷ்டத்தைப் பார்க்கும்போது அந்தக் கனிவு தெரிகிறது. மிஞ்சிப்போனால் இந்த மாமிக்கு நாற்பத்து ஐந்து வயது இருக்குமா?

"இன்னும் கொஞ்சம் குழம்பு ஊத்தட்டுமா?"

'வேண்டாம்' என்று தலையசைத்தாள் ராதா. மாமி தன்னையே பார்த்துக் கொண்டிருக்கிறாள் என்று தோன்றிற்று. அவள் தலையைக் குனிந்துகொண்டு வேகமாகச் சாப்பிட ஆரம்பித்தாள்.

"நா ஒண்ணு உன்னைக் கேட்கலாமா ராதா?"

ராதா திடுக்கிட்டு நிமிர்ந்து பார்த்தாள்.

மாமி கனிவாக அவளைப் பார்த்தபடி நின்றாள்.

"கேட்கக் கூடாதுன்னா கேட்கல்லை. நா இந்தாத்து சமையல்காரிதான். எதையும் கேட்க எனக்கு உரிமையில்லைன்னு தெரியும்..."

ராதா விரக்தியோடு சிரித்தாள். "உங்களுக்கு என்ன தெரியணும்? இந்தத் தெருவே என்னைப் பத்திதான் நிறைய பேசுமே? நான் உங்களுக்குப் புதிசா என்ன சொல்லப் போறேன்?"

"தெரு என்ன சொல்றதுன்னு எனக்குத் தெரியாது. நான் வெளியிலே போறதில்லை. எனக்கு அக்கறையுமில்லே, இப்ப தினம் இரண்டு மாசமா பார்க்கற கண்றாவியைத்தான் புரியாம கேக்கறேன். உங்கப்பா எதுக்காக உன்னை இப்படிக் கலங்கடிக்கிறார்?"

எதையும் சொல்லக்கூடாது என்று மனசு நினைக்கும்போதே வாய்பாட்டிற்குப் பதில் சொல்கிற மாதிரி இருந்தது. கனிவான பேச்சுக்காக ஏங்கிக் கொண்டிருந்த மாதிரி...

"தாங்க நினைக்கறபடி ஒரு விஷயம் ஆகல்லைன்னா அந்த ஏமாற்றம் சிலபேருக்குக் கோபமாகத்தான் மாமி மாறும். உங்களுக்குத் தெரியாதா?"

"அதுக்கென்ன பண்றது? விதியோட விளையாட்டுக்கெல்லாம் நாம்தான் பொறுப்பாளியா? நீ இருக்கிற நிலைமைக்குப் பரிதாபப்படாம தினமும் கலங்க விடறாரே!"

ராதா பதில் சொல்லாமல் கை கழுவச் சென்றாள். அதற்குமேல் பேச்சை வளர்த்தக்கூடாது என்று தோன்றிற்று. இந்த மாமியிடம் புலம்பி ஒரு லாபமும் இருக்கப் போவதில்லை. பெற்றவருக்கு இல்லாத அக்கறை ஒரு இரண்டு மாதப் பழக்கத்தில் இந்த மாமிக்கு ஏற்பட்டிருக்குமா?

இந்த மாமிக்கு உண்மையிலேயே தன்னைப் பற்றி ஏதும் தெரியாது என்று தோன்றிற்று. வம்பளக்கிற பேர்வழி இல்லை என்று தெரிந்தது. கடைசியில் இவளிடம்தான் தன்னுடைய மனச் சுமையெல்லாம் இறக்க வேண்டி வருமோ என்னவோ என்று ராதாவுக்குத் தோன்றிற்று. வெளியில் வாசலில் போகாமல் வேறு ஒருவரிடமும் பழகாமல் நான்கு சுவருக்குள் அடைபட்டு இருக்க வேண்டிய நிர்ப்பந்தத்தில் வேறு என்னதான் செய்ய முடியும்? மனத்துக்கு ஒரு 'வென்டிலேஷன்' வேண்டாமா? இந்த மாமியும் அந்த மாதிரி வென்டிலேஷனைத் தேடித்தான் தன்னிடம் பேச வருகிறாளோ?

"நீங்கள் சாப்பிடுங்கள் மாமி" என்று சொல்லிவிட்டு ராதா கொல்லைக் குறட்டில் போய் உட்கார்ந்து கொண்டாள்.

வேப்ப மரத்தின் அகன்ற நிழலின் குளுமையில் கொல்லைப்புறம் சோம்பிப் படுத்திருந்தது. எந்தவிதக் கவலையோ, யோசனையோ இல்லாமல் இந்த நிழலில் நாள் முழுவதும் உட்கார்ந்திருந்தால் எப்படியிருக்கும் என்று ராதா நினைத்துப் பார்த்தாள். அப்பா இப்படிச் சொல்லாலேயே கொல்கிறாரே என்று வருத்தப்படாமல், அவருடைய அபத்தக் கதைகளைப் பார்த்து மனசு சுளிக்காமல், தன்னைப் புரிந்துகொள்ள யாருமில்லையே என்று ஏங்காமல் அப்படியிருப்பது சாத்தியமா? அப்பாவின் மனத்தில் என்னதான் இருக்கிறது என்ற குழப்பம், இப்படியே வீட்டுக்குள் அடைபட்டுக்கிடந்தால் தன்னுடைய எதிர்காலம் என்னவாக ஆகும் என்ற பயம் இவை இல்லாமல் இருப்பது சாத்தியமா? அப்படி ஒரு பற்றற்ற நிலை ஏற்பட வேண்டுமானால் ஒன்று. ஞானியாக இருக்க வேண்டும், அல்லது ஒரு ஜடத்தன்மையை வளர்த்துக்கொள்ள வேண்டும் என்று அவளுக்குத் தோன்றிற்று. இப்படி தினமும் இந்த மாமி சமைத்துப்போட்டதை சாப்பிட்டுக்கொண்டு, கொல்லைக் குறட்டில் உட்கார்ந்தபடி வேப்பமரத்துக் காற்றை உள்ளுக்கிழுத்துக்கொண்டு, மாமியின் மட்டத்துக்கு இறங்கி ஊர்க் கதைகளைப் பேசிக்கொண்டு, உடல் தடித்து, மனசு தடித்து அவளும் ஒரு மாமியாகி - இப்படித்தான் அவள் இருக்க வேண்டும் என்று அப்பா விரும்புகிறாரா? அப்பாவின் எதிரிலேயே போகாமல், அவர் எழுதும் கதைகளைப் பற்றிய நினைவேயில்லாமல், எந்தவித சர்ச்சைக்கும் இடம் கொடுக்காமல், சாப்பிட்டுக்கொண்டு, தூங்கிக்கொண்டு வெறும் மாமிச பிண்டமாய் அவள் இருக்க வேண்டும். அப்பொழுதுதான் அப்பாவுக்கு நிம்மதி. அவர் கற்பனையில் வாழ்பவர். அவருக்கு எந்தச் சிக்கலும் கூடாது - நிஜ வாழ்வில் எந்தச் சிக்கலையும் சமாளிக்க அவருக்கு வலு இல்லை. முக்கியமாக எந்தச் சிக்கலும் மகளின் ரூபத்தில் வரக்கூடாது. அவரால் தாங்க முடியாது.

மாமி சாப்பிட்டுவிட்டு வந்து கொல்லைக் கிணற்றடியில் உட்கார்ந்து பாத்திரங்களைக் கழுவிவிட்டுப் போனாள். இந்த மாமிக்காவது பொழுதுபோக வீட்டு வேலை இருக்கிறது.

தனக்கு அதுவும் இல்லை என்று ராதாவுக்குத் தோன்றிற்று. மனசு அலைபாய்வதைக் கட்டுப்படுத்துவதே பெரிய சிரமமாகப் போய்விட்டது கொஞ்ச நாட்களாக. இந்த நிலை நீடித்திருக்குமானால் என்ன ஆகும் என்று நினைக்கவே பயங்கரமாக இருந்தது. மனசை ஜடமாக்கிக்கொள்வது முடிகிற காரியமா என்று புரியவில்லை. அப்படி ஜடமாக்குவது ஒரு கொலைக்குச் சமானம் என்றுகூடத் தோன்றிற்று. கொஞ்ச நாள்கள் முன்புவரை யாரையுமே பார்க்க வேண்டாம், எதுவுமே வேண்டாம். நமது சோகத்துக்குள் மூழ்கியிருந்தால் போதும் என்று மனசு சோம்பிக் கொண்டிருந்தது. இப்பொழுதுதான் சற்று தெளிவு ஏற்பட்ட மாதிரி இருந்தது. தெளிவு ஏற்பட்டதும் தன் நிலையின் பயங்கரம் புரிந்தது.

"ராதா உன்னைப் பார்க்க யாரோ வந்திருக்கா."

அவள் திடுக்கிட்டு எழுந்தாள். தன்னந்தனியாகப் போய்விட்டிருந்த அவளைப் பார்கக யார் வரப் போகிறார்கள்?

கொஞ்ச நாள்களாக யாரையும் சட்டென்று பார்க்க அவளுக்குத் தயக்கமாக இருந்தது.

"யாருன்னு கேக்கலையா மாமி?"

"ஜெயான்னு பேரு சொன்னா."

"ஜெயாவா?"

அவளுக்கு ஆச்சரியமாக இருந்தது. விருவிருவென்று கூடத்துக்குச் சென்றாள்.

ஜெயா லேசான புன்னகையுடன் நின்றிருந்தாள். ராதாவின் மனத்தில் திடீரென்று ஒரு பிரவாகம் கிளம்புகிற மாதிரி இருந்தது. அந்தப் பிரவாகம் நெஞ்சை அடைத்து கண்களில் நீர் திரையிட்டது. காரண காரியமில்லாமல், சமய சந்தர்ப்பம் அறியாமல் இந்தக் கண்ணீர் ஏன் நிரம்புகிறது என்று ராதாவுக்குள் ஒரு திகைப்பு ஏற்படுகையில் ஜெயா அவளருகில் வந்து அவள் கைகளைப் பற்றிக்கொண்டாள்.

"ஜெயா, எப்ப வந்தே?"

"இன்னிக்குக் கார்த்தாலேதான் வந்தேன். எத்தனையோ நாளா உன்னைப் பார்க்கணும்னு துடிச்சுண்டிருக்கேன். ஊருக்கு வந்ததும் இருப்புக்கொள்ளல்லே. குளிச்சு சாப்பிட்டதும் நேரே இங்க வரேன்."

ராதா ஜெயாவின் கையைப் பிடித்துச் சோபாவில் உட்கார்த்தி வைத்தாள்.

"நல்லவேளை ஜெயா நீ வந்தே. மனசைத் திறந்து பேசறதுக்கு ஆளே இல்லாம பைத்தியம் பிடித்த மாதிரி ஆயிட்டது எனக்கு. கொஞ்ச நாள் கழிச்சு நீ என்னைப் பார்த்திருந்தா நிஜமாகவே எனக்குப் பைத்தியம் பிடிச்சிருக்கும்."

ஜெயா அவளைக் கனிவோடு பார்த்தாள். "ராதா! என்னாலே நம்பவே முடியல்லே. எப்படி இப்படியெல்லாம் ஆச்சு? நீ எங்கேயோ சந்தோஷமா இருக்கேன்னு நினைச்சேனே? உனக்கு ஏன் இப்படி ஆச்சு?"

"எனக்கு ஏன் இப்படி ஆச்சு? எனக்கும் அதான் புரியல்லே" என்ற ராதா அதற்குமேல் அடக்கமுடியாமல் கைகளால் முகத்தை மூடிக்கொண்டு விசித்து விசித்து அழுதாள்.

✯ ✯ ✯

அத்தியாயம் 3

எத்தனையோ நாள்களாகப் புதைத்து வைத்திருந்த துக்கத்துக்கெல்லாம் வடிகால் கிடைத்த மாதிரி ராதா அழுதாள்.

“உஷ் ராதா!” என்று ஜெயா அவள் முதுகைத் தடவினாள். “நம்மையே நாம எப்படியாவது சமாதானப்படுத்திக் கொள்ளத்தான் பார்க்கணும். வேற வழியே இல்லை. நம்மை மீறிச் சில விஷயங்கள் நடந்துபோச்சுன்னா நாம கேட்டுண்டு வந்தது இவ்வளவுதான்னு அர்த்தம். அந்த நிலைமையிலும் எப்படியாவது சமாளிச்சு நிமிர்ந்து நிற்கப் பார்க்கணுமே தவிர, இடிஞ்சுப்போய் உட்கார்றதிலே ஒண்ணும் லாபமில்லை.”

ராதா பதிலே பேசாமல் தலைகுனிந்தபடி உட்கார்ந்திருந்தாள். ஜெயா அவளுடைய கையை மென்மையாகப் பிடித்தபடி சொன்னாள்,

“உனக்கு ஏற்பட்டிருக்கிறது பெரிய துக்கம்தான். அதிர்ச்சிதான். எனக்கு அது நன்னாப் புரியறது. ஆனா நீ இப்படி மாசக்கணக்கா வீட்டிலே ரூமிலே அடைஞ்சு கிடந்துண்டு யாரோடையும் பேசாமகொள்ளாம இருந்தியானா உன் துக்கம் அதிகமானா போகும்?”

ராதா மெள்ளத் தலையைத் தூக்கினாள். “என்னோட நிலைமையிலே பின்னே நா வேற எப்படி இருப்பேன்னு எதிர்பார்க்கறே ஜெயா? அந்தரங்கமா பேசறதுக்கு அம்மா

கிடையாது. பழசெல்லாம் மறக்காத, கோபம் தணியாத அப்பாவோட ஒரு வீட்டிலே இருக்கும்போது பின்னே நான் எப்படி இருப்பேன்?"

ஜெயா ஆச்சரியத்தோடு அவளைப் பார்த்தாள். "கோபம் தணியல்லியோ? இன்னும் என்ன கோபம்? நீ இப்படி ஆனப்புறமுமா கோபம்?"

"ஆமாம்; நான் அவரை மீறிண்டு போனதுனாலேதான் இப்படி ஆச்சாம்."

"இதென்ன அசட்டுத்தனம்? நம்மையும் மீறிச் சில விஷயங்கள் நடக்கும்ங்கறதிலே அவருக்கு நம்பிக்கை இல்லையா? விதிங்கறது ஒண்ணுமில்லையா?"

"நான் சம்பந்தப்படுகிற வரையில் அவருக்கு நம்பிக்கை இல்லை. நான் முன்னயே சொல்லியிருக்கேன். நீ நம்பமாட்ட. நான் பொறந்ததும் எங்கம்மா செத்துப்போயிட்டா. அதனாலே எங்கம்மாவோட சாவுக்கு நான்தான் காரணம்னு அவர் மனசுலே ஒரு தீர்மானம், வெறுப்பு ஏற்பட்டுப் போச்சுன்னு. இன்னி வரைக்கும் அவர் மனசு விசாலமாகல்லே. இந்த மாதிரி ஒரு மனுஷனை எதிர்த்திண்டு நான் எப்படி ஒரு கல்யாணத்தைப் பண்ணிண்டு போனேன்னு நினைச்சுப் பார்க்கறேன், இன்னும் புரியல்லே."

ஜெயா அவள் பேசட்டும் என்று நினைத்த மாதிரி பேசாமல் உட்கார்ந்திருந்தாள்.

"அந்தக் கல்யாணம் எனக்கு ரொம்பப் பெரிய விமோசனம்னு நம்பிண்டிருந்தேன். அதுவரைக்கும் நா அனுபவிக்காத ஒரு சந்தோஷமும், பிரியமும் பிரவாகமா மனசிலே ஓடித்து. எந்த விதமான விகாரமும் தப்பாப்படாத ஒரு நிர்மலம் மனசிலே ஏற்பட்டது... சரியா ஒரு வருஷம் திடீர்னு யாரோ என்னை உலுக்கிவிட்டமாதிரி முழிச்சுக்க வேண்டிவந்தது."

ஜெயாவின் குரல் மெள்ளக் கேட்டது.

“என்ன நடந்தது?”

ராதா உதட்டைப் பிதுக்கித் தோளைக் குலுக்கினாள். கண்களில் லேசாக மறுபடி நீர் திரையிட்டது.

“எங்களுடைய வெட்டிங் ஆனிவர்ஸரிக்காகத் துணிமணிகள்கூட வாங்கிண்டு வந்தாச்சு. அன்னிக்குச் சாயந்திரம் வீட்டு வாசல்லேயே இவர் ஸ்கூட்டர்லே திரும்பறச்சே ஒரு லாரி மோதிடுத்து. ஒரே நிமிஷம், அப்பறம் கண்ணே திறக்கல்லே... நீ சொன்னியே நாம கேட்டுண்டு வந்ததுதான் கிடைக்கும்னு ஒரு வருஷ வாழ்வுதான் கேட்டுண்டு வந்தேன் போலிருக்கு... நா பார்த்துண்டு இருக்கறச்சே என் கண் எதிரிலேயே போயிடுத்து.”

எங்கேயோ பார்வையும், நினைவும் நழுவிப்போன மாதிரி ராதா உட்கார்ந்திருந்தாள். இடையே மங்களம் மாமி இருவருக்கும் காப்பி கலந்து கொண்டு வந்தாள். பிரக்ஞையேயில்லாத மாதிரி அதை இருவரும் குடித்தார்கள்.

தனக்குத்தானே பேசிக்கொள்கிற மாதிரி ராதா தொடர்ந்தாள்.

“அன்னிக்கு அந்த அதிர்ச்சியின் பயங்கரத்தை எப்படி தாங்கினேன்னு புரியல்லே. நான் திடீர்னு இந்த உலகத்திலே தனியா போயிட்ட மாதிரி மனசிலே ஒரு சூன்யம் படர்ந்தது. அப்பாவுக்கு இஷ்டமில்லாத ஒரு கல்யாணத்தப் பண்ணிண்டதாலே அப்பாவுக்கு என் மேலே ரொம்பக் கோவம்னாலும் அவர்தான் இனிமே எனக்குத் துணைன்னு அவருக்குத் தந்தி கொடுத்தேன். மறுநாளே வந்தார். மூட்டை கட்டிண்டு அவரோட வந்துட்டேன். இங்கே இருக்க இடம் கொடுத்திருக்கார். சாப்பாடு போடறார். ஆனால் அவர் மனசிலே பச்சாதாபம் இருக்கிற மாதிரி தெரியல்லே. என் கதிக்கு நானேதான் பொறுப்பு என்கிற மாதிரி பேசறார். குத்திக் காட்டறார்...”

“அப்படியா ஒருத்தருக்குக் கோபம் இருக்கும்?”

“இருக்கு பாரேன், அது இன்னி நேத்திய கோபமில்லே. நான் பொறந்தன்னியே புடிச்சு ஏற்பட்ட கோபம்.”

"ஆச்சரியமாயிருக்கு ராதா. இத்தனையெல்லாம் கதை எழுதறவர் பெத்த பொண்ணை புரிஞ்சுக்க முடியல்லியா?"

"அதுதான் வேடிக்கை. கற்பனையிலேயே வாழ்ந்து வாழ்ந்து நிஜத்தைப் பார்க்கவே அவருக்குப் பயம். தனக்கு நிறைவேறாத ஆசைகளையெல்லாம் கதைகளிலே எழுதித் தீர்த்துக்கறார். அவர் எழுத்துக்கும், வாழ்க்கைக்கும் சம்பந்தமேயில்லைன்னு படிக்கிறவாளுக்குத் தெரியாது."

ஜெயா யோசனையுடன் உட்கார்ந்திருந்தாள்.

"சரி. அவர் பேச்சை விடு, என் பிரச்சனையைப் பாரு. இங்கே போகக் கூடாது, அங்கே போகக் கூடாது, சத்விஷயங்களைத் தவிர வேற புஸ்தகம் படிக்கக்கூடாதுன்னு எனக்குத் தடைகள். என் மனசு கெட்டுப்போயிடுமாம். நானா ஒருத்தரை விரும்பிக் கல்யாணம் பண்ணிண்டது எனக்கு இப்பப் பெரிய ப்ளாக் மார்க் – என் மனசு சதா ஆணுக்காக அலையும்னு அவரா முடிவு கட்டியிருக்கார். எழுதறதெல்லாம் காதலைப்பத்தி. ஆண் பெண் உறவைப்பத்தி. ஆனா அதைப்பத்தி உண்மையிலே எவ்வளவு கீழ்த்தரமா அவர் கணிச்சு வெச்சுண்டு இருக்கார்னு எனக்குதான் தெரியும். நாலு சுவத்துக்குள்ளே அடைபட்டு எத்தனை நாளைக்கு நான் உட்கார்ந்திருக்க முடியும்? அப்ப மட்டும் மனசு கெடாதா? காலேஜிலே மறுபடியும் சேர்ந்து படிக்கிறேன்னு இன்னிக்கு அப்பாவைக் கேட்டேன்..." ராதா முடிப்பதற்குள் ஜெயா குறுக்கிட்டாள்.

"அது நல்ல முடிவு ராதா, நானே சொல்லணும்னு நினைச்சேன்."

ராதா விரக்தியுடன் சிரித்தாள். "இரேன், நான் சொல்ல வரதுக்குள்ளே அவசரப்படறியே. அவர் என்ன சொன்னார் தெரியுமா? எதுக்குக் காலேஜிலே சேரணும்? மறுபடியும் எவனையாவது இழுத்துண்டு ஓடவான்னார்."

ஜெயா அருவருப்புடன் முகத்தைச் சுளித்தாள், "ராமா, இப்படியும் இப்படிப்பட்ட சமயத்திலே பேசுவாளா?"

"பேசுவாள்னு இப்பத் தெரிஞ்சுக்கோ."

சற்றுநேரம் இருவரும் பேசாமல் அவரவர் சிந்தனைகளில் மூழ்கியமாதிரி உட்கார்ந்திருந்தார்கள்.

பிறகு ஜெயா மெள்ளச் சொன்னாள், "கவலைப்படாதே ராதா. எங்கப்பாகிட்டே சொல்லி எப்படியாவது அவர் மனதை மாத்தச் சொல்றேன். நீ மேலே படிச்சா உனக்கே நல்லது. தனியா நிக்க கொஞ்சம் தைரியம் வரும்."

"பார்க்கலாம்" என்றாள் ராதா. "அப்பா மனசு மாறும்னு எனக்குத் தோணல்லே. இது அவர் எனக்குக் கொடுக்கிற தண்டனை. அவருடைய முற்போக்குக் கொள்கைகளெல்லாம் அவருடைய கதாநாயகிகளுக்கு மட்டும்தான்."

ஜெயா நம்ப முடியாதவள் மாதிரி தலையை அசைத்தாள்.

"என்னால் உங்கப்பாவைப் புரிஞ்சுக்கவே முடியல்லே."

ராதா சிரித்தாள்.

"நா அவரை நன்னாப் புரிஞ்சிண்டிருக்கேன், அப்படியும் அவரை என்னால திருப்திப்படுத்த முடியல்லே. எனக்குள்ளே ஒரு பிடிவாதம் இருக்குன்னு நினைக்கிறேன். எனக்கு நியாயம்னு படறதைச் செய்யணுங்கற பிடிவாதம். அதனாலதான் கஷ்டமும் படறேன். இப்ப என்ன கஷ்டம்னா என்னை நானே காப்பாத்திக்கறதுக்கு அப்பாவோட தயவு வேண்டியிருக்கு. அதனாலே வாயை மூடிண்டு இருக்க வேண்டியிருக்கு. ஆனால் இப்படியே எத்தனை நாளைக்கு இருக்க முடியும்னு தெரியல்லே. பழசெல்லாம் நினைச்சு நினைச்சு துக்கப்படறதோட அப்பா என்னைப்பத்தி வெச்சிருக்கிற அபிப்பிராயம் எனக்குத் தாங்கிக்க முடியறதாயில்லை. அவர் மேலே எனக்கு வெறுப்பு வந்துடக் கூடாதேன்னு பயமாயிருக்கு."

"எத்தனை விதமான பிரச்சனைகள் பார்த்தியா?" என்றாள் ஜெயா.

"தானா முளைக்கிற பிரச்சனைகள்; நாமா ஏற்படுத்திக்கிற பிரச்சனைகள்; எல்லாமே அவாவா புத்திக்குத் தகுந்த மாதிரி

தீர்த்துக்க வேண்டியிருக்கு. யாரும் யாருக்கும் புத்தி சொல்ல முடியாது..."

"ஜெயா, என் புத்தியைப் பார், என் நினைவுகளிலேயே உட்கார்ந்திருக்கேன். நீ எதுக்காக ஊருக்கு வந்திருக்கே? உன் குழந்தையும், அகத்துக்காரரும் சௌக்கியமா?"

ஜெயா லேசாகச் சிரித்தாள்.

"சௌக்கியந்தான். நான் கொஞ்ச நாள் இங்கேதான் இருப்பேன்."

"ஏன், என்ன சமாச்சாரம்?"

"அவர் அமெரிக்காவுக்குப் போயிருக்கார் மேல் படிப்புக்கு! வர இரண்டு வருஷம் ஆகும்."

"ஏன், நீ போகல்லியா கூட?"

"இல்லை. நான் கூடப்போனா அவர் படிப்புக்குத் தொந்திரவா இருக்கும். அதனாலே நா இங்கே தங்கி எம்.ஏக்கு சேரலாம்னு பார்க்கிறேன்."

ராதா ஆச்சரியத்துடன் அவளைப் பார்த்தாள். "அதுவும் நல்லதுதான்" என்றாள்.

"அதுக்குத்தான் நான் நினைச்சேன் ராதா. நீயும் சேர்ந்தாயானால் ஒருத்தருக்கொருத்தர் துணையாயிருக்குமேன்னு."

"ஆமாம், இருக்கும்தான். எனக்கும் வேறு எதிலியாவது புத்தி செலுத்தினாத் தேவலை போலிருக்கு. பழசெல்லாத்தையும் மறக்கணும்னு பார்க்கறேன். மறக்க முடியாது என்னாலே இப்ப இருக்கிற நிலைமையிலே."

வாசலில் கேட் திறக்கும் ஓசை கேட்டது. அவள் சட்டென்று பேச்சை நிறுத்தினாள். அவள் முகத்தில் கலவரம்படருவதை ஜெயா கவனித்தாள். வாசலில் ராதாவின் அப்பா ஸ்வாமிநாதன் வருவது தெரிந்தது. ராதா எழுந்திருந்து உள்ளே போகப் பார்த்தபோது ஜெயா அவளை உட்கார்த்தி வைத்தாள்.

“நீ எதுக்காக உள்ளே போகணும், உட்கார்!” ராதா தயங்கியபடியே உட்கார்ந்தாள்.

ஸ்வாமிநாதன் உள்ளே நுழைந்தார். ஜெயாவைப் பார்த்து வியப்புடன் நின்றார்.

“ஜெயாவா...? எப்பம்மா வந்தே?”

“இன்னிக்குதான் மாமா.”

“உன் அகத்துக்காரர் சௌக்கியமா?”

“சௌக்கியந்தான்.”

அவர் சட்டென்று கேட்டார். “உன் சினேகிதி இருக்கிற லட்சணத்தைப் பாத்தியோன்னோ?”

ஒரு வினாடி ஜெயா திகைத்துப்போய் நின்றாள். ராதா தலையைக் குனிந்துகொண்டாள்...

“ரொம்ப அநியாயம் மாமா. பகவான் ஆனாலும் ரொம்ப கஷ்டத்தைக் குடுத்துட்டார்.”

“யானைத் தன் தலையிலே மண்ணை வாரிப் போட்டுண்ட கதை தெரியுமா உனக்கு?”

“அவ என்ன பண்ணுவா மாமா? தலையெழுத்துங்கறதை யாராலே மாத்தமுடியும்?”

“பெரியவா பேச்சைக் கேட்டுண்டு ஒழுங்கா இருந்திருந்தா தலையெழுத்தே வேற மாதிரி இருந்திருக்கும்.”

“ஏதோ நடந்துபோனதைப் பத்தி சர்ச்சைபண்ணி என்ன லாபம்? எல்லாத்தையும் மறந்துட்டு இனிமே ஆக வேண்டியதைப் பார்க்க வேண்டியதுதான்.”

ஸ்வாமிநாதனின் குரல் சட்டென்று மேலே ஏறிற்று.

“மறக்கணுமா? எதை மறக்கணும்? சொல்லச் சொல்ல கேட்காம எவனோடயோ போய் இப்ப வந்து இப்படி நிற்கிறாளே இதையா?

மறுபடியும் அந்த மாதிரி ஒரு காரியம் இவ பண்ணமாட்டான்னு என்ன நிச்சியம்?"

"என்ன மாமா நீங்க?" என்றாள் ஜெயா பதட்டத்துடன்.

ராதா சட்டென்று எழுந்து உள்ளே போனாள்.

✲ ✲ ✲

அத்தியாயம்

4

பக்கத்து வீட்டு ரேடியோவிலிருந்து எம்.எஸ். சுப்புலக்ஷ்மியின் வெங்கடேச சுப்ரபாதம் கேட்டது.

ராதாவின் வாய் அவளையறியாமல் ஸ்லோகங்களை முணுமுணுக்க ஆரம்பித்தது. அதில் முழுவதும் மனசு லயிக்காமலேயே வாய் தன்போக்கில் இயந்திரமாய்ச் சொற்களைப் பின்னிக்கொண்டு போவது அவளுக்கு ஆச்சரியமாக இருந்தது.

சோர்ந்துபோன நரம்புகளுக்கு ஏதோ ஓர் இதத்தைக் கொடுக்கிற மாதிரி இருந்தது - மென்மையாக வருடுகிற மாதிரி.

“அஞ்ஞானினா மயம் தேஷாம் விஹீதான் ஹரே…”

உண்மையில் அவளுக்கு அந்த வார்த்தைகளின் முழு தாத்பர்யமும் தெரியாது. இருந்தும் இயந்திர கதியில் சுலோகங்களைச் சொல்லிக்கொண்டு போகையில் ஏதோ ஒருவகை நிம்மதி ஏற்படுகிற மாதிரி இருந்தது அவளுக்கு ஆச்சரியமாக இருந்தது. இது தன்னைத்தானே ஏமாற்றிக்கொள்கிற வித்தை என்று தோன்றிற்று. பிரார்த்தனை என்பதே ஒரு ஸைக்கலாஜிகல் ட்ரீட்மெண்ட் என்று தோன்றிற்று. நம்முடைய சுமைகளை இறக்கி வைக்க நமக்குச் சுமைதாங்கிகள் தேவை. அந்தத் தேவை இருக்கிற வரையில் இந்த மண்ணில் பிரார்த்தனைகளுக்குப் பஞ்சமில்லை என்று அவள் நினைத்துக்கொண்டாள். அவளும் தனது ஏமாற்றங்களை, இயலாமைகளை மறக்க இந்த மாதிரிப்

போதைகளில் அமிழ்ந்து போவதுதான் வழியோ என்று தோன்றிற்று.

அன்றைக்கு அப்பாவுடன் ஓர் அதிர்ச்சியைச் சுமந்துகொண்டு இங்கு வந்து இறங்கியபோது, அவள் காலைக் கழுவியதும் முதல் காரியமாகப் பூஜை அறைக்குள் சென்று நமஸ்காரம் செய்தாள். அவளது செய்கையைப் பார்த்துக் கொஞ்சங்கூட இரக்கமில்லாமல் அப்பா கேட்டார்.

"கண் கெட்டப்புறம் சூரிய நமஸ்காரமா?" இப்பொழுது அந்த வார்த்தைகளை நினைத்துப் பார்த்தால் ஆத்திரமும், துக்கமும் வருகிறது. இப்படிப் பேசினாரே இவரும் ஒரு மனிதரா என்று தோன்றுகிறது. அன்றைக்கு எதுவுமே தோன்றவில்லை. மனசில் ஏற்பட்டிருந்த அதிர்ச்சியில் உணர்வுகளே மரத்துப் போயிருந்தது.

அவள் மிகச் சாதாரணமாக அன்றைக்கு அப்பாவுக்குப் பதில் சொன்னாள்.

"கண் போனப்புறம்தாம்ப்பா ஆண்டவனோட துணை நமக்கு அதிகமா வேணும்!" அப்பா எகத்தாளமாகச் சிரித்தது இப்பவும் நினைவுக்கு வருகிறது.

"இந்த டயலாக்கோடு நிற்காம உனக்கு நிஜமாவே புத்தி வந்தா சரிதான்."

அவளுக்கு அன்று அந்த வார்த்தைகள் உறைக்கவேயில்லை. இன்று மறுபடி நினைத்துப் பார்க்கும்போது சுரீரென்று தைத்தது.

இந்த அப்பாவின் நாக்கில் ஏன் இப்படி நரம்பில்லாமல் போய்விட்டது என்று அவள் நினைத்துப் பார்த்துக்கொண்டாள். நினைவு தெரிந்த நாளிலிருந்து அப்பாவிடம் எந்தக் கனிவான வார்த்தையையும் கேட்டு வழக்கமேயில்லை என்று நினைவுக்கு வந்தது. அம்மா இறந்ததற்கு, அவளுடைய இழப்புக்கு, அவளே காரணம் என்கிற நினைப்பு அவர் மனத்தில் எப்படி வேரூன்றிப் போய்விட்டது என்று தோன்றுகையில் அம்மாவின் மேல் அவருக்கு அசாத்திய பிரேமை இருந்திருக்க வேண்டும் என்று

தோன்றிற்று. அத்தகைய அன்புச்சுனை ஒன்று அவர் மனசில் இருந்திருக்குமா என்று இப்பொழுது அவர் பேசும் பேச்சைக் கேட்டால் நம்புவது கஷ்டமாக இருந்தது.

நேற்று அவர் சொல்லிக்கொண்டிருந்தது நினைவுக்கு வந்தது.

"நானும் சின்னவனாயிருந்தவன் தானே? இளமை உணர்வுகளை அவ்வளவு சீக்கிரம் மறந்துட முடியுமா?"

அவரால் மறக்க முடியவில்லை. அதனால்தான் அவளையும் மன்னிக்க முடியவில்லை. அவர் ஒரு இரண்டாம் கல்யாணம் செய்து கொண்டிருந்தாலும் நன்றாயிருந்திருக்கும் என்று தோன்றிற்று. அவரது கட்டுப்படுத்த முடியாத உணர்ச்சிக் கொந்தளிப்புகளுக்கு ஒரு வடிகால் கிடைத்திருக்கும். இப்படிப் போதை தரும் கதைகளில் தனது இச்சைகளைப் பிரதிபலித்துக்கொண்டு அவளையும் சொல்லால் துன்புறுத்திக் கொண்டிருக்க மாட்டார்.

நேற்று அவர் ஜெயாவுக்கு எதிரிலேயே கொஞ்சம்கூட யோசிக்காமல் கத்த ஆரம்பித்ததும் அவள் அந்த அவமானத்தைத் தாங்க முடியாமல் தன் அறைக்கு விரைந்தாள். மார்பு படபடத்துக்கொண்டு வந்தது. கண்களில் நீர்முட்டி நின்றது. ஆண்டவனே! அவருக்கு புத்தியைக் கொடு என்று மனசு ஜபித்தது.

ஜெயா அவளுக்காக வக்காலத்து வாங்கிக்கொண்டு பேசுவது காதில் விழுந்தது.

"என்ன மாமா இது? அவ ஏற்கெனவே துக்கத்தில் இருக்கா, நீங்க இப்படிப் பேசலாமா?"

"நீ அவளுக்குப் பரிஞ்சுண்டு வராதே. அவளுடைய புத்தி போற போக்கு சரியில்லே."

"நீங்களா ஏதோ கற்பனை பண்ணிக்கறேள்னுதான் எனக்குத் தோணறது. நான் போயிட்டு வரேன் மாமா" என்று சொல்லிவிட்டு ஜெயா கிளம்பிப்போனது ராதாவுக்குத் தெரிந்தது. அதற்குப் பிறகு

அப்பா அவளிடம் ஒரு வார்த்தை பேசவில்லை. அவளும் அவரெதிரில் போகவில்லை. இரவு அவர் சாப்பிட்டு முடித்த பிறகு அவள் பெயருக்குச் சாப்பிட்டுவிட்டு வந்தாள்.

படுக்கையில் படுத்த பிறகு வெகுநேரம் வரையில் தூக்கம் வரவில்லை. என்னென்னவோ யோசனைகளும், நினைவுகளும் மனத்தை அலைக்கழித்தன. அவள் அதன் புழுக்கத்தைத் தாங்கமுடியாமல் எழுந்திருந்து மொட்டைமாடிக் கதவை மெள்ளத் திறந்துகொண்டு சென்றாள். அறைப் புழுக்கத்துக்கும், மொட்டைமாடிக்கும் சம்பந்தமே இல்லாமல் இருந்தது. மாடி கைப்பிடிச் சுவர் வரை எட்டியிருந்த முல்லைக்கொடியின் மணம் ரம்யமாக இருந்தது. ராதா கைப்பிடிச் சுவர்மேல் உட்கார்ந்துகொண்டாள். காற்று ஜிலுஜிலுவென்று அடித்துக் கொண்டிருந்தது. வானம் நிர்மலமாக இருந்தது. நட்சத்திரப் படுதாவின் பின்னணியில் விருவிருவென்று சந்திரன் நகர்ந்துகொண்டிருந்த மாதிரி இருந்தது.

அந்த க்ஷணத்தில் மனத்தில் தோன்றும் பயங்களுக்கும், ஏக்கங்களுக்கும், கனவுகளுக்கும் ஏதும் அர்த்தமேயில்லை என்று தோன்றிற்று. இந்த மாதிரி ஒரு சூழலில் மனத்தில் அத்தனை பாரத்தை வைத்துக்கொண்டு உட்கார்ந்திருப்பதே அபத்தம் என்று தோன்றிற்று.

யார் வீட்டிலிருந்தோ மெலிதாக ஹிந்துஸ்தானி சங்கீதம் கேட்டது. இன்றைக்கு சனிக்கிழமை நேஷனல் ப்ரோக்ராம் இருக்கும் என்று அவள் சொல்லிக்கொண்டாள். எத்தனையோ வாழ்வின் அலங்கோலங்களுக்கு நடுவில், மனத்தின் வக்கிரங்களுக்கு இடையில் இந்த மாதிரி நாகரீக உணர்வுகள் தங்கியிருப்பது அவளுக்கு ஆச்சரியமாக இருந்தது. இந்தக் காற்றின் சுகத்தை, மல்லிகையின் மணத்தை, இந்த இரவின் பரிசுத்த மௌனத்தை அப்பா எப்பவாவது அனுபவித்திருப்பாரா என்று அவள் நினைத்துக்கொண்டாள். மனத்தை வருடிக்கொடுக்கும் சுகம் சங்கீதத்துக்கு உண்டு என்று அவருக்குத் தெரியுமா?

அம்மா உயிரோடு இருக்கும்போது நிச்சயம் இதையெல்லாம் அவர் ரஸித்திருக்க வேண்டும். அவர் அம்மாவிடம் எந்த மாதிரிப் பிரியம் வைத்திருப்பார் என்று அவள் நினைத்துப் பார்த்துக்கொண்டாள். அவர் கதைகளில் அவர் வர்ணிக்கும் காதலன் மாதிரி இருந்திருப்பாரோ? அதை நினைக்கையிலேயே அவளுக்கு முகம் சிவந்தது. அவளுக்கு 'அநுபமா' என்ற ஹிந்திப்படம் நினைவுக்கு வந்தது. கிட்டத்தட்ட அவளுடைய கதையேதான் அது. படத்தைப் பார்த்ததும் அவளுடைய சினேகிதிகள் 'மனைவி செத்துப்போனால் இப்படிக்கூட யாராவது ஆகிவிடுவார்களா, பெண்ணை இப்படிக் கோபத்துடன், வெறுப்புடன் நடத்துவார்களா' என்று சர்ச்சை செய்தபோது அவள் வாயை மூடிக்கொண்டிருந்தாள். அவள் உண்மையைச் சொல்லி என்ன ஆகியிருக்கப் போகிறது? யார் அவளை நம்பியிருக்கப் போகிறார்கள்?

அப்பாவுக்கு ஒரு விஷயம் புரியவேயில்லை என்று அவள் நினைத்துக்கொண்டாள். அவர் அவளை அப்படிப் பாராமுகமாக அன்பையே காட்டாமல் வளர்த்ததில் அவள் அன்புக்கு ஏங்கினாள் என்பதை ஏன் புரிந்து கொள்ளவில்லை? அவள் வாஸ்தவத்தில் விமோசனத்துக்கு ஏங்கினாள். ஆணுக்காக ஏங்கவில்லை என்பதை ஏன் புரிந்துகொள்ளவில்லை. 'இளமை உணர்வுகளை அவ்வளவு சுலபமாக மறக்க முடியுமா' என்று ஐம்பது வயதில் சொல்பவர் அவளுடைய இளமைத் துடிப்புகளை ஏன் வித்தியாசமாக எடுத்துக்கொண்டு விகாரமாகக் கற்பனை செய்து கொண்டார்? அன்பையே அனுபவித்திராத அவளிடம் ஒரு ஆண்மகன் உண்மையான அன்பை செலுத்த முற்பட்டபோது அதை அவள் ஏற்றுக்கொண்டது மிகவும் இயல்பானது, இயற்கையானது என்று அவர் ஏன் புரிந்துகொள்ளவில்லை? அவளுக்கிருந்த தாகத்தை அவரால் நிச்சயம் புரிந்துகொள்ள முடியவில்லை. அவர் அவளுடைய உணர்வுகளை எத்தனை அலட்சியமாக அசிங்கப்படுத்திவிட்டார்! புத்தி கெட்டுவிட்டது! ஆணுக்காகப் பறக்கிறாள் என்று? அவளுடைய கதையே

முடிந்துவிட்டது என்கிற வைராக்கியத்தில் அவள் இருக்கும்போது அவள் மனசைப் பற்றிக் கொஞ்சங்கூட யோசிக்காமல் அவர் என்னவெல்லாம் சொல்கிறார்?

“மறுபடி எவனையாவது இழுத்துண்டு ஓடவா?”

“இவ புத்தி பழையபடி போகாதுன்னு என்ன நிச்சியம்?”

இப்பொழுது அவர் எதிரில் கத்துகிற மாதிரி இருந்தது. சிவ சிவா என்று காதைப் பொத்திக்கொண்டு எங்கேயாவது ஓடிவிட வேண்டும்போல் இருந்தது.

அவர் அவளை என்னவென்று நினைத்துக் கொண்டிருக்கிறார்? அவள் எப்படிப்பட்ட வாழ்வை வாழ்ந்துவிட்டு அதை இழந்துவிட்டு வந்திருக்கிறாள் என்று அவருக்குத் தெரியுமா? அவர் ஒருத்தருக்குத்தான் மனைவிமேல் அன்பு செலுத்தத் தெரியும் என்று அவர் நினைத்துக் கொண்டிருக்கிறாரா? அவருக்கு மனைவி இறந்துபோன போது அவருக்கு ஏற்பட்ட அதிர்ச்சி இப்பொழுது அவளுக்குக் கணவனை இழந்த நிலையில் ஏற்பட்டிருக்கும் என்று ஏன் புரியமாட்டேன் என்கிறது? காதல் கல்யாணம் செய்துகொண்ட ஒரே காரணத்தால் அவளை அவர் மிகக் கீழ்த்தரமாக நினைப்பது அவளுக்கு ஆத்திரமும், அவமானமுமாக இருந்தது.

அவளுக்குக் கிடைத்த வாழ்வாவது நிலைத்திருக்கக் கூடாதா? அதுவும் இப்படிக் கைகொடுக்கும் நேரத்தில் போக வேண்டுமா?

அவள் அந்தக் கைப்பிடிச் சுவர்மேல் உட்கார்ந்தபடி முழங்கால்களைக் கட்டிக்கொண்டு வெகுநேரம் அழுதாள். எவ்வளவு நாட்களுக்கு இந்த மாதிரி யோசனை செய்துகொண்டு, புலம்பிக்கொண்டு, அழுதுகொண்டு இருக்கப்போகிறோம் என்று அவளுக்குத் திடீரென்று திகைப்பாக இருந்தது. இந்த மாதிரிப் பொழுதைக் கழிப்பது தன்னைத்தானே அழித்துக்கொள்கிற மாதிரி என்று தோன்றிற்று. அப்பாவின் நிழலில் ஒண்டிக்கொண்டு ஒரு ஜடப்பொருளாய் வளைய வருவது சாத்தியமேயில்லை என்று

அவளுக்குப் பட்டது. வெறும் பி.ஏ பட்டத்தை வைத்துக்கொண்டு என்ன செய்ய முடியும்? அவளுக்கு மேலே படித்துவிட்டுக் கல்லூரியில் பாடம் சொல்லித்தர வேண்டும் என்றிருந்தது. அதுதான் கௌரவமான வேலையாகத் தோன்றிற்று. மேலே யோசனையே செய்ய முடியாதபடி அப்பா முட்டுக்கட்டைப் போடும்போது என்ன செய்வது என்று அவளுக்குத் திகைப்பாக இருந்தது.

கணவன் வெளிதேசத்தில் இருக்கும்போதுதான் சும்மா இருப்பானேன் என்று ஜெயா மேலே படிக்கப்போகிறேன் என்கிறாள். உண்மையில் அவளுக்கு மேலே படிக்க வேண்டிய எந்த நிர்பந்தமும் இல்லை. அவள் படிக்கவில்லையா என்று அவளை உதாரணம் காட்டினால் அவள் ஒழுங்கானவள் என்பார். அவளுடைய அப்பா அம்மா பார்த்து வைத்தவனைக் கல்யாணம் செய்துகொண்டு எந்தவிதச் சிக்கலும் இல்லாமல் இருக்கிறாள் என்பார்.

அப்பா! இது இருபதாம் நூற்றாண்டப்பா அதைத் தவிர உங்களுடைய போக்குதான் என்னை அப்படி வெளியே விரட்டியிருக்க வேண்டும் என்றால் உங்களுக்குப் புரியுமா? உங்கள் அலட்சியத்தால் உலர்ந்து போயிருந்த என் நெஞ்சுக்கு...

அவள் மேலே சிந்திக்காமல் சட்டென்று தன்னைச் சமாளித்துக் கொண்டாள். இந்த மாதிரி சுயபச்சாதாபத்தில் சிலந்தி வலையாய் மனத்தில் பின்னுவதில் ஏதும் லாபமில்லை என்று ஓர் அலுப்பு ஏற்பட்டது.

இப்பொழுது சந்திரன் மேகக்கூட்டங்களோடு நகராமல் நிலையாய் ஓரிடத்தில் நின்றிருந்த மாதிரி இருந்தது. ரேடியோவில் கேட்டுக் கொண்டிருந்த ஹிந்துஸ்தானி சங்கீதம் எப்பொழுதோ நின்றுபோன மாதிரி இருந்தது.

திடீரென்று டார்ச் வெளிச்சம் விழுந்த மாதிரி இருந்தது. அவள் திடுக்கிட்டுத் திரும்பிப் பார்த்தாள்.

அப்பா நின்றிருந்தார்.

அவள் முகத்தில் லேசாகப் பீதி பரவிற்று.

“இங்கே உக்காந்துண்டு என்ன பண்றே?” என்றார் அவர்.

அவருடைய குரலில் ஒரு கவலை இருந்த மாதிரி ஒரு விநாடி அவளுக்குப் பிரமை தட்டியது.

✲ ✲ ✲

அத்தியாயம் 5

மங்களம் மாமி அழகாகக் கோலம் போட்டுக்கொண்டிருந்தாள். புள்ளிகள் மளமளவென்று மண் தரையில் விழுந்து மடல் விரிந்த மாதிரிக் கோடுகள் இணைந்து மலர்வதை ராதா ஆச்சரியத்தோடு பார்த்தாள். வாசலில் பால்காரன் மாட்டைக் கட்டிப் பால் கறந்துகொண்டிருந்தான். பால் வாங்குவதற்காக உட்கார்ந்திருந்த ராதாவுக்கு மங்களம் மாமியின் கை நகரும் வேகத்தைக் கண்டு மலைப்பாக இருந்தது. கன்றைப் பிடித்தபடி மாட்டருகில் உட்கார்ந்திருந்த பால்காரனின் மனைவியும் வேறு எந்த வேலையும் இல்லாத காரணத்தால் கோலத்தைப் பார்த்துக்கொண்டு உட்கார்ந்திருந்தாள். இரண்டே நிமிஷத்தில் கோலம் பளீரென்று விரிந்து நின்றது ஸ்வாகதம் பாடுகிற மாதிரி.

மங்களம் மாமி சட்டென்று நிமிர்ந்தாள் - கோலம் முடிந்த வேகத்தோடு குனிந்து நின்ற நிலையில் தெரிந்த மார்பின் வளைவுகளைச் சட்டென்று புடவைத் தலைப்பால் மூடிக்கொண்டு, கரணை கரணையாக இந்த மாமிக்குக் கையும், காலும் எப்படி இருக்கிறது என்று ராதா நினைக்கையில் மாமி லேசான சிரிப்போடும்,

"கோலம் நன்னாயிருக்கா ராதா?" என்றாள்.

"ரொம்ப நன்னாயிருக்கு மாமி, எத்தனை வேகமாய்ப் போட்டுட்டேள்?"

மாமி சிரித்தாள்.

"பழக்கம்தான் காரணம். வேற ஒண்ணும் இல்லே. எந்தக் காரியத்தையும் பழக்கத்திலே மெஷின் மாதிரிச் செய்யலாம் – அதிலே மனசு போகாமலேயே..."

மாமி சொல்வது வாஸ்தவம்தான் என்று தோன்றிற்று.

"சமையலையும் அப்படித்தான் செய்யறேளோ?"

"நான் அப்படிச் செய்யறேனோ இல்லையோ, நீ அப்படித்தான் சாப்பிடறேன்னு எனக்குத் தெரியும்" என்று சிரித்த மாமி, "நீ பாலை எடுத்துண்டு வரயா? நா சமையலுக்கு வைக்கறேன்" என்றாள்.

"சரி மாமி" என்று ராதா பாலைக் கவனிக்கத் திரும்பினாள்.

இந்த மாமியின் கண்களுக்கு ஒன்றும் தப்புவதில்லை என்று தோன்றிற்று. தன்னை வேற்று மனுஷியாக நினைத்துக்கொள்ளாமல் வீட்டு மனுஷியாகப் பாவித்துக்கொள்ளும் சுபாவம் இருந்த மாதிரித் தோன்றிற்று. கொஞ்ச நாள் போனால் இந்த வீட்டின் அங்கமாக அவள் ஆகிவிடுவாள் என்றுகூடத் தோன்றிற்று. இந்த வீட்டில்கூட ஐக்கியமாகிவிடும் பிரக்ருதிகள் இருப்பார்களா என்று அவளுக்கு வேடிக்கையாக இருந்தது. இதுவரை எந்தச் சமையல்காரியும் ஆறுமாதங்களுக்கு மேல் இருந்ததில்லை. இந்த மாமிக்கு எல்லா வேலையும் மெஷினைப்போல் பழகிப்போன மாதிரி மனசும் பழகிப்போய் விடுமோ? அப்படியிருந்தால் நல்லதுதான் என்று தோன்றிற்று.

பால்காரி கன்றைக் கணவனிடம் கொடுத்துவிட்டுப் பாலை எடுத்துவந்தாள்.

இவர்கள் இருவரும் எந்த வேலை செய்தாலும் சேர்ந்தே செய்வார்கள் என்று ராதாவுக்குத் தோன்றிற்று. அதிகம் படிப்பில்லாதவர்கள், பணம் இல்லாதவர்கள். ஆனால் இவர்களிடையே இருக்கும் தோழமை எத்தனை வலுவானது

என்று அவள் நினைத்துக்கொண்டாள். இந்த மாதிரி ஒரு நெருக்கம் எத்தனை தம்பதிகளிடையே இருக்கும்?

அவளுக்கும், ரகுவுக்குமிடையே இருந்தது. ஒன்றாகச் சிந்தித்து ஒன்றாகச் சிரித்து ஒன்றாகத் துக்கப்பட்டு... கடைசிவரை ஒன்றாகவே இருக்கப்போகிறோம் என்கிற இறுமாப்பு கைகொடுக்கும் நேரத்தில் அவளைத் தனியே நிறுத்திவிட்டுப் போய்விட்டது...

"என்னம்மா பாலை எடுத்துட்டுப் போகல்லை?" என்ற பால்காரியின் குரல் கேட்டு அவள் திடுக்கிட்டு எழுந்தாள். கண்களில் நீர் திரையிட்டிருந்ததை நாசூக்காகத் துடைத்துக்கொண்டாள். உள்ளே திரும்பும்போது பால்காரியின் பச்சாதாபமிகுந்த பார்வை முதுகைக் குத்திற்று.

அப்பா ஜன்னலருகே நிற்பது தெரிந்தது. எவ்வளவு நேரமாக நின்று கொண்டிருக்கிறார் என்று புரியவில்லை. அவள் தலையைக் குனிந்தபடியே பாலைச் சமையலறையில் கொண்டுபோய் வைத்தாள். நேற்று இரவு அவள் மொட்டைமாடியில் உட்கார்ந்திருந்தபோது அப்பா வந்து நின்றது அவளுக்கு ஞாபகத்திற்கு வந்தது. அப்பாவைப் பார்க்கும்போதெல்லாம் அவளுள் பரவும் ஒரு பயம் அப்பவும் ஏற்பட்டது. இந்தப் பயம் அவளுள் ஏன் ஏற்படுகிறது என்று அவளுக்குப் புரியவில்லை. அப்பா எப்பவுமே அவளை ஒரு குற்றவாளி மாதிரி நடத்தி நடத்தி அந்த எண்ணமே அவளுள் ஊறிப்போய் விட்டதோ? அவளுக்குத் தெரியவில்லை.

அவர் அந்த மாதிரி டார்ச் வெளிச்சத்தை அவள்மேல் பரத்தி நிற்கையில் அவள் சற்றுக் கலவரத்துடன் எழுந்தாள்.

"என்ன பண்ற?"

அவர் கவலையுடன் கேட்கிறாரோ என்று ஒரு நிமிஷம் அவளுக்குத் திகைப்பாக இருந்தது.

"ஒண்ணுமில்லை."

"எதுக்கு இங்கே உட்கார்ந்திருக்கே அர்த்த ராத்திரியிலே?"

"தூக்கம் வரல்லே."

"வேண்டாததையெல்லாம் நினைச்சிக்காம ஏதாவது ஸ்லோகம் சொல்லு - தன்னால தூக்கம் வரும்."

அவர் குரலில் ஒரு சீற்றம் இருந்தமாதிரி இருந்தது.

அவள் எழுந்தாள் வாயை மூடிக்கொண்டு.

"இனிமே அர்த்த ராத்திரியிலே இந்த மாதிரித் தனியா உக்கார்ந்துக்காதே."

அவள் வாயே திறக்காமல் தன் அறைக்குப் போனாள். அப்பா இவ்வளவு தூரம் தனக்காகக் கவலைப்பட்டுக்கொண்டு, டார்ச்சைப் பிடித்துக்கொண்டு அலைவார் என்பதை நம்புவது கஷ்டமாக இருந்தது.

இருபது வயது நிரம்பிய பெண் விதவையானால் அவள் உடனே எல்லாப் பழைய நினைவுகளையும் மூட்டைக்கட்டி வைத்துவிட்டு அல்லது மூட்டைக் கட்டும் வழியைத் தேடி சுலோகத்தைச் சொல்லிக்கொண்டு தூங்கிப்போவாள் என்று அவர் எதிர்பார்ப்பது அவளுக்கு வேதனையாக இருந்தது. அவள் வரையில் அந்த நினைவுகள்தான் அவளுடைய ஆஸ்தி என்று தோன்றிற்று. ஆனால் அதிலேயே அவள் கரைந்துபோய் விடக்கூடாது என்கிற எண்ணத்தில்தான் மேலே படிக்கத் தீர்மானித்ததை அப்பா எப்படிப் புரிந்துகொள்ளாமல் இருக்கிறார்.

"இந்தா, காப்பியை அப்பாவிடம் கொண்டுபோய்க் குடு. குடுத்துட்டு நீயும் குடி!" என்றாள் மாமி.

தன் சிந்தனைகளை அப்புறப்படுத்திவிட்டு ராதா காப்பியைக் கொண்டுபோய் அப்பா எழுதிக்கொண்டிருந்த மேஜைமேல் வைத்தாள்.

அவர் "உம்" என்றார் ஒரு உறுமலுடன். "நான் இன்னிக்குச் சீக்கிரம் போகணும். சமையலை முடிக்கச் சொல்லு அந்த

மாமியை. இல்லையானா ஒரு டிபனைப் பண்ணச் சொல்லு" என்றார்.

'சரி' என்றபடி ராதா நகர்ந்தாள். தன்னுடைய காப்பியைக் குடித்தபடியே மாமியிடம் அப்பா சொன்னதைச் சொன்னாள். "அப்ப நான் சட்டுனு குளிச்சுட்டு வந்துடறேன்" என்றாள் மாமி.

"நீங்க வேணா கிணத்தடியிலே குளியுங்கோ மாமி. அப்பா சீக்கிரம் குளிப்பாரோ என்னவோ."

"சரி" என்றபடி மாமி குளிக்கப் போனாள்.

மாமி வருவதற்குள் காய்கறியை நறுக்கலாம் என்று ராதா உட்கார்ந்தாள். காய்கறியை நறுக்குகையில் இன்று மறுபடியும் ரகுவின் நினைவு வந்தது.

அவனும் அவளுடன் கூடவே நிற்பான் - ஏதோ பேசிக்கொண்டு. மெனுவை அவன்தான் சொல்வான். எத்தனை ஆசையாக அவன் கேட்கிறான் என்று அவள் செய்வாள்! எத்தனை கிண்டல், எத்தனை சிரிப்பு, எத்தனை பரிகாஸம் இதற்கிடையில்? ஆபீஸுக்குப் போக வேண்டியிருக்கிறதே என்று நினைக்கிறவன் மாதிரி அவன் போகையில் அவளுக்குச் சிரிப்பாக வரும். என்னமாய் ஒரு அன்புப் பிரவாகம் இருந்தது இருவருக்கும் மனசில்? அதில் அவர்கள் முங்கிமுங்கி எழுந்தார்கள். திக்குமுக்காடிப் போனார்கள். என்ன வேகத்தோடு அனுபவித்தார்கள். ஒரே வருஷத்தில் கதை முடிந்துவிடும் என்கிற காரணத்தாலா? இப்பொழுது நினைத்துப் பார்த்தால் அந்த ஒரு வருஷ அனுபவமே ஆயுஸுக்குத் தாங்கும் என்று தோன்றிற்று. இது அப்பாவுக்குப் புரியுமா?

"நீ போ ராதா. நா பார்த்துக்கறேன்" என்ற மாமியின் குரல் கேட்டு அவள் சுய நினைவு வந்தவள் மாதிரி எழுந்திருந்தாள். கன்னம் நனைந்திருந்தது தெரிந்தது.

"போ ராதா, ஸ்வாமி உள்ளிலே அப்பாவுக்குப் பூஜைக்குத் தயார் பண்ணு" என்று மாமி சொன்னதும், மாமி தன் நிலையைப் புரிந்துகொண்டுதான் சொல்கிறாளா என்று புரியவில்லை.

அவள் எழுந்திருந்து இனிமேல் மனசை அலையவிடக் கூடாது என்கிற தீர்மானத்துடன் பூஜை அறையைப் பெருக்கித் துடைத்தாள். சின்னதாகக் கோலம்போட்டு முடிக்கையில் மாமியின் கோலத்தின் அழகு வரவில்லை என்று தோன்றிற்று. விளக்கில் எண்ணெய் - திரி போட்டு பூக்கூடையைத் தூக்கிக்கொண்டு தோட்டத்துக்குச் சென்றாள். கவனிப்பார் இல்லாமல் தோட்டம் காடாய் வளர்ந்துகிடந்தது. என்ன செய்யலாம் என்று யோசிப்பதற்குப் பதில் இந்தத் தோட்டத்தையாவது கவனிக்கலாமே என்ற எண்ணம் அவளுள் எழுந்தது. எண்ணம் தோன்றிய உடனேயே செயல்படுத்த மனத்தில் திட்டங்கள் உருவாயின. அவளுக்கு சற்று உற்சாகமாக இருந்தது. இது ஏன் முன்பே தோன்றாமல் போய்விட்டது? ஆனால் இதுவும் ஒரு தற்காலிக நிவாரணம்தான் என்று தோன்றிற்று. தோட்ட வேலை செய்து ஆயுசையே கழித்துக்கொள்ள முடியுமா? அப்பாவுக்குப் பிறகு தன்னைப் பாதுகாத்துக்கொள்ள, தனியாக நிற்க, மனசு மரத்துப் போகாமலிருக்க ஏதேனும் வழி வேண்டாமா? வழி தானாக ஏற்படும்போது ஏற்படட்டும் என்று அவளுக்குள் ஒரு சலிப்பு ஏற்பட்டது.

அவள் செம்பருத்திப் பூக்களையும், நந்தியாவட்டையுமாகக் கூடையில் நிரப்பிக்கொண்டாள். இன்று அப்பா கிளம்பிப்போனதும் தோட்ட வேலையை ஆரம்பிக்க வேண்டும் என்று தீர்மானித்துக்கொண்டாள். அவள் உள்ளே செல்லும்போது அப்பா குளித்துவிட்டு வந்திருந்தார். அவள் அவசரமாகப் பூக்களை உள்ளே வைத்துவிட்டுத் தன் அறைக்குச் சென்று அறையை ஒழுங்கு செய்ய ஆரம்பித்தாள்.

“அச்சுதாய நமஹ! கோவிந்தாய நமஹ!” அப்பா பூஜையை ஆரம்பிப்பது தெரிந்தது. ஒரு அரைமணி நேரத்துக்கு அவர் கடகடவென்று மந்திரங்களை உச்சரித்துக் கொண்டிருப்பார். எவ்வளவு தூரம் அவர் அதில் லயித்துச் சொல்கிறார் என்று அவளுக்குத் தெரியாது. மங்களம் மாமி சொன்னது நினைவுக்கு வந்தது.

'எல்லாமே பழக்கம்தான் காரணம். எந்தக் காரியத்தையும் மெஷின் போலச் செய்யலாம். பழக்கத்தாலே, அதிலே மனசே லயிக்காம...'

அப்பா சொல்லும் விஷ்ணு சஹஸ்ர நாமமும் அப்படித்தானோ?

அவள் தலையைச் சிலிர்த்துக் கொண்டாள். திரும்பத் திரும்ப அப்பாவின் வார்த்தைகளையும், செய்கைகளையும் அலசிப் பார்க்கும் கெட்ட பழக்கம் தனக்கு ஏற்பட்டுவிட்ட மாதிரி இருந்தது. இந்த ரீதியில் அவளுடைய யோசனை போகுமானால் அவளுக்கும், அவருக்குமிடையே இருக்கும் சுவர் வளர்ந்துகொண்டே போகும் என்று தோன்றிற்று. இப்படி அலையாய் அலையும் மனசை இழுத்துப் பிடித்துக்கொள்ள முடிந்தால் எவ்வளவு நன்றாக இருக்கும்?

அப்பா பூஜையை முடித்துக்கொண்டு வேகமாகச் சாப்பிட்டுவிட்டு வெளியில் கிளம்புவது தெரிந்தது. அவள் புடவையை இழுத்துச் செருகிக்கொண்டு தோட்டத்துக்குச் சென்றாள். மூலையில் இருந்த கோடாலியை எடுத்துப் புல்லும் கல்லுமாக மண்டிக்கிடந்த இடங்களைக் கொத்த ஆரம்பித்தாள். கொத்தக்கொத்த இடம் சற்று சீராகும்போது மனசுக்குச் சற்றுத் திருப்தியாக இருந்தது. வெய்யிலின் உஷ்ணத்தில் வியர்த்து உள்ளங்கை இரண்டும் சிவந்துபோனாலும் ஏதோ ஒரு வேலை செய்கிறோம் என்கிற நிம்மதி ஏற்பட்டது. தோட்டத்தின் அமைப்பையே கொஞ்சம் கொஞ்சமாக மாற்றி புது மோஸ்தரில் அமைக்க வேண்டும் என்று அவள் தீர்மானித்துக் கொண்டாள்.

"என்ன ராதா, குளிக்கல்லியா" என்று மாமியின் குரல் கேட்டதும்தான் அவளுக்கு மற்ற ஞாபகங்கள் வந்தன.

"ஓகோ! தோட்ட வேலையில் இறங்கிட்டியா?"

"பொழுது போகல்லை மாமி! என்ன செய்யறது!"

"ஆமாண்டியம்மா. எதையாவது செய்ய வேண்டியதுதான். இல்லேன்னா மனசு மனசாயிருக்காது. குரங்காப் போயிடும்."

ராதா கோடாலியை மூலையில் போட்டுவிட்டு புடவைத் தலைப்பால் முகத்தை அழுத்தித் துடைத்துக்கொண்டாள்.

“மூஞ்சி செவந்துபோச்சு. தினம் இந்த மாதிரி நீ வெயில்லே நின்னியான்னா கன்னங்கருக்கப் போயிடும்.”

ராதா சட்டென்று மாமியைப் பார்த்தாள் பிறகு லேசாகச் சிரித்தாள்.

‘என் நிறம் எப்படியானா என்ன? அதைப் பார்த்துச் சந்தோஷப்படவோ வருத்தப்படவோ யார் இருக்கா’ என்கிற மாதிரி இருந்த அந்தச் சிரிப்பைப் பார்த்து மாமி தலையைக் குனிந்துகொண்டாள்.

“குளிச்சுட்டுச் சாப்பிட வா ராதா. மணி பத்தரை ஆறது” என்றாள் மெள்ள.

ராதா “இதோ வரேன்” என்றபடி உள்ளே சென்றாள்.

குளிக்கும்போது தண்ணீர் பட்டதும் உள்ளங்கையில் லேசாக எரிச்சலாக இருந்தது. கைகள் இரண்டும் ரத்தச் சிவப்பாய்ச் சிவந்திருந்தன.

“உன் கைகள் எப்படி பிங்க்காக இருக்கு ரோஜாப் பூ மாதிரி!”

இப்படிச் சொன்ன மனிதர் இப்பொழுது இல்லை. இனிமேல் இந்தக் கைகள் ரோஜாச்செடிகளை உண்டாக்குவதற்குத்தான் லாயக்கு.

இன்றைக்குப் பசிக்கக்கூடப் பசித்தது. வழக்கத்தை விட நன்றாகச் சாப்பிட்டாள். அப்பா மேற்கொண்டு அவளைப் படிக்கவோ, வேலை பார்க்கவோ விடவில்லையென்றால் இந்தத் தோட்ட வேலைதான் கதி என்று தோன்றிற்று. இதுவும் ஒரு ஸைக்கலாஜிகல் ட்ரீட்மெண்ட்தான் என்று அவள் தனக்குள் சொல்லிக்கொண்டாள். பலனளிக்கும் திருப்தி தரும் ட்ரீட்மெண்ட்.

சாப்பிட்டு விட்டு அவள் மீண்டும் தோட்டத்துப் பக்கம் வந்தாள். இப்பொழுது நல்ல வெய்யிலாக இருந்தது. கொஞ்சம்

வெய்யில் தாழ்ந்ததும்தான் மறுபடி வேலை ஏதும் செய்யமுடியும் என்று தோன்றிற்று. வானம் வெள்ளை வெளேரென்று பெரிய பஞ்சு மெத்தை மாதிரி இருந்தது. அவள் வராண்டாவில் ஒரு நாற்காலியைப் போட்டுக்கொண்டு டால்ஸ்டாயின் கன்ஃபென்ஷஸ். படிக்க ஆரம்பித்தாள்.

மாலையில் அவள் மறுபடி முள்ளையும், கல்லையும் கொத்திக் கொண்டிருக்கையில் ஸ்வாமிநாதன் அவளெதிரில் வந்து நின்றார் - ஏதோ முக்கியமான விஷயம் சொல்லப்போகிறவர் மாதிரி. அவள் யோசனையுடன் கோடாலியைக் கீழே வைத்துவிட்டு அவரை நிமிர்ந்து பார்த்தாள்.

✲ ✲ ✲

அத்தியாயம் 6

ராதா அண்ணாந்து பார்த்தாள்.

அப்பா ஒரு விநாடி அவளைப் பார்த்துவிட்டுப் பிறகு, எங்கேயோ பார்த்தபடி கேட்டார்.

"என்ன இந்த வேலையிலே இறங்கியிருக்கே இப்போ?"

இதையும் செய்ய விடமாட்டாரோ என்று அவளுள் ஒரு கலக்கம் ஏற்பட்டது. மனசில் ஒரு சீற்றம் லேசாகப் பரவுகிற மாதிரி இருந்தது.

"பின்னே என்னதான் பண்றது? வேலை ஒண்ணும் இல்லைனா மனசு மனசாயிருக்காது. குரங்காயிடும்னு தோணறது!" மாமி சொன்ன வார்த்தைகள் அப்படியே வாயில் வந்தன. அதைச் சொன்ன பிறகுதான் எப்படி இப்படிச் சொன்னோம் என்று அவளுக்கே ஆச்சரியமாக இருந்தது.

அவர் ஒரு வினாடி அவளை உறுத்துப் பார்த்தார்.

"அப்படிப்பட்ட குரங்கு மனசு எதைச் செய்தாலும் தான் தன் சுபாவத்தை மாத்திக்குமா?"

அவளுக்கு ஆயாசமாக இருந்தது. கூடவே கோபமும் வந்தது. இவர் எதற்காக இப்படி அவள் தன் பாட்டில் யாருக்கும் தொந்தரவில்லாத ஒரு வேலையைச் செய்யும்போது குதர்க்கமாகப் பேசிக்கொண்டு நிற்கிறார் என்றிருந்தது. அவள்

பதில் பேசாமல் வானத்தைப் பார்த்தபடி நின்றாள். அவருக்கு மேலே மேகக்கூட்டங்கள் தினுசு தினுசான உருவங்களோடு நகர்ந்துகொண்டிருந்தன. யானைகள் குதிரைகள்...

அவள் மறுபடியும் கோடாலியைத் தூக்கிக்கொண்டு கொத்த ஆரம்பித்தாள். நெற்றியில் வியர்வை அரும்பு கட்டி நின்றது. புறங்கையால் நெற்றியைத் துடைக்கையில் உள்ளங்கைகள் சிவந்து போயிருந்தது தெரிந்தது.

"என்ன, நான் பேசறது காதிலே விழல்லியா?"

அவள் ஒரு விநாடி நின்றாள். பயம் சற்றுத் தெளிந்த மாதிரி இருந்தது.

"என் மனசு குரங்குதான்னு நீங்க தீர்மானிச்சப்புறம் நான் என்ன பேச முடியும்?"

"சபாஷ்! நன்னாப் பேசறே!" என்றுவிட்டு அவர் சற்றுப் பேசாமல் இருந்தார். இவர் எத்தனை நேரம் இங்கே நின்றுகொண்டு நம் கழுத்தை அறுக்கப்போகிறார் என்று அவள் யோசிக்கையில் அவர் திடீரென்று கேட்டார்.

"அப்ப உன் மனசுக்கு வேலை குடுக்க இந்தத் தோட்ட வேலையே போறும்னு தீர்மானம் பண்ணிட்டியா?"

அவள் திடுக்கிட்டு அவரை நிமிர்ந்து பார்த்தாள்.

இவர் என்ன சொல்ல வந்திருக்கிறார்?

"வேற ஒண்ணும் வேலை இல்லேங்கற காரணத்தாலே நான் இதை ஆரம்பிச்சேன். வேற என்ன இருக்கு எனக்கு நினைவைத் திருப்ப?"

"நான் வழி சொல்றேன். நாளைக்குக் கார்த்தாலே ரெடியாயிரு. எம்.ஏ க்ளாஸிலே உன்னைச் சேர்க்க ஏற்பாடு பண்ணியிருக்கேன்."

அவளுக்கு ஒரு வினாடி அவர் என்ன சொல்கிறார் என்றுகூடப் புரியவில்லை. புரிந்ததும் அவரா அப்படிச் சொன்னார் என்று ஆச்சரியமாக இருந்தது. எப்படி இந்த திடீர்

மாற்றம் என்று புரியவில்லை. என்ன காரணமாக இருந்தாலும் மனசுக்கு நிம்மதியாக இருந்தது.

"ஒழுங்கா படிப்பிலேயே நாட்டமா படிக்கணும். மறுபடி ஏதாவது எனக்குத் தலைகுனிவு ஏற்படும்படியா நடந்ததோ நான் ரொம்பப் பொல்லாதவனாய் இருப்பேன்."

அவர் அதைச் சொல்லிவிட்டு விடுவிடுவென்று உள்ளே போய்விட்டார். அவள் தலையைக் குனிந்துகொண்டாள். கண்களில் மறுபடி நீர் துளிர்த்தது. அவர் எதைச் சொன்னாலும் கடைசியில் அவளை வார்த்தைகளால் கொல்லாமல் இருக்க அவரால் முடியாது என்கிற நினைப்பு வேதனையாக இருந்தது.

எப்படியோ தோட்ட வேலை ஆரம்பித்த வேளை நல்லவேளை என்று தோன்றிற்று. ஒருநாள் போதிலேயே, ஒரு பத்தடி அளவு கொத்தின பொழுதுக்குள் அந்த மண்ணுடன் தனக்கு ஒரு பிணைப்பு ஏற்பட்டுவிட்ட மாதிரித் தோன்றிற்று. காலேஜுக்குப் போனாலும் தோட்ட வேலையைத் தொடர்ந்து மாலை நேரங்களில் செய்யலாம் என்று தோன்றிற்று.

மேலே மேகக் கூட்டங்கள் ஓர் அரச ஊர்வலம் மாதிரிப் போய்க் கொண்டிருந்தன. முதலில் ஒரு பெரிய யானை, அதற்குப் பின்னால் குதிரைகள் பெரிசாய், சின்னதாய், வேகமாய். மனசு திடீரென்று லேசாய்ப் போனமாதிரி அவள் அவற்றைப் பார்த்தபடி நின்றாள்.

அப்பாவின் மனமாற்றம் எதனால் என்று புரியவில்லை. ஜெயாவின் அப்பா அவரோடு பேசியிருப்பாரோ? இல்லை. நேற்று மொட்டைமாடியில் அவளைப் பாதி ராத்திரியில் பார்த்த பிறகு இந்த முடிவுக்கு வந்திருப்பாரோ? அவளுக்குத் தெரியவில்லை. எதுவாக இருந்தாலும் அவளுக்கு அந்த முடிவு சாதகமாகப் போயிற்று என்று நிம்மதியாக இருந்தது. அவள் மல்லிகைப் பாத்திகளைக் கிளறிக்கொண்டே யோசனையில் ஆழ்ந்தாள். எம்.ஏ சேர்ந்தால் எந்தப் பாடத்தை எடுத்துக் கொள்ளலாம்? இலக்கியமோ ஸைக்காலஜியோ எடுத்துக்கொள்ள வேண்டும்

என்று அவள் தீர்மானித்துக்கொண்டாள். மனத்துக்குள்ளேயே உழன்று கொண்டிருப்பவளுக்கு மனோ தத்துவம் படிப்பது நல்ல பயிற்சியாக இருக்கும் என்று தோன்றிற்று.

பொழுது சாய்ந்துவிட்டது என்கிற உணர்வில் அவள் கோடாலியை ஓர் ஓரமாகப் போட்டுவிட்டு உள்ளே நுழைந்தாள். அப்பா தன் எழுத்து வேலையில் ஆழ்ந்திருந்தார். அவள் கை கால் கழுவிக்கொண்டு ஸ்வாமிக்கு விளக்கேற்றினாள்.

வர வரத் தனக்கு எதுவுமே பிரார்த்தித்துக்கொள்ளவோ, வேண்டிக்கொள்ளவோ தோன்றுவதேயில்லை என்று அவள் நினைத்துக்கொண்டாள். முன்பு ஆண்டவனே நான் மனசால விரும்புபவரோடு என் வாழ்க்கையை இணைத்துவிடு என்பாள். பிறகு ரகுவுக்கு நீண்ட ஆயுளைக் கொடு. நல்ல எதிர்காலத்தைக் கொடு. எங்களை என்றைக்குமே இப்படியே அன்னியோன்னியமாய்க் கவலைகளே தெரியாமல் சேர்ந்து வாழவிடு...

அந்தப் பிரார்த்தனைகளெல்லாம் வியர்த்தமாய் அர்த்தமற்றதாய்ப் போய்விட்ட மாதிரி இருந்தது. இப்போது நீ என்ன வேண்டினாலும் உன் தலையெழுத்துப் பிரகாரம்தான் நடக்கும் என்று எதிரே இருந்த படங்களெல்லாம் அனுதாபத்தோடு சிரிக்கிற மாதிரி இருந்தது. நடப்பது நடந்தே தீரும் என்றால் எதற்கு இந்தப் பூஜைகள், வேண்டுதல்கள், பிரார்த்தனைகள்? விதியின் செயல்களையெல்லாம் தாங்க வேண்டிய ஆத்மபலத்துக்காகவா? அப்படியென்றால் அதைக் குடு இதைக் குடு என்று முறையிடுவதில் ஏதும் லாபமோ, அர்த்தமோ இல்லை என்று தோன்றிற்று. எல்லாவற்றிற்கும் ஒரு மனப்பக்குவம்தான் அவசியம் என்று அவள் நினைத்துக்கொண்டாள். எதையும் பெரிய இழப்பாக எடுத்துக்கொள்ளாமல், யாரையும் தப்பாக எடுத்துக்கொள்ளாமல் வாழ்வு ஏற்கெனவே தீர்மானிக்கப்பட்ட ஒரு நியதிக்குட்பட்டது; அதைக் கோணலாக்காமல் பார்த்துக்கொள்ளத்தான் இந்த அறிவு இருக்கிறது என்கிற உணர்வுடன் இந்த மாதிரி ஒரு மனப்பக்குவம்

இருபது வயதில் வருமா? வர வேண்டும் என்று அவள் நினைத்துக்கொண்டாள். தன்னைப் பற்றிய சிந்தனையிலேயே அதிகம் மூழ்கிவிடாமல் இருந்தால் அது சாத்தியமாகும் என்று தோன்றிற்று. அவள் பூஜையறையிலிருந்து வெளியே வந்தாள்.

மங்களம் மாமி இரவுச் சமையலுக்காகக் காய் நறுக்கிக் கொண்டிருந்தாள். ராதா அவளிடம் போய்ச் சொன்னாள்.

"மாமி! என்னை அப்பா காலேஜிலே மறுபடி சேர்க்கப் போறாராம்."

மாமி ஆச்சரியத்துடன் அவளைப் பார்த்தாள். "அப்படியா? ரொம்ப சந்தோஷம். ஆனா உன் அப்பா எப்படி இதுக்கு ஒத்துண்டார்?"

"அதுதான் புரியல்லே, எப்படியிருந்தா என்ன, நல்லதுதானே?"

"ஆமாம், இல்லையா பின்னே?" என்ற மாமி ஏதோ யோசனையில் ஆழ்ந்தாள்.

மறுநாளைக்குப் பொழுது விடிகையிலேயே, தான் அன்று காலேஜுக்குப் போக வேண்டும் என்கிற நினைப்போடு ராதா எழுந்தாள். அப்பாவுக்கு முன்பே குளித்து ரெடியாகி அறைக்குள் உட்கார்ந்திருந்தாள். பளிச்சென்று புடவைக் கட்டிக்கொண்டு அவரெதிரிலே நின்றால் வெளியில் போக அலைகிறயா என்று கேட்பாரோ என்றிருந்தது. கடவுளே! இந்த மாதிரி எத்தனை நாளைக்கு ஒவ்வொன்றுக்கும் யோசனை செய்து கொண்டிருப்பது? முதலாவதாகத் தான் வித்தியாசமாக அலங்கரித்துக்கொள்ள வேண்டும் என்கிற நினைப்பே அவளுக்கு அநாகரீகமாக இருந்தது. அவளைக் கட்டாயமாகத் தனிமைப்படுத்துகிற மாதிரி ஒதுக்கி வைக்கிற மாதிரி நெற்றிக்கிட்டுக்கொள்ளக் கூடாது, பூ வைத்துக்கொள்ளக் கூடாது, பளிச்சென்று புடவை கட்டிக்கொள்ளக் கூடாது - வெறும் உடை மாற்றத்தால் என்ன நேர்ந்துவிடப் போகிறது? துறவு மனத்தில் அல்லவா இருக்க வேண்டும்? என் மனசு அன்றைக்கே துறவு பூண்டுவிட்டது

என்று அவள் சொல்லிக்கொண்டாள். ரகு அன்றைக்கு என் கண்முன்னால் ஒரு விநாடி நேரத்தில் போய்விட்ட அந்தத் தருணத்திலேயே மனசில் எல்லாவித ஆசைகளும் பஸ்மமாகிப் போய்விட்டது. மீதி இருக்கிற காலத்தை உபயோகமாகக் கழிக்க வேண்டும் என்கிற ஒரே ஒரு விருப்பம்தான் இப்போது. பழசை நினைத்து நினைத்து மாய்ந்து போய்விடாமல், சுய பச்சாதாபத்தில் மூழ்கிவிடாமல் தன்னைக் காத்துக்கொள்ளும் வழி தேட வேண்டும். இந்த மாதிரி எண்ணங்கள் எல்லாம் தன் அந்தரங்கத்தில் இருப்பதை அப்பாவுக்கு எப்படி உணர்த்துவது? அவளுக்குக் கீழ்த்தரமான உணர்வுகளும், சிந்தனைகளும்தான் உண்டு என்று அவர் தீர்மானமாக நினைக்கிற மாதிரியல்லவா அவர் பேசுகிறார்?

'அவ புத்தி போற போக்கு சரியில்லே.'

ஈஸ்வரா, எதைக்கொண்டு இந்த முடிவுக்கு வந்திருக்கிறார்? அவர் கோபத்தை லட்சியம் செய்யாமல் இளமைத் துடிப்பில் காதலின் வேகத்தில் ரகுவைக் கல்யாணம் செய்துகொண்டாளே - அதனாலா? ஒருத்தனை மனசால் வரித்த பிறகு அவர் சொல்லும் ஒருவனுடன் வாழ்வது அசிங்கம் என்று நினைத்த அவளையா - 'மறுபடியும் எவனையாவது இழுத்துண்டு ஓடவா' என்று கேட்டார்? இத்தனை அசிங்கமாகப் பேச அவரால் எப்படி முடிகிறது?

அந்த அளவுக்கு அவளது செய்கை அவரைப் பாதிக்க வேண்டுமானால் பாதிக்கப்பட்டது உண்மையில் எது? அவரது அகங்காரம், அவரது ஈகோ, தான் சொல்லி அவள் கேட்கவில்லை என்கிற கோபம், அவளது விருப்பம் தெரிந்ததும் அதை ஒரு பிரச்சனையாக்கி அவரது கோபத்துக்கு அவள் அடிபணிந்து போகாத கோபம். காதல் என்பதெல்லாம் அவர் எழுதும் நாவல்களில்தான் வரவேண்டும். எழுத்தில் இருந்தால் அது தெய்வீகம்! நிஜ வாழ்வில் அது அசிங்கம். அவர் எண்ணத்தில் காதல் என்பது மனத்தை அலைய விடுபவர்களுக்குத்தான், கட்டுப்படுத்தத் தெரியாதவர்களுக்குத்தான் ஏற்படும். அதனால்

அவரது கணிப்பில் அவளுக்கு மனத்தைக் கட்டுப்படுத்தத் தெரியாது. அதனால் அவளை வெளியில் வாசலில் போகவிட்டால், காலேஜில் படிக்கவிட்டால் ஆபத்து. இப்படிப்பட்ட திடமான எண்ணங்கள் உடையவர் இப்போது எப்படி மனம் மாறினார்?

"ராதா!"

அப்பாவின் குரல் கேட்டது. அவள் எழுந்தாள். "சீக்கிரம் சாப்பிட்டு ரெடியாகு."

"இதோ வரேன்!" என்றபடி அவள் வெளியே வந்தாள்.

அப்பா சாப்பிட்டாகி விட்டது. அவள் அவசரமாகச் சாப்பிட்டு முடித்தாள்.

தன் கைப்பைக்குள் எஸ்.எஸ்.எல்.ஸி ஸர்டிஃபிகேட் பி.ஏ ஸர்டிஃபிகேட் எல்லாவற்றையும் ஒரு தடவை சரிபார்த்து எடுத்து வைத்துக்கொண்டாள்.

பிறகு பூஜை அறைக்குள் சென்று நமஸ்கரித்தாள்.

ஆண்டவனே, வாழ்வை மறுபடியும் ஆரம்பிக்கிறேன்! நீதான் எனக்குத் துணை.

படங்களில் இருந்த முகங்கள் எல்லாம் ஒரே மாதிரிச் சிரிக்கிற மாதிரி இருந்தது.

"ராதா எங்கே இன்னும் கிளம்பலியா?"

அவள் சட்டென்று வெளியில் வந்தாள். இன்றைக்கு இரைச்சலுடன் தினத்தை ஆரம்பிக்கக் கூடாது என்று தோன்றிற்று. தலைப்பை இழுத்துப் போர்த்தியபடி வாசலுக்கு வந்தாள்.

அவளது நெற்றியில் தெரிந்த திருநீற்றுக் கீற்றைப் பார்த்த அப்பா அடங்கிப்போன மாதிரி இருந்தார். பேசாமல் மௌனமாக இருவரும் பஸ் ஸ்டாப்பிற்கு வந்தார்கள். இரண்டு பஸ்கள் கூட்டமாக வந்து நிற்காமல் போய்விட்டன. மூன்றாவது பஸ்ஸில் இடம் கிடைத்தது. எவ்வளவோ மாதங்களாக வீட்டில் அடைப்பட்டுக்கிடந்து இன்று வெளியில் வந்ததும் அவளுக்குச்

சற்றுக் கூச்சமாகவும், பயமாகவும்கூட இருந்தது. தினம் தினம் இந்த நெரிசலில் இடிபட்டுக்கொண்டு வேகத்தோடு போட்டி போட்டுக்கொண்டு தன்னால் சமாளிக்க முடியுமா என்கிற ஒரு பயம் அவளுக்கு ஏற்பட்டது. இதற்கெல்லாம்கூட மனத்தில் ஓர் உற்சாகம் தேவை என்று தோன்றிற்று. அந்த உற்சாகத்தைத் தன்னால் வரவழைத்துக்கொள்ள முடியுமா?

பஸ்ஸில் பள்ளிக்குச் செல்லும் சிறுவர்களும், சிறுமியர்களும் ஏகப்பட்ட புத்தகங்களைத் தூக்கிக்கொண்டு நின்றிருந்தார்கள். கையில் டிஃபன் பாக்ஸ் வேறு. அவர்களுள் ஏதோ மும்மரமான பேச்சு - டீச்சர்களைப் பற்றி, மாட்சுகளைப் பற்றி. இப்பொழுது அவர்களுடைய உலகம் நிச்சலனமானது; கவலையற்றது என்று ராதா நினைத்துக்கொண்டாள். வயது ஏற ஏற மனத்தில் ஏற்படும் சலனங்களும், எதிர்பார்ப்புகளும், ஏமாற்றங்களும், துக்கங்களும் ஒரு சங்கிலித்தொடராய் வருகையில் இவர்களில் எத்தனை பேர் சமாளிப்பார்கள்?

யாரோ அவள் முதுகைத் தொடுகிறமாதிரி இருந்தது. அவள் திடுக்கிட்டுத் திரும்பினாள். அப்பா நின்று கொண்டிருந்தார்.

"காலேஜ் வந்துவிட்டது, இறங்கு."

அவள் சட்டென்று எழுந்தாள். புதிதாகக் கல்லூரியில் நுழைகிற மாதிரி அவளுடைய மனசு படபடத்தது.

✲ ✲ ✲

அத்தியாயம் 7

ரேடியோவில் ஆங்கிலத்தில் செய்தி ஒலிபரப்பாகிக் கொண்டிருந்தது. ராதா பரபரப்புடன் புத்தகங்களை ஒழுங்குப்படுத்தி எடுத்துவைத்துக் கொண்டிருந்தாள். குளித்துச் சாப்பிட்டுவிட்டுத் தன்னைத் தயார்ப்படுத்திக் கொண்டு கிளம்பத்தான் நேரம் சரியாக இருக்கும். அவள் அவசரமாகத் தன் உடுப்புகளை எடுத்துக்கொண்டு குளியலறைக்கு விரைந்தாள்.

கல்லூரியில் சேர்ந்ததிலிருந்து எப்படி நேரம் அநாவசியமாகக் கையில் நிற்காமல் நழுவி ஓடுகிறது என்று அவள் நினைத்துக்கொண்டாள். காலையில் கல்லூரிக்கு ஓடி, மாலையில் வீடு திரும்பி டிபனைச் சாப்பிட்ட பிறகு தோட்ட வேலை கொஞ்சம் செய்வதற்குள் பொழுது சாய்ந்துவிடும். பிறகு அன்றையப் படிப்பு இரண்டு மணி நேரம். அதற்குப் பிறகு சாப்பிட்டுப் படுத்தால் தூக்கம் வரவில்லை என்று மொட்டைமாடியில் அர்த்த ராத்திரி வரையில் உட்காரவோ, இல்லை அப்பாவின் யோசனைப்படி ஸ்லோகம் சொல்ல வேண்டிய அவசியமோ இருக்காது. உடம்பே மரக்கட்டையாய் அலுப்புடன் வீழ்ந்திருக்கும், காலை ஆறு மணிவரை.

அன்றைக்கு முதல்முதல் அப்பாவுடன் காலேஜுக்குள் மூன்று வருஷ இடைவெளிக்குப் பிறகு நுழையும்போது மனசு படபடவென்று அடித்துக்கொண்டது. பட்டிக்காட்டான்

பட்டணத்தில் திகைப்புடன் நிற்கிறது மாதிரி அவளுள் ஒரு தயக்கமும், கலக்கமும் இருந்தது. அந்தப் பிரும்மாண்டமான கட்டடத்துக்குள் நுழையும்போது தனக்குப் புகலிடம் இனிமேல் இதுதான் என்ற எண்ணம் எழுந்தது. பிரின்ஸிபால் சிவப்பாக நல்ல ஆகிருதியோடு இருந்தார். சிரித்த முகம். கருணையோடு பார்க்கும் கண்கள். கண்ணாடிக்குப் பின்னால் பெரிதாக ஆழமாகத் தெரியும் கண்கள். எனக்கு உன்னைப்பற்றி முன்பே தெரியுமே என்கிற மாதிரிப் பார்வை. உன்னை மாதிரி நிலையில் பெண்களைப் பார்ப்பது எனக்குப் புதிசில்லை என்கிற மாதிரிப் புன்னகையோடு பார்வை.

"ஸிட் டவுன் ப்ளீஸ்" என்றார் அவர், அவள் கைகூப்பி நமஸ்கரித்தவுடன்.

அவள் உட்கார்ந்தவுடன் தன்னுடைய ஸர்டிஃபிகேட்டுக்களையெல்லாம் காண்பித்தாள்.

அவர் அதை மேலோட்டமாகப் பார்த்துவிட்டு "குட்" என்றார்.

"எந்த ஸப்ஜெக்ட் உனக்கு வேண்டும்? எதைப் பாடமாக எடுத்துக்கொள்ளப் போகிறாய்?"

"இங்கே ஸைக்காலஜி இருக்கிறதா?" என்றாள் அவள்.

"இருக்கே! நீ இலக்கியம் எடுத்துக்கொள்ளப் போவதாக அப்பா சொன்னாரே?"

"நான் பி.ஏயிலே இலக்கியம் படிச்சதினாலே, எம்.ஏயிலும் அதை எடுத்துப்பேன்னு அப்பா நினைச்சிருக்கலாம். இப்ப யோசித்துப் பார்த்ததிலே ஸைக்காலஜி எடுத்துக்கலாம்னு ஆசையாயிருக்கு."

"எதனாலே உனக்கு ஸைக்காலஜிலே ஈடுபாடுன்னு நான் தெரிஞ்சிக்கலாமா?" என்றார் அவர் ஆங்கிலத்தில்.

அவருடைய புன்னகையில் தெரிந்த காருண்யம் அவளுக்கு நம்ப முடியாததாய் இருந்தது.

அவள் ஆங்கிலத்தில் நிதானமாகச் சொன்னாள்.

"மனிதனுடைய சுகத்துக்கோ, துக்கத்துக்கோ காரணம் மனிதனுடைய மனசுதான். ஒரே சூழ்நிலையில் பத்துப்பேர்கள் இருந்தால் அவர்கள் பத்துத் தினுசாக அந்தச் சூழ்நிலைக்கு ரியாக்ட் செய்கிறார்கள். எதனால் அப்படி, ஏன் அப்படி என்பதையெல்லாம் ஆராய்ச்சி பண்ணுவது எனக்கு ரொம்ப சுவாரஸ்யமாகத் தோன்றுகிறது, அதை விஞ்ஞான ரீதியா ஆராய்ச்சி பண்ணினா என்னையே நான் புரிஞ்சுக்கவும், மற்றவாளைப் புரிஞ்சுக்கவும் சௌகரியமா, உபயோகமா இருக்கும்னு தோன்றுகிறது. அதைத் தவிர இதைப் படிச்சா வேலைவாய்ப்புகள் அதிகம்னு படறது - அதாவது இலக்கியத்தை விட..."

அவருடைய புன்னகை இன்னும் பெரிசாயிற்று.

"எப்படி?"

"இதுக்கப்புறம் லெக்சரராய்ப் போனாலும் போகலாம். இல்லே ஒரு ஆஸ்பத்திரியிலே ஸைக்கியாட்ரி டிபார்ட்மெண்டிலேயும் சேரலாம், ஸைக்கேட்ரிஸ்டாய் ப்ராக்டீஸும் பண்ணலாம்."

"குட்! நிறைய யோசனை பண்ணிப் பதில் சொல்றே!"

ராதாவுக்குக் கூச்சத்தில் முகம் லேசாகச் சிவந்தது. இவருடைய கண்ணைப் பார்த்து சிரிப்பைப் பார்த்து ஏற்பட்ட மயக்கத்தில் நிறைய பேசிவிட்ட மாதிரி இருந்தது. அப்பா வாயை மூடிக்கொண்டு உட்கார்ந்திருந்தார். இவ்வளவு பேசுகிறாளா இவள் என்று அவர்கூட ஆச்சரியப்பட்டிருப்பார்.

"அப்போ உனக்கு அந்தக் குரூப்பே தரேன். இன்னிக்கே நீ க்ளாஸ் அட்டெண்ட் செய்யலாம். ஆர் யூ ரெடி டுடே?" என்றார்.

"ஓ, யெஸ்" என்றாள் அவள் ஒரு புன்சிரிப்புடன்.

அவர் மேஜைமேல் இருந்த அழைப்பு மணியைத் தட்டினார். சேவகன் வந்ததும் அவளை வகுப்புக்கு அழைத்துப்போகச் சொன்னார்.

அவள் அப்பாவை மெள்ளப் பார்த்துச் சொன்னாள். “நான் போயிட்டு வரேன்பா.”

‘சரி’ என்று அவர் தலையாட்டினார்.

“தாங்க் யூ ஸார்” என்று அவள் பிரின்ஸிபாலுக்கு மறுபடி வணக்கத்தைத் தெரிவித்துவிட்டுச் சேவகனைப் பின்தொடர்ந்தாள்.

அவள் தள்ளுக் கதவைத் தள்ளிக்கொண்டு வெளியேறுகையில்,

“யூ ஹேவ் எ ஸ்மார்ட் கர்ல்!” என்று பிரின்ஸிபால் சொல்லுவதும், “இட் இஸ் எ பிட்டி” என்று தொடருவதும் கேட்டது. அவள் அவசரமாகச் சேவகனுக்குப் பின்னால் விரைந்தாள். அவளுக்கு யாருடைய பச்சாதாபமும் இனித் தேவையில்லை என்று தோன்றிற்று. புதிய பாதையைத் தேர்ந்தெடுத்தாகிவிட்டது. இனிமேல் அவள் பழசை நினைத்துக்கொண்டு கிட்டாத முடிந்துபோன வாழ்க்கைக்காக ஏங்கிக்கொண்டு, அழுதுகொண்டு உட்காருவதில் ஏதும் லாபமில்லை என்று தோன்றிற்று. ‘இட் இஸ் எ பிட்டி’ என்று மற்றவர்கள் சொல்லும்போது அதில் தான் கரைந்துவிட்டால் கடைத்தேற வழியில்லை என்று தோன்றிற்று. படிப்பைப் பற்றியும், அதற்குப் பிறகு செய்யக்கூடிய வேலைகளைப் பற்றியும் மனத்தில் இப்பொழுதே திட்டங்கள் உருவாக ஆரம்பித்தால்தான் உண்டு.

காலேஜ் திறந்து ஒரு வாரமாகிவிட்டது. அதற்குள் பாடங்களில் அவளுக்கு ஒரு பிடிமானம் ஏற்பட்டுவிட்டது. புதிய பரிமாணங்கள் கண்ணுக்குத் தெரிந்தன. அப்பாவைப் பற்றியோ, அவர் ஏன் இப்படிப் பேசுகிறார் என்று யோசிக்கவோ நேரமில்லை. அவருடன் பேசவே நேரமில்லை. அவர் கதைகளைப்பற்றி அதன் அபத்தத்தைப் பற்றிச் சிந்தித்துச் சீற்றம்கொள்ள நல்ல வேளையாய் அவகாசம் கிடைக்கவில்லை. அப்பாவும் மும்முரமாக இருந்தார் எழுத்து வேலையில்.

ராதா குளித்துவிட்டு அவசரமாகத் தன்னைத் தயார் செய்துகொள்ள ஆரம்பித்தாள். புடவையைக் கட்டிக்கொண்டு தலைவாரிக் கண்ணாடியில் பார்த்துக்கொள்கையில் கஞ்சி

போட்டு இஸ்திரி போட்ட கைத்தறிப் புடவை உடம்புக்கு ரொம்ப எடுப்பாக இருந்த மாதிரி இருந்தது. இந்த மாதிரிப் பளிச்சென்று நின்றால் அப்பா ஏதேனும் சொல்வாரோ என்று ஒரு விநாடி தோன்றிற்று. தன் உருவத்தைக் கண்ணாடியில் மறுபடி பார்த்துக்கொண்டு அவள் தன் தோளைக் குலுக்கிக்கொண்டாள். "ஐ கான்ட் ஹெல்ப் இட்" என்று சொல்லிக்கொண்டாள். "எனக்கு இன்னும் இருபது வயதுதான். இந்த வயசில் பளிச்சென்ற புடவை கட்டிக்கொண்டால் பளிச்சென்றுதான் தெரியும். அதற்காகக் கல்லூரிக்குப் போகையில் அழுது வழிந்துகொண்டு போவது சாத்தியமில்லை. ஆறு மாதமாக ரூமோடு அடைபட்டுக் கிடந்தவளுக்கும், இப்பொழுது சுறுசுறுப்பாய்க் கல்லூரிக்குப் போகிறவளுக்கும் வித்தியாசமில்லாமல் இருக்காது..."

"மாமி, சாப்பிட வரவா?" என்றபடி அவள் மேஜையடிக்குச் சென்றாள். மாமி ஏற்கெனவே தயாராய் அவளுக்காகத் தட்டில் பரிமாறி வைத்திருந்தாள்.

அவள் சாப்பிட்டுக்கொண்டே நினைத்துக்கொண்டாள். இந்த மாமி இல்லாவிட்டால் ரொம்பக் கஷ்டமாகப் போயிருக்கும் என்று. தன்னால் காலேஜில் கூடச் சேர்ந்திருக்க முடியாது...

அப்பா பூஜையை முடித்துவிட்டு வெளியே வந்தார். அவளைத் தாண்டிப் போகையில் ஒரு விநாடி நின்று அவளைப் பார்த்தார்.

அவள் ஒருவிதக் கலவரத்துடன் தலையைக் குனிந்தபடி சாப்பிட ஆரம்பித்தாள்.

"ராதா!"

"என்ன?"

"காலேஜெல்லாம் பிடுச்சிருக்கா? பாடமெல்லாம் ஆரம்பிச்சுட்டாளா?"

"ஊம்."

"ஆனா உனக்கு உண்மையா படிப்பிலேதான் நாட்டம்னா இந்த மாதிரிப் பளிச்சுனு நாலுபேர் திரும்பிப் பார்க்கிற மாதிரி

ட்ரெஸ் பண்ணிண்டு போகவேண்டிய அவசியமில்லை. வேறே புடவையைக் கட்டிண்டு போ!"

அவள் தலை இன்னும் குனிந்தது. கண்ணில் நீர் திரையிட்டது. அவள் பதிலே பேசாமல் உட்கார்ந்திருந்தாள்.

"என்ன நா சொன்னது புரிஞ்சுதா?"

'புரிந்தது' என்கிற மாதிரி அவள் தலையை ஆட்டினாள். அவர் நகர்ந்ததும் அவள் மேலே சாப்பிடப் பிடிக்காமல் எழுந்திருந்தாள். மாமியின் பரிதாபம் மிகுந்த பார்வை முதுகில் படிந்திருந்த மாதிரி இருந்தது. அவள் விருவிருவென்று தன் அறைக்குச் சென்று புடவையை அவிழ்த்து வேறு ஒரு கஞ்சி போடாத காலிஸிந்து புடவையைக் கட்டிக்கொண்டு வெளியே வந்தாள். அவளைப்பார்த்து,

"நீ எந்தப் புடவை கட்டிண்டாலும்தான் பளிச்சுனு இருக்கே, அதுக்கு நீ என்ன பண்ணுவே?" என்றாள் மாமி மெள்ள.

அது காதில் விழாத மாதிரி ராதா செருப்பை மாட்டிக்கொண்டு பஸ்ஸுக்கான சில்லறையை எடுத்துக்கொண்டு கிளம்பினாள். வழி நெடுக ஓர் இனம் புரியாத துக்கம் தொண்டையில் பாரமாய் உட்கார்ந்திருந்த மாதிரி இருந்தது.

இந்தப் பிரச்சனையை எப்படிச் சமாளிக்கப்போகிறோம் என்றிருந்தது. அவள் இப்பொழுது கட்டுவதெல்லாமே நூல் புடவைகள்தான். அதிலும் பாதியை ஒதுக்கிவிட வேண்டும் என்றால் என்ன செய்வது? இனிமேல் புடவைக்குக் கஞ்சிபோடாமல் கட்டவேண்டும் என்று தீர்மானித்துக்கொண்டாள். நம்முடைய நலத்துக்குத்தான் அப்பா சொல்கிறார் என்று திரும்பத் திரும்பச் சொல்லிக்கொண்டாள். எதையும் தப்பாக நினைக்காத மனசு வேண்டும். கோபம் வராமல் பார்த்துக்கொள்ள வேண்டும்... அப்பாவுக்கு நம்மைச் சொல்ல உரிமையிருக்கிறது என்கிற ஞாபகம் இருக்க வேண்டும். இத்தனை வயசு கழிந்து அவர் மாறப்போவதில்லை. நான்தான் மாறவேண்டும்...

பஸ் வந்துவிட்டது. அவள் முண்டி அடித்துக்கொண்டு ஏறி உட்கார்ந்தாள். எவனோ மேலே இடித்துக்கொண்டு நகர்ந்தான்.

இதையெல்லாம் பாராட்டாத, லட்சியம் செய்யாத மரக்கட்டையாக இருந்தால்தான் தன்னால் இனிமேல் சமாளிக்க முடியும் என்று அவள் நினைத்துக்கொண்டாள். கல்யாணமாவதற்கு முன் இருந்த கூச்சத்தைவிட இப்பொழுது உடம்பே அதிகக் கூச்சப்படுகிற மாதிரி இருந்தது - ஏதோ சத்தியத்துக்குக் கட்டுப்பட்ட மாதிரி... மறைந்துபோன ரகுவுக்கு அவளையறியாமல் அஞ்சலி செலுத்துகிற மாதிரி! பஸ்ஸில் மெள்ள மெள்ள நல்ல கூட்டம் நிரம்பிவிட்டது. எத்தனை விதமான மாணவர்கள்? படிப்பே கண்ணாய்ப் படிப்பவர்கள், வெறும் பொழுதுபோக்குக்காகவே காலேஜுக்குப் போகும் பெண்கள், பட்டம் கிடைத்தால்தான் உத்தியோகத்துக்கு வழி என்கிற நிர்ப்பந்தத்துக்குக் கட்டுப்பட்டு படிக்கும் வாலிபர்கள்... இவர்களில் எத்தனை பேர்களுடைய வாழ்க்கை பிரகாசமாக அதிர்ஷ்டம் நிறைந்ததாக இருக்கும்? வீட்டில் எத்தனை பேருக்கு அவர்களைப் புரிந்துகொள்ளக்கூடிய பெற்றோர்கள் இருப்பார்கள்? யௌவனம் என்பது வாழ்வின் வசந்தம் என்று புரிந்துகொள்ளக்கூடிய பெற்றோர்கள்... அது சொற்ப காலமே இருக்கக்கூடிய பொக்கிஷம் என்று உணர்ந்தவர்கள்... அந்தச் சமயத்தில் ஏகமாய் முட்டுக்கட்டைகளையும், காவாளங்களையும் போட்டு மலர்ந்த மனசைக் கருகடிக்காத தாராள மனசுடையவர்கள் - இந்த மாதிரி எத்தனை பேர்களுக்குக் கிடைப்பார்கள்?

ஜெயாவுக்குக் கிடைத்திருக்கிற மாதிரி என்று அவளுக்குத் தோன்றிற்று. ஜெயாவின் நினைவு வந்ததும் இன்னும் இரண்டு பஸ் ஸ்டாப்புக்குப் பிறகு அவளும் தன்னுடன் சேர்ந்துகொள்வாள் என்கிற ஞாபகம் வந்தது.

அன்றைக்கு அவளை ஸ்வாமிநாதன் திடீரென்று முன்னறிவிப்பில்லாமல் காலேஜில் சேர்க்க ஏற்பாடு செய்திருக்கிறேன் என்று சொன்னதும் அவளுக்கு முதலில் ஜெயாவின் நினைவுதான் வந்தது. அவளும் காலேஜில் சேரப்போகிறேன் என்றாளே என்றிருந்தது. மறுநாளைக்குக் காலேஜுக்குப் போய்விட்டு மாலை வந்ததும், ஜெயாவின்

அப்பாவிடம் சொல்லும்படி அப்பாவிடம் சொல்ல வேண்டும் என்று நினைத்துக் கொண்டிருந்தாள். ஒரே காலேஜில் சேர்ந்தால் நன்றாயிருக்குமே என்றிருந்தது.

அவள் மாலையில் ரோஜாப் பாத்திகளைக் கிளறிக் கொண்டிருந்தபோது அப்பாவின் நிழல் அவள்மேல் நீண்டு விழுந்தது. அவள் தலை நிமிர்ந்து பார்த்தாள். பிறகு கைகளிலிருந்த மண்ணை உதறிவிட்டு எழுந்தாள்.

"என்னப்பா?"

"எப்படியிருந்தது இன்னிக்கு?"

"ரொம்ப சுவாரஸ்யமா இருந்ததுப்பா."

"உன் ஃப்ரண்ட் ஜெயாவும் அதே காலேஜிலே சேரப் போறாளாம்."

அவள் முகத்தில் சன்னமான ஒரு புன்னகை மலர்ந்தது.

"அப்படியா? நானே அதைப்பத்தி விசாரிக்கணும்னு நெனச்சேன்."

"ஆனா அவ இலக்கியம் எடுத்துக்கப் போறாளாம்."

"ஓ!"

"நீதான் எல்லார் மனசையும் உளவு பாக்கணும்னு உளவியல் எடுத்திண்டிருக்கே. ஜெயா ஒரு சராசரிப் பொண்ணு, அதனாலே சராசரி ஆசைகள் அவளுக்கு. நீ எல்லாத்திலேயும் அப்நார்மல்!"

அவர் நிற்காமல் உள்ளே போனார். தலையைக் குனிந்துவிட்டிருந்த அவளது பார்வையில் அவரது நீண்ட நிழல் விருவிருவென்று நகர்ந்தது. ஜெயா காலேஜில் சேரப்போகிறாள் என்கிற சந்தோஷத்தைக்கூட முழுமையாக அனுபவிக்க விடவில்லையே இவர் என்று அவளுக்கு வேதனையாக இருந்தது. இது ஏன் அவருக்கு அவள் எதைச் செய்தாலும் தப்பாகவேபடுகிறது? எந்தக் கையாலாகாத்தனம் அவரை இந்த

மாதிரிப் பேச வைக்கிறது? ஹி ஸஃபர்ஸ் ஃப்ரம் எ காம்ப்ளெக்ஸ் என்று அவள் சொல்லிக்கொண்டாள்.

பஸ் ஒரு குலுக்கலுடன் நின்றது. அவள் தன் சுய நினைவுக்கு வந்தாள். அப்பாவைப் பற்றிய இந்த மாதிரிச் சிந்தனைகளை நிறுத்தியாக வேண்டும் என்று தீர்மானித்துக் கொண்டாள்.

கூட்டத்துக்கு இடையில் ஜெயா பஸ்ஸில் ஏறுவது தெரிந்தது.

✲ ✲ ✲

அத்தியாயம் 8

பஸ்ஸிலிருந்த கூட்டத்தைத் தாண்டிக்கொண்டு ஜெயாவால் ராதாவுக்கருகில் வர முடியவில்லை. காலேஜ் ஸ்டாப் வருகிற வரையில் இடையில் தெரிந்த இடைவெளியில் பார்வையும், புன்னகையும் பரிமாறிக் கொண்டிருந்தார்கள் இருவரும்.

மற்ற மாணவர்களுக்கும், தனக்கும், ஜெயாவுக்கும் நிறைய வித்தியாசம் இருந்த மாதிரி இருந்தது ராதாவுக்கு. இரண்டு மூன்று வயதே வித்தியாசமிருந்தாலும் அந்த வித்தியாசமே மிகப் பெரியதாகத் தெரிந்த மாதிரி இருந்தது. நடையே வித்தியாசம், பார்வையே வித்தியாசம், புன்னகையிலும், பேச்சிலும் வித்தியாசம். அவர்கள் துள்ளிக்கொண்டு நடந்தார்கள். ஓரிடத்தில் நிற்காமல் பார்வையை அளைந்தார்கள். கலகலவென்று சிரிப்பையும், பேச்சையும் போகிற வழியெல்லாம் உதிர்த்தார்கள்.

ஜெயாவுக்கும், ராதாவுக்கும் எல்லாவற்றிலுமே ஒரு நிதானம் இருந்தது. எல்லாவற்றையும் இந்த இரண்டு மூன்று வருஷ வித்தியாசத்தில் அனுபவித்து ஆண்டுவிட்ட நிதானம். நாங்களும் இப்படித்தான் இருந்தோம் ஒரு காலத்தில் என்கிற புன்னகையில் நிதானம்.

காலேஜ் பஸ் ஸ்டாப் வந்ததும், முண்டியடித்துக்கொண்டு மாணவர்கள் இறங்கினார்கள். அவசரப்படுபவர்கள் போகட்டும் என்கிற மாதிரி ஜெயாவும், ராதாவும் கடைசியில் இறங்கினார்கள்.

இறங்கி இருவரும் காலேஜை நோக்கிச் செல்கையில் ஜெயா சொன்னாள்.

"இவர்களையெல்லாம் பார்க்கும்போது நமக்கு ரொம்ப வயசாகிவிட்ட மாதிரி இல்லை?"

"நானும் அதைப்பற்றிதான் நினைத்துக் கொண்டிருந்தேன்" என்றாள் ராதா.

"நமக்கும், இவர்களுக்கும் இத்தனைக்கும் வயசில் அதிக வித்தியாசமில்லே. ஒரு ஆணோட ஏற்பட்ட பிணைப்பினாலே நாம எப்படி வித்தியாசப்பட்டுப் போனோம்னு நினைச்சால் ஆச்சரியமாய் இருக்கு."

"கல்யாணத்துக்கப்புறம் ஏற்படற பொறுப்புதான் காரணம். ஆணைப் பாத்துக்க வேண்டிய பொறுப்பு, வீட்டைப் பார்த்துக்க வேண்டிய பொறுப்பு, குழந்தை பெத்து வளர்க்க வேண்டிய பொறுப்பு, இரண்டு வருஷத்துக்குள்ளே பத்து வருஷ மூப்பு ஏற்பட்டறது" என்ற ஜெயா சற்று தயங்கியபடி சொன்னாள்.

"நல்லவேளை! உனக்குக் குழந்தை பிறக்கவில்லை ராதா."

"ஆமாம், அந்த விஷயத்தில் நான் தப்பிச்சேன்" என்றாள் மெள்ள.

'இரண்டு வருஷத்துக்கப்புறம்தான் குழந்தை குட்டியெல்லாம்' என்றிருந்தான் ரகு. 'இரண்டு வருஷம் ஜாலியாய் இருப்போம். ஒவ்வொரு நிமிஷத்தையும் உல்லாசமாய்க் கழிப்போம்.'

அந்த உல்லாசம் சரியாக ஒரு வருஷம் இருந்தது.

"எனக்குப் பார், கல்யாணமாய் ஒரு வருஷத்துக்குள்ளே குழந்தை" என்றாள் ஜெயா. அவள் குரலில் வருத்தம் இழையோடுகிற மாதிரி இருந்தது.

"நீ காலேஜுக்கு வரும்போது உன் பெண் வீட்டிலே சமத்தாயிருக்கிறாளா?"

"உம் இருக்காள். முதல் நாள் கொஞ்சம் அழுதாளாம். இப்ப சமாதானமாயிட்டாளாம்... வேறே வழியில்லைன்னா குழந்தைகள் தாங்களே அட்ஜஸ்ட் ஆகிவிடும்."

'அப்படியென்ன இப்போ நீ காலேஜிலே சேர உனக்கு நிர்ப்பந்தம்?' என்று கேட்க நினைத்த ராதா பேசாமல் இருந்தாள். நெருங்கிய தோழியானாலும் அவரவர் அந்தரங்கங்களைத் துருவிப்பார்ப்பது அநாகரீகம் என்று தோன்றிற்று.

"பாடமெல்லாம் ஆரம்பித்துவிட்டாளா ஜெயா? நன்னா நடக்கிறதா?"

"ஓ நடக்கறதே!"

வாஸ்தவத்தில் இவளுக்குப் படிப்பில் என்றுமே ரொம்ப ஆர்வம் இருந்ததில்லை என்று ராதா நினைத்துக்கொண்டாள். பாட்டிலும், நாட்டியத்திலும் ஜெயாவுக்கு நிரம்ப நாட்டமும், ஈடுபாடும் உண்டு.

"உன் ஹஸ்பெண்டுக்கு பாட்டு, டான்ஸ் எல்லாம் பிடிக்குமா?"

"உம்?" என்று ஜெயா சற்று பேசாமலிருந்தாள். "உம் பிடிக்குமே" என்றாள்.

"நீ பாடச் சொல்லிக் கேட்பாரோ?"

ஜெயா சிரித்தாள். "இவர்களுக்கு அதற்கெல்லாம் ஏது டைம் ராதா? கார்த்தாலே போனா ராத்திரியாயிடறது வீட்டுக்கு வர. எனக்கே பாட நேரமிருக்கிறதில்லை. முன்னே இருந்த இன்ட்ரஸ்ட் கூடப் போயிடுத்து. நா பாடியே எத்தனையோ நாளாயிடுத்து."

ராதாவுக்கு நம்புவது கஷ்டமாக இருந்தது. எப்பொழுது பார்த்தாலும் ஏதாவது பாட்டை முணுமுணுத்துக் கொண்டிருந்தவளுக்கு எப்படிப் பாடாமல் இருக்க முடியும்?

மணியோசை கேட்டு இருவரும் அவரவர் வகுப்புகளுக்கு விரைந்தார்கள். ராதாவுக்கு பகல் வகுப்பில் நுழைந்ததும், லெக்சரர் வந்து பாடத்தைத் துவங்கியதும், வெளி உலகமே மறந்து

போயிற்று. சுபாவத்திலேயே படிப்பில் ஆர்வமுள்ளவளுக்கு இப்பொழுது அதுவேதான் தன்னுடைய எதிர்காலத்துக்குத் துணை என்று ஆகிவிட்ட பொழுது இன்னும் தீவிரமாக அதில் ஈடுபட வேண்டும் என்று தோன்றிற்று.

மத்தியான இடைவேளையின்போது அவள் எங்கேயும் போகாமல் சாதாரணமாக வகுப்பிலேயே உட்கார்ந்திருப்பாள் - ஏதாவது லைப்ரரி புஸ்தகத்தைப் பார்த்துக்கொண்டு, இன்றைக்குக் காலையில் சரியாகச் சாப்பிடாததால் பசித்தது. கான்டீனில் காப்பியாவது குடிக்கலாம் என்று அவள் கிளம்பினாள். அவளுக்கு முன்னால் போய்க்கொண்டிருந்த பெண்ணை ராதா அழைத்தாள்.

"நளினி! கான்டீனுக்கா போறே? இரு. நானும் வரேன்" என்றாள்.

நளினி ஆச்சரியத்துடன் அவளைப் பார்த்துச் சிரித்தாள்.

"ஏது உனக்குக்கூட இன்னிக்குப் பசிச்சுடுத்தா?"

"ஆமாம்" என்று சிரித்தாள் ராதா.

"எனக்குப் பசியே தங்காது!" என்றாள் நளினி.

"அதனாலே எனக்கு உன்னை மாதிரி இருக்கிறவாளைப் பார்த்தா ஆச்சரியமும், மரியாதையும் ஏற்படும்."

அவளுடைய பூசினாற்போன்ற உடம்பைப் பார்தது ராதா லேசாகச் சிரித்தாள்.

"வேண்டாம், எனக்கு ரொம்ப மரியாதை கொடுக்காதே. எனக்குத் தாங்காது அப்புறம்" என்றாள்.

கான்டீனில் ஏகக் கூட்டமாக இருந்தது.

நளினி வடையும், காப்பியும் இரண்டு பேருக்குமாக வாங்கிக்கொண்டு வந்தாள். இரண்டு பேரும் புல்தரையில் அமர்ந்து சாப்பிட ஆரம்பித்தார்கள்.

"உனக்கு ஸைக்காலஜி பிடிச்சிருக்கா?" என்று ராதா கேட்டாள்.

"எனக்குப் பிடிக்கவேயில்லை" என்றாள் நளினி.

ராதா அவளை ஆச்சரியத்துடன் பார்த்தாள்.

"பின்னே ஏன் சேர்ந்தே நீ இதிலே?"

நளினி சிரித்தாள்.

"வேறே எதிலேயும் ஸீட் கிடைக்கல்லே. சரி, இதிலேயாவது சேரு, வீட்டிலே உட்கார்ந்திருக்கப்படாதுன்னு எங்கப்பா சொல்லி சேர்த்துட்டார்."

எத்தனை வித்தியாசமான அப்பாக்கள் என்று ராதா நினைத்துக் கொண்டாள்.

"பிடிக்கறது பிடிக்கலேங்கறதெல்லாம் நாமா கற்பிச்சுக்கிறது நளினி. அதையே பிடிக்கும்படி நாமே நம்ம மனசைக் கண்டிஷன் பண்ணிக்கலாம் தெரியுமோ?"

நளினி சிரித்தாள்.

"நீ நல்ல ஸைக்கேட்ரிஸ்டாப் போவே ராதா! இப்பவே என் மனசுக்கு ட்ரீட்மெண்ட் கொடுக்க ஆரம்பிக்கிறயே!"

"இல்லை, ஒரு பேச்சுக்குச் சொன்னேன். யு ட்ரை டு டெவலப் எனி இன்ட்ரஸ்ட் இன் த ஸப்ஜெக்ட், தன்னாலே உனக்குப் பிடிச்சுப் போயிடும்."

"முடியலே. மனது எங்கெங்கோ அலையறது."

"அது ஏன் அலையறதுன்னு கண்டுபிடிக்கத்தான் இந்தப் பாடமே! அதைத் தெரிஞ்சுண்டா மனசை இழுத்துப் பிடிக்கலாம். ஸப்ஜெக்டிலே சிரத்தை காட்டலாம்."

"பார்க்கலாம்" என்றாள் நளினி அசுவாரஸ்யமாக.

சற்றுத் தள்ளி நாலைந்து பெண்கள் நின்று கொண்டிருந்தார்கள். அவர்கள் கையில் ஒரு தமிழ்ப் பத்திரிகை இருந்தது. அப்பாவின் கதை வரும் பத்திரிகை. அவர்கள் அவருடைய கதையைத்தான் விவாதித்துக் கொண்டிருந்தார்கள் என்று புரிந்தது.

"ஏய், இந்த வாரம் அசோகனோட மலர்கள் சிரித்தன படிச்சியோ?"

"ஓ யெஸ்!"

"என்ன ஆபாசம் பாத்தியோ!"

"பின்னே ஏன் படிக்கறே?"

"எந்த லிமிட் வரைக்கும் அவர் போறார்னு பாக்கத்தான்!"

"அப்ப உனக்கு அந்த வர்ணனையெல்லாம் வேண்டியிருக்குன்னு சொல்லு!"

"சே, காசு குடுத்து ஒரு பத்திரிகை வாங்கறோம். அதிலே பாதியெல்லாம் படிக்காமவிட்டா நஷ்டமில்லையோ?"

கலகலவென்ற சிரிப்பு தொடர்ந்தது.

"அவருடைய கதாநாயகர்களுக்கு ஒரு காரக்டர் கிடையாது. இரண்டு மூணு பெண்களோடு ஒரே மாதிரிக் காதல் லீலைகள் செய்வார்கள்..."

"அந்த அசோகனே ஏதாவது லீலைகள் செய்யற ஆசாமியோ என்னவோ?"

"ஏய், உனக்குத் தெரியுமா? அந்த அசோகன் வயசானவராம்!"

"வயசானா என்ன? மீசை நரைச்சாலும் ஆசை நரைக்காதவரா இருக்கும்!"

ராதாவுக்கு அங்கு உட்காரப் பிடிக்கவில்லை.

"நான் போகிறேன் நளினி. நீ வரயா, இல்லை, பெல் அடிச்சப்புறம் வரயா?"

"பெல் அடிச்சப்புறம் வரேன் ராதா."

"அப்ப நான் போகட்டுமா?"

"ஓகே!"

ராதா எழுந்து நடந்தாள். எங்கே போனாலும் இந்த அப்பாவின் ஞாபகமும், அவரைப் பற்றிய பேச்சும் தன்னைத் தொடராமல் போகாது போலிருந்தது.

பால் உணர்வைத் தூண்டுகிற மாதிரி அவர் எழுதுகிற வரையில் அவருக்கு வாசகர்கள் நிறைய இருப்பார்கள் என்று அவள் நினைத்துக்கொண்டாள். திட்டிக்கொண்டேயாவது படிக்கும் வாசகர்கள் - அவர் எட்டும் வரம்பைத் தேடும் வாசகர்கள்... இது ஒரு 'வைக்கேரியஸ் ப்ளெசர்' என்று அவள் சொல்லிக்கொண்டாள். எழுதும்போது அவருக்கு ஏற்படும் வக்ர சந்தோஷம் மாதிரி படிப்பவர்களுக்கு ஏற்படும் உணர்வு. ஸெக்ஸ் அசிங்கமானது இல்லை என்கிறார் அவர். வாஸ்தவம்தான். பின் அவர் அதை ஏன் அசிங்கப்படுத்துகிறார்? அசிங்கமான வர்ணனை என்று பலர் விவாதிக்கும் அளவுக்கு ஏன் விரசப்படுத்துகிறார்? தாம் எழுதுவது விரசம் என்று அவரே நினைப்பதால்தான் அவள் அதைப் படிக்கக்கூடாது என்று தடுக்கிறார். வாஸ்தவத்தில் அவருக்கு எழுதுகையில் எந்த விதமான லட்சியமோ, கொள்கையோ கிடையாது என்று அவளுக்குத் தோன்றிற்று. அவருடைய எழுத்து அவருக்குச் செலவாக வேண்டும். சமூகத்தில் அவருடைய பொறுப்பு என்று ஒன்றும் கிடையாதா? இலக்கிய உலகத்தில் இவ்வளவு வியாபாரம் புகுந்துவிட்டால் சமூகத்தின் கதியென்ன?

அவள் ஆயாசத்துடன் நடந்தாள். அந்த அசோகனே ஏதாவது லீலைகள் செய்கிற ஆசாமியோ என்னமோ என்று அந்தப் பெண்கள் - பேசியதை நினைத்துப் பார்த்துக் கொண்டபோது ரொம்ப அருவருப்பாக இருந்தது. சொந்தப் பெண்ணை அவர் எப்படி நடத்துகிறார் என்று தெரிந்தால் அவர்கள் வியந்து போவார்கள். ஒரு கஞ்சி போட்ட புடவையைக் கட்டிக்கொண்டால் ஓர் இளம் விதவையின் கற்புக்கு ஆபத்து வரும் என்று நினைக்கிற பத்தாம்பசலி அவர் என்று தெரிந்தால் அவர்கள் என்ன சொல்வார்கள்?

தூரத்தில் ஜெயா வருவது தெரிந்தது. அவள் நின்றாள்.

"ஹல்லோ ராதா!"

"ஹல்லோ."

"என்ன இன்னிக்கு? நீ கூட டிபன் சாப்பிட வந்தியா?"

"ஆமாம். கார்த்தாலே சரியாச் சாப்பிடல்லே. கொஞ்சம் பசிச்சுது. நீ ஏதேனும் சாப்பிட்டியா?"

"ஓ சாப்பிட்டாச்சு. வீட்டிலேருந்து எடுத்துண்டு வரேன். இங்கே தினம் கான்டீன்லே சாப்பிட்டா கட்டுப்படியாகாது."

"வாஸ்தவம்தான்."

"என்ன, என்னவோ மாதிரி இருக்கே?"

"இல்லையே, சரியாத்தானே இருக்கேன்?"

"இல்லே, இன்னிக்கு மூஞ்சி வாடியிருக்கு. கார்த்தாலேயே கவனிச்சேன். அப்பா ஏதானும் சொன்னாரா?"

ராதா லேசாகச் சிரித்தாள்.

"அவர் ஏதாவது சொல்லிண்டுதான் இருப்பார். அதுக்காக வேதனைப்படறதுக்கு இப்ப அவகாசமும் இல்லே, கட்டுப்படியும் ஆகாது."

"என்ன சொன்னார்?"

"என்னமோ சொன்னார் போயேன். ஒரு கஞ்சிபோட்ட புடவையைக் கட்டிண்டிருந்தேன். இந்த மாதிரிப் பளிச்சுனு நாலுபேர் பார்க்கிற மாதிரி நான் ட்ரஸ் பண்ணிக்கக் கூடாதுன்னு கோபிச்சுண்டார். அவர் சொல்ற காரணம் சரியாக இருக்கலாம். ஆனா நான் என்னவோ நிச்சயமா கெட்டுத்தான் போவேன்னு அவர் தீர்மானம் பண்ணிண்ட மாதிரி, எதிர்பார்க்கிற மாதிரி அவர் பேசறதும், நடந்துக்கறதும்தான் எனக்கு வேதனையாயிருக்கு. காதல் கல்யாணம் பண்ணிண்டவா எல்லாம் ஒரு காரக்டரே இல்லாதவான்னு இவர் நினைக்கிறாரா? இல்லை, இவருக்குப் பிடிக்காத ஒரு கல்யாணத்தை நான் பண்ணிண்டேன்னு இன்னும் அதை மன்னிக்கமுடியாத ஒரு கோபத்திலே இருக்காரா? அதனாலேதான் என் குணத்தைப் பத்தி இப்படியெல்லாம் ஒரு கற்பனை பண்ணிண்டு இருக்காரான்னு தெரியல்லே."

ஜெயா சற்றுநேரம் பேசாமல் இருந்தாள்.

"மனுஷாள்கிட்டே எத்தனையோ தினுசான வக்ர குணங்கள். ராதா, உங்கப்பா பேசறதுக்கு இதுவெல்லாம் காரணமோன்னு நீ யோசிக்கிறே. என்னுடைய கணவர் அப்படியெல்லாம் பேசினார்னா நீ என்ன காரணம் சொல்லுவே?"

ராதா திடுக்கிட்டு ஜெயாவைப் பார்த்தாள்.

✲ ✲ ✲

அத்தியாயம் 9

"அக்கார்டிங் டு மிஸ்டர் ஆட்லர்..."

லெக்சரர் சொல்லிக்கொண்டு போன வரிகள் ராதாவின் மனசில் பதியாமல் நழுவி நழுவிப் போயிற்று. இனம் புரியாத ஒரு சோகத்தில் அது ஆழ்ந்து போயிருந்தது. திரும்பத் திரும்ப ஜெயா சொன்னதே மனத்தில் சுழன்று கொண்டிருந்தது. அவளுக்கு அதிர்ச்சியாக இருந்தது. கூடவே ஒரு குற்ற உணர்வும் ஏற்பட்டது. அவள் எப்படி இத்தனை நாள் தன் யோசனைகளில் துக்கத்தில் இழப்பில் மூழ்கிப்போயிருந்தாள்? ஜெயாவைப் பற்றி இன்னும் நன்றாக விசாரிக்க ஏன் தோன்றாமல் போய்விட்டது?

அவள் சந்தோஷமாகத்தான் இருப்பாள் என்று மனத்தில் ஏற்பட்டுவிட்ட தீர்மானத்தினாலா?

ஜெயா என்ன சொல்கிறாள் என்று அவளுக்குச் சட்டென்று விளங்கவில்லை.

"ஒரு பேச்சுக்குக் கேக்கிறயா?"

"இல்லை, நிஜமாவே அவர் அப்படித்தான் இருக்கார். உங்கப்பாவுடைய வயசிலே பாதிதான் ஆறது அவருக்கு. அதுக்கு என்ன சொல்றே நீ?"

ராதா திகைத்துப்போய் நின்றாள்.

"எனக்குப் புரியல்லே ஜெயா."

ஜெயா லேசாகச் சிரித்தாள். கசப்பான சிரிப்பு மாதிரி.

"புரியும்படியா சொல்றேன். என்னோட ஹஸ்பெண்ட் அமெரிக்கா போயிருக்கார் படிக்கிறதுக்குன்னு சொன்னேன் இல்லையா? அப்படித்தான் எல்லாருக்கும் சொல்றேன். உங்கிட்டே நிஜத்தைச் சொல்றேன். அவர் என்னை அனுப்பிச்சு வெச்சுட்டார் பிறந்தகத்துக்கு."

ஜெயாவின் குரல் தழதழத்த மாதிரி இருந்தது. கண்களில் பனிப்படலம் படர்ந்த மாதிரித் தெரிந்தது.

"என்னது?" என்றாள் ராதா தூக்கிவாரிப் போட்டவளாய்.

"ஆமாம், நிரந்தரமா..."

"என்ன ஜெயா இது நம்பவே முடியல்லியே?" என்றாள் ராதா - அதிர்ச்சியிலிருந்து மீற முடியாமல்.

"ஆமாம், நம்பத்தான் முடியாது. ஆனா அதுதான் நிஜம்."

"திரும்ப அவர் உன்னைக் கூப்பிடமாட்டார் என்று நீ நினைக்கிறியா?"

"அவர் கூப்பிட மாட்டார்" என்றாள் ஜெயா தீர்மானமாக. "அப்படி அவர் கூப்பிட்டாலும் நான் திரும்பிப் போகப் போறதில்லை."

ராதாவுக்கு ஆச்சரியமாக இருந்தது, சாதுவாக இருக்கும் ஜெயாவுக்குள் இவ்வளவு வீம்பும் கோபமும் ஏற்பட்டிருக்க வேண்டுமானால் அதற்கு என்ன காரணம்?

"ஏன் அப்படி ஜெயா?" என்றாள் மெள்ள.

"அந்த மாதிரி மனுஷனோட வாழறது ரொம்பக் கஷ்டம் ராதா! நின்னாக் குத்தம்; உக்காந்தாக் குத்தம்; பாடினால் சந்தேகம்; நல்ல புடவை கட்டினால் சந்தேகம்; சிரிச்சா சந்தேகம். இரண்டு வருஷம் அவரோட இருக்கறதுக்குள்ளே எனக்குப் பாதி ஜீவன் போயிடுத்து."

"என்ன இது? அமெரிக்காவிலே வளர்ந்து படிச்சவர்னு கேள்விப்பட்டேனே! அவரா இப்படி இருக்கார் என்கிறே?"

"அவரேதான். எங்கேயிருந்தா என்ன, கோணலாப் போற மனசு எங்கேயிருந்தாலும் கோணலாத்தான் போகும். ஒருவேளை அங்கே இருக்கிற பெண்களைப் பார்த்துப் பார்த்து அவருக்குப் பெண் வர்க்கத்து மேலேயே நம்பிக்கையில்லாமப் போயிடுத்தோ என்னவோ?"

ராதா நம்ப முடியாமல் தலையை அசைத்தாள். "சரி புருஷன் அந்த மாதிரி இருக்கான்னே வெச்சுக்கோ, அதை நீ சரிசெய்யப் பார்க்க வேண்டாமா? அவருடைய சந்தேக குணத்துக்கு வைத்தியம் செய்ய வேண்டாமா? இந்த மாதிரி வந்துட்டியானா அப்புறம் வாழ்வேன்னா இல்லைன்னு ஆயிடும்?"

"அந்த மாதிரி ஒரு மனுஷனோடு இருக்கறதைவிடத் தனியாகவே இருக்கலாம்."

அவளுடைய கசப்பு ராதாவுக்குப் புரியவில்லை. சமாதானமாகவில்லை.

"இருந்தாலும் ஜெயா, அப்படி சட்டுனு முடிவு பண்ணிடற விஷயமில்லை இது. ஒரு குழந்தை வேறே இருக்கு!"

ஜெயா ஆயாசத்துடன் எழுந்தாள். "நான் நிறைய யோசனை பண்ணியாச்சு ராதா. அப்புறம் நானா வந்திருந்தாதானே நீ சொல்றதுக்கெல்லாம் பதில் சொல்ல முடியும்? அவரே அனுப்பிச்சப்புறம் நான் என்ன செய்ய முடியும்?"

இப்பொழுது லெக்சரர் ஆட்லர் மனசைப்பற்றி சொல்லியிருக்கும் வியாக்கியானங்களைப் பற்றிச் சொல்கையில் ராதாவுக்கு நினைவெல்லாம் ஜெயாவின் மேலேயே இருந்தது.

அப்படியா அப்படியா என்று பதைபதைத்தது. அப்படியா அவளுடைய மண வாழ்க்கை ஆயிற்று என்று வேதனைப்பட்டது. குலம் கோத்திரம் பார்த்து பெரியவர்களால் நிச்சயிக்கப்பட்ட

கல்யாணம்! தவறு எங்கே நேர்ந்தது? அப்பாவின் அபிப்பிராயப்படி இந்த மாதிரிக் கல்யாணங்கள்தானே உருப்படும்?

ராதா பலவந்தமாகத் தன் எண்ணங்களைத் திருப்பினாள். மனத்தை அடக்குவது அவ்வளவு சுலபமாக இருக்கவில்லை. மறுபடியும் மறுபடியும் ஜெயா அநியாயமாக தன் வாழ்வைக் கெடுத்துக்கொள்கிற மாதிரி இருந்தது. அப்படிப்பட்ட கசப்பு ஏற்படும்படியாக என்ன நேர்ந்திருக்கும்? கணவனிடமிருந்து பிரிந்து வாழ்வது என்பது எத்தனை பெரிய முடிவு? பகிரங்கமாக நடந்திருக்கும் ஒரு கல்யாணத்தை அது வெறும் ஒரு பித்தலாட்டமாகப் போய்விட்டது என்று பகிரங்கமாய்ச் சொல்வதற்கு எத்தனை தைரியம் வேண்டும் - பகிரங்கமாக ஒரு தோல்வியை ஒத்துக்கொள்கிற மாதிரி? அவளுக்குப் புரியவில்லை. அவளுக்கும், ரகுவுக்கும் ஒரு சின்ன மனஸ்தாபம் கூட ஏற்பட்டதில்லை. அதுதான் அந்தப் பிணைப்பு அவ்வளவு சீக்கிரம் முடிந்துவிட்டதோ? முடிந்து போனாலும் அந்த ஒரு வருஷ வாழ்வின் நினைவு சுகந்தம்போல் மனத்தின் பெட்டகத்தில் இருக்கும் ஜெயாவின் மனக்கசப்பு அவளுக்கு இருக்காது. அப்பா அவளது செய்கையைப்பற்றி என்ன மாதிரி ஓர் அபிப்பிராயம் வைத்திருந்தாலும் அவளுக்கு அதைப்பற்றி என்றுமே மன வருத்தம் இருக்கமுடியாது.

அன்றைக்குக் கல்லூரி முடிந்ததும் ஒன்றாக வீட்டிற்குக் கிளம்பியும் அவளால் ஜெயாவுடன் அதிகம் பேசமுடியவில்லை.

"சாயந்திரமா வீட்டுக்கு வாயேன் ஜெயா" என்றாள் ராதா - அவள் இறங்குகையில்.

"முடிஞ்சா வரேன்" என்று சொல்லிவிட்டு இறங்கினாள் ஜெயா.

உலகத்தில் எத்தனை விதமான துன்பங்கள் என்று நினைத்துக்கொண்டாள் ராதா. பாதியெல்லாம் நாமே ஏற்படுத்திக் கொள்வதல்லவா என்று தோன்றிற்று. கொஞ்சம் விட்டுக்கொடுக்கும், பகிர்ந்துகொள்ளும் சுபாவம் இருந்தால்

எத்தனை வாழ்வுகள் மலர்ந்துபோகும் என்றிருந்தது. அவள் நிலைக்குப் பரிதாபப்படாமல், பரிவு தோன்றாமல் அப்பா வேண்டுமென்றே அவளை வதைக்கிற மாதிரி... இதற்கெல்லாம் அடிப்படைக் காரணம் அகங்காரம் அல்லவா? இந்த அகங்காரம் மட்டும் இல்லாவிட்டால்... அதுமட்டும் மனிதனை ஆட்டிப் படைக்காவிட்டால் மனிதர்களில் இத்தனை தினுசோ, வேறுபாடோ இருக்காதோ? உலகமே ஸ்வாரஸ்யமற்றதாய்ப் போய்விடுமோ? ஆக, பலவகைத் துன்பத்தில்தான் வாழ்வின் சுவாரஸ்யம் அடங்கியிருக்கிறதோ?

அவளுடைய பஸ் ஸ்டாப் வந்ததும், அவள் சுயநினைவு வந்து எழுந்தாள். மன உளவியலைப் பற்றி அதிகம் புத்தகங்களைப் படிப்பதற்கு முன்பே தன் மனத்தில் ஏற்படும் உளைச்சலை நினைத்து அவளுக்கு வேடிக்கையாக இருந்தது. ஸைக்காலஜி படிப்பது ஒருவேளை மருந்தாக அமைந்தாலும் அமையலாம் என்று அவளுக்குள் ஒரு சமாதானமேற்பட்டது.

வீட்டுக்குப் போனதும் மாமி சுடச்சுடத் தோசை வார்த்துக்கொடுத்துக் காப்பி கொடுத்தாள். இத்தனை நேரம் அலைபாய்ந்து கொண்டிருந்த மனசுக்கு இந்தப் பரிவும், உபசாரமும் வேண்டியிருந்தது.

இந்த மாமியிடம் தனக்கு ஒரு பற்றுதலே வந்துவிட்டதைக் கண்டு அவளுக்கு ஆச்சரியமாக இருந்தது. வாஸ்தவத்தில் இவளை ஒரு சமையல்காரி என்றே நினைக்கத் தோன்றவில்லை. வீட்டைச் சேர்ந்தவள் மாதிரி ஒரு நெருங்கிய பந்துமாதிரிதான் தோன்றிற்று.

மாமி ஜன்னல் குறட்டின் மேல் உட்கார்ந்துகொண்டு ராதாவைப் பார்த்து லேசாகச் சிரித்தாள். ஆதரவான சினேக பாவத்தோடு கூடின சிரிப்பு, நாற்பத்து ஐந்துக்குள்தான் வயதிருக்கும் என்று தோன்றிற்று. உடம்பு கட்டுத்தளராமல் இருந்தது. களையான முகத்தில் எத்தனையோ ஏமாற்றங்களையும், சோகத்தையும் கண்டுவிட்ட ஒரு நிதானம் இருந்தது.

“காலேஜெல்லாம் எப்படி இருக்கு ரரதா? பாடமெல்லாம் சுவாரஸ்யமாய் இருக்கா?”

“இருக்கு மாமி.”

“என்ன பாடம் படிக்கிறே?”

“ஸைக்காலஜி, உளவியல்னு சொல்றதில்லே? மனசைப் பத்தி, அதன் வக்ரங்களைப் பத்தி, வியாதிகளைப் பத்தி, அதைத் தீர்க்கிற வழிகளைப் பத்தி...”

மாமி சிரித்தாள்.

“சரியான பாடத்தைத்தான் எடுத்துண்டிருக்கே. எல்லார் மனசையும் இனிமே உள் புகுந்து பார்க்க ஆரம்பிச்சுடுவே...”

“அது ஏற்கெனவே உண்டு. இனிமே விடையைக் காண ஆரம்பிப்பேன். நிவர்த்தி தெரிஞ்சதுன்னா மனசுக்குச் சமாதானம் தானே?”

“ஆமாம், ஆனா ஒரு மனசுக்குப் பக்குவம் வந்தாலே தன்னாலே எல்லாம் புரியும், இதுக்குப் படிப்பானேன்?”

ராதா சிரித்தாள்.

“நன்றாயிருக்கு! மனுஷா எல்லாருக்கும் அந்தப் பக்குவம் இருந்துட்டா உலகத்துலே ஏன் மாமி இத்தனைக் கஷ்டங்கள், மனோ வியாதிகள், அதுக்குன்னு ஆஸ்பத்திரிகள்? அமெரிக்காவுலே தெருவுக்குத் தெரு மனோதத்துவ நிபுணர்களாம். எல்லாரும் தங்களுக்கு வருகிற கஷ்டங்களையோ, பிரச்சனைகளையோ ஒரே மாதிரி தாங்கிக்க மாட்டா. சிலபேருக்கு எதையும் தாங்கிக்கும்படி ஒரு மனோதிடம் இருக்கும். சிலபேர் ஒரேயடியா அலண்டு போயிடுவா. அந்த மாதிரி இருக்கிறவாளுக்கு உதவத்தான் இந்த மனோ தத்துவம்.”

மாமி ஏதோ யோசனையில் ஆழ்ந்திருந்தாள்.

“என்ன மாமி யோசனை?”

“ஒன்னுமில்லை, நீ சொல்றதை நினைச்சுப் பார்த்துண்டேன். எனக்கு எங்க ஊர் ஞாபகம் வந்தது. எனக்கு ஒரு சினேகிதி.

எனக்கும் அவளுக்கும் ஒரே சமயத்திலேதான் கல்யாணம் நடந்தது. இரண்டு பேருமே இரண்டாந்தாரமா வாழ்க்கைப்பட்டோம். அவ என்னைவிட நல்ல ஸ்திதிலே இருந்தா இத்தனைக்கும். சின்ன வயசிலே எத்தனையோ கனவு காண்கிறோம். கோட்டைகள் கட்டறோம். எல்லாருக்கும் அது நிஜமாயிடறதா? நானும்தான் கனவு கண்டேன். ஆனா அதிலேருந்து முழிச்சுக்கவும் தெரிஞ்சுண்டேன். அவ பாவம் என்ன ஏமாத்தங்களை மனசிலே வளர்த்துண்டாளோ, ஹிஸ்டிரியா வந்துடுத்து - கல்யாணமாகி இரண்டே மாசத்துலே திடீர்னு உடம்பு கட்டையாப் போயிடும், சிலசமயம் அழுதுண்டிருப்பாள், சிலசமயம் சிரிப்பு. பாவம் சௌகர்யத்துக்குன்னு கல்யாணம் பண்ணிண்ட அந்த மனுஷனுக்கு ஒழுங்கா சமைச்சுப் போடக்கூட அவளாலே முடியல்லே."

ராதா வாயை மூடிக்கொண்டு மாமி பேசுவதைக் கேட்டுக் கொண்டிருந்தாள். மாமி தொடர்ந்தாள்.

"அந்தப் பொண்ணுக்கு கிராமத்திலே தெரிஞ்ச வைத்தியமெல்லாம் பண்ணினா. மந்திரிச்சா, நாட்டு வைத்தியம் பண்ணினா, எதுக்கும் சரியாகல்லே. எனக்குக்கூடத் தோணும் அந்தப் பெண் வேணும்னே இதெல்லாம் பண்றதோன்னு, சமூகத்து மேலே இருக்கிற கோபத்தைத் தன்மேலேயே காண்பிச்சுக்கிற மாதிரி. அந்த அசட்டுப் பெண்ணுக்கு ஒண்ணு புரியலை. இப்படிக் கோச்சுண்டு, வருத்தப்பட்டுண்டு ஏதேனும் லாபமிருக்கோ? எல்லாருக்கும் ஒரு பரிதாபப் பொருளா இருக்கிறதனாலே யாருக்கு என்ன லாபம்? ஆனால் இதிலே ஒரு வேடிக்கை என்னன்னா இந்த மாதிரி ஒரு பரிதாபப் பொருளா இருக்கிறதுக்கு ரொம்ப பேருக்குப் பிடிக்கிறது. ஐயோ பாவம்னு நாலுபேர் சொன்னா திருப்தியா இருக்கு."

இந்த மாமி எப்படி வக்கணையாகப் பேசுகிறாள் என்று ராதா வியப்புடன் பார்த்துக் கொண்டிருக்கையில் மாமி சொன்னாள்.

"அதுக்கெல்லாம் அடிப்படைக் காரணம் என்ன தெரியுமோ ராதா? நம்மைப்பத்தியே நாம் நினைச்சிண்டேயிருக்கிறதுதான்.

அப்பத்தான் நம்ம இழப்பெல்லாம் விசுவரூபமா போயிடறது. அதைத் தடுக்கல்லேன்னா ஏமாத்தமும் பெரிசா வளரும், துக்கமும் ஜாஸ்தியாகும். நான் ஸ்கூல் படிப்புன்னு அதிகம் படிச்சதில்லே. ஆனா நிறையக் கஷ்டப்பட்டிருக்கேன். அந்தக் கஷ்டத்திலே மூழ்கிப்போயிடாம இருக்கிறதுக்கு மனசை வளர்த்துண்டிருக்கேன். இல்லையானா இப்ப இப்படிக் கிழங்கா உன் எதிரிலே நிக்கமாட்டேன்."

மாமியின் முகத்தில் சிரிப்பு இருந்தது. ஆனால் கண்களில் சோகம் இருந்த மாதிரி இருந்தது.

"உங்களுக்குக் கூடப் பிறந்தவர் எல்லாம் இல்லையா மாமி?"

"யாருமே இல்லைமா. சின்ன வயசிலேயே அம்மா அப்பா போயிட்டா. சித்தப்பா வீட்டிலே வளந்தேன். எனக்கு வயசு வந்தப்புறம் என்னைக் கல்யாணம்னு பண்ணி அனுப்பிச்சுட்டா போறும்னு தோணிடித்து எங்க சித்திக்கு. அந்த வரன் எப்படி இருந்தாலும் அவாளுக்கு அக்கறையில்லை. நான்தான் பைத்தியக்காரி மாதிரி கிணத்துக்கட்டையிலே உக்காந்துண்டு கனவு காண்பேன். தோசைக்கு அரைக்கறச்சே, வரப்போற ஆம்படையானைப் பத்தி கற்பனை பண்ணுவேன். கடைசியிலே கல்யாணம் ஆச்சு. இரண்டாந்தாரமா - கனவெல்லாம் கலைஞ்சு நன்னா முழிப்பு ஏற்பட்டது."

"குழந்தைகள் உங்களுக்குப் பிறக்கலையா மாமி?"

மாமி சிரித்தாள்.

"எனக்கு அதுக்கு சந்தர்ப்பமேயில்லை என் ஆத்துக்காரர் கிழவர் மாத்திரமில்லே. ஒரு வியாதிக்காரர். அவருக்கு நர்ஸ் வேலை பார்க்கறதுதான் என்னுடைய வேலை. ஆனா நா அதைச் சந்தோஷமாத்தான் செஞ்சேன். அவர் செத்துப்போன போது எனக்கு துக்கமாகக்கூட இருந்தது. அந்த ரெண்டு வருஷத்து அனுபவத்துக்கப்புறம் நான் எந்த நிலைமையையும் சமாளிக்கக்கூடிய நிலையைப் பழக்கப்படுத்திண்டுட்டேன்."

ஹாலில் ஏதோ அரவம் கேட்டு ராதா எழுந்திருந்து எட்டிப்பாத்தாள். அப்பா உட்கார்ந்திருந்தார். எவ்வளவு நேரமாக உட்கார்ந்திருக்கிறார்?

"மாமி, அப்பா!" என்றாள் ராதா மெள்ள. மாமி விருக்கென்று உள்ளே எழுந்து போனாள்.

✲ ✲ ✲

அத்தியாயம் 10

ரோஜா மொட்டுக்கட்ட ஆரம்பித்திருந்தது. ராதாவுக்குச் சந்தோஷமாக இருந்தது. கிட்டத்தட்ட ஒரு மாதமாக இந்தத் தோட்டத்தைச் சீர்ப்படுத்த ஆரம்பித்ததிலிருந்து தோட்டமே மாறிவிட்டிருந்தது. சரியாக எண்ணெய் தடவி வாரி, நல்ல சட்டை அணிந்துகொண்ட குழந்தை மாதிரி பூச்செடிப் பாத்திகளில் ஒரு ஒழுங்கு இருந்தது. மலடாயிருந்த ரோஜாச் செடிகூட முதல்முறையாக மொட்டுவிட ஆரம்பித்திருக்கிறது. இதைவிட வேறு என்ன வேணும்? நித்திய முல்லைக்கொடி சேர்த்து கட்டப்பட்டு ஒழுங்காகப் பதவிசாக கேட்டுக் காம்பவுண்டுக்கு மேல் படர்ந்திருந்தது. சந்தோஷத்தில் வெடிக்கிற மாதிரி அந்திவேளையில் வெள்ளை வெள்ளையாய் கொத்தாய் மலர ஆரம்பித்திருந்தது, அந்த வெள்ளைச் சிரிப்பைப் பறிக்க மனசே வராது. பூஜைக்குச் செம்பருத்தியும், நந்தியாவட்டையும்தான் என்று அவள் தீர்மானமாக நிந்திய முல்லைக்கருகில் வரமாட்டாள். அந்தச் சந்தோஷத்தைக் கலைக்க யாருக்கு மனசு வரும்?

ரோஜாபாத்திகளைக் கிளறிக்கொண்டே ராதா யோசனையில் ஆழ்ந்தாள். இந்த ரோஜாச் செடிக்குக்கூடக் கவனிப்பு வேண்டியிருக்கிறது. அவள் கவனிக்கிற வரையில் அது வெறும் கிளையாய் இலைகளாய் இருந்தது. அவள் கைப்பட்டதும்தான் உணர்வு விழித்துக்கொண்ட மாதிரி. இல்லாவிட்டால் அதுவும்

வாட்ட சாட்டமாகப் பேசாமல் நின்றிருக்கும். கன்னி கழியாமலேயே விதவையாகிப்போன மங்களம் மாமி மாதிரி.

மனசு அவளுக்கு ஒருமுறை குலுங்கின மாதிரி இருந்தது. மாமியின் கதையைக் கேட்டதிலிருந்து ஒருவகைப் பரிதாபம் மனசை நிறைத்த மாதிரி இருந்தது. மாமியின் மேல் இருந்த அபிமானமும், மரியாதையும் கூடிப்போன மாதிரி இருந்தது. மாமி கெட்டிக்காரி என்று தோன்றிற்று. வாழ்க்கையில் போராட வேண்டுமானால் போராடித்தான் ஆகவேண்டும் என்கிற தீவிரம் இருந்த மாதிரி இருந்தது. நினைத்துப் பார்க்கையில் அந்த மாமியைவிடத் தன் நிலைமை தேவலை என்று தோன்றிற்று. மனசுக்குப் பிடித்தவனை, ஒரே மாதிரிக் கருத்துக்கள் கொண்டவனைக் கல்யாணம் செய்துகொண்டாள். அவனோடு வாழ்ந்தது ஒரே வருஷமானாலும் எத்தனை இன்பமான நாள்கள் அவை? இப்பொழுது தன்னைச் சுற்றி இருப்பவர்கள் வாழும் வாழ்வின் அலங்கோலங்களை, ஏமாற்றங்களை, சோகங்களைப் பார்க்கும்போது, எத்தனை வருஷம் சேர்ந்திருந்தாலும் தான் அனுபவித்த சந்தோஷம் எல்லாருக்கும் கிட்டிவிடாது என்று புரிந்தது...

அவள் ரோஜாப் பாத்தியை விட்டெழுந்து காய்கறித் தோட்டத்துக்குச் சென்றாள். அங்கே கத்தரிச் செடிகளுக்கு நடுவில் மாமி உட்கார்ந்திருப்பதைப் பார்த்து ஆச்சரியமாக இருந்தது.

"என்ன மாமி, உங்களுக்கும் தோட்டக்கலையில் ஆர்வம் வந்துடுத்தா?"

"ஆமாம், நீ ஒண்டியா சிரமப்படறியேன்னு வேற எண்ணம்."

"எனக்கு ஒண்ணும் சிரமமா இல்லையே. இதைச் செய்யறதிலே எனக்குச் சந்தோஷமான்னா இருக்கு?"

"உனக்கு ஒத்தாசை பண்ணுவோம்னு ஆரம்பிச்சேன். எனக்கே இதிலே ஒரு பிடிப்பு ஏற்பட்டுடுத்து இப்ப. கத்தரி பாரு, எத்தனை பிஞ்சு விட்டிருக்கு!"

ராதா சந்தோஷத்தோடு பார்த்தாள். "ஆமாம் மாமி சீக்கிரம் எண்ணெய்க் கத்தரிக்காய்க்குத் தயாராயிடும்."

"ஆகா, பேஷாய்ப் பண்றேன்."

"என்ன அங்கே அரட்டை?" அப்பாவின் அதட்டலைக் கேட்டு இரண்டு பேரும் திடுக்கிட்டார்கள்.

அவள் சட்டென்று கையைத் துடைத்துக்கொண்டு கூடத்துக்கு வந்தாள்.

அவளைப் பார்த்ததும் அப்பா சிடுசிடுத்தார். "என்ன எப்பப் பார்த்தாலும் பேச்சு? நான் வெளியிலே போறேன் கதவைச் சாத்திக்கோ."

"சரி."

அவர் செருப்பை மாட்டிக்கொண்டே சொன்னார்.

"வம்பு தும்பு கேக்கறதிலே மனசையும், பொழுதையும் செலவழிக்காதே. படிப்பிலே கவனத்தைச் செலுத்து."

அவள் தலையைக் குனிந்துகொண்டாள். அப்பா வெளியில் போனதும் கதவைத் தாழ்ப்பாள் போட்டாள். முகம் லேசாகச் சிவந்தது. மனத்துக்குள் லேசாக ஒரு சீற்றம் எழுந்தது. அப்பா ஒரு கிறிஸ்துவராக இருந்தால் கண்டிப்பாகத் தன்னை ஒரு கன்னிகா மடத்தில் சேர்த்திருப்பார் என்று தோன்றிற்று. தன்னை எதற்காக இப்படி அவர் காவல் காக்கிறார் என்று அவளுக்குப் புரியவில்லை. அன்றைக்கு மாமியும், அவளும் பேசிக்கொண்டிருந்ததை எவ்வளவு தூரம் கேட்டார் என்று அவளுக்குத் தெரியாது. அதைக் கேட்டுவிட்டு அவர் என்ன நினைத்துக் கொண்டிருப்பார்? வம்பு என்றா? அதற்குமேல் வேறு ஒன்றும், ஒரு பச்சாதாபம், கருணை என்று ஒன்றும் தோன்றாதா? கதை எழுதுபவருக்கு மனிதாபிமானம் என்கிற உணர்வு அவசியமில்லையா?

அவள் யோசனையுடன் மறுபடியும் காய்கறித் தோட்டத்துக்குச் சென்றாள். மாமி ஒன்றுமே பேசவில்லை. ஒரு சமையல்காரியுடன்

சமமாகப் பேசக்கூடாது என்கிற கௌரவப் பிரச்சனையில்தான் அப்பா கோபித்திருப்பாரோ என்று தோன்றிற்று. ஆனால் அப்பாவின் கோபத்துக்கெல்லாம் ஒரு காரணம் வேறு வேண்டுமா என்று தோன்றிற்று.

வாசலில் யாரோ அழைப்பு மணி அடிக்கும் ஓசை கேட்டு மாமி எழுந்து போனாள். சற்றைக்கெல்லாம் அவளுக்குப் பின்னால் ஜெயாவும் கூடவே வந்தாள்.

"ஹலோ! வா!" என்றாள் ராதா புன்னகையுடன். அப்பாவும் அவருடைய கோபமும் அறவே மறந்து போயிற்று.

"இன்னிக்குதான் நேரம் கிடைச்சுதா?"

"ஆமாம் ராதா. காலேஜிலேருந்து வந்ததும் பெண்ணோட கொஞ்ச நேரம் இருந்து அவளைக் கவனிக்க வேண்டியிருக்கு. இல்லைன்னா குழந்தைக்கு ஏதானும் ஏக்கம் வந்துடுமோன்னு பயமாயிருக்கு. இன்னிக்கு அம்மா அவளைக் கோயிலுக்கு அழைச்சுண்டு போயிருக்கா. அதனாலே இங்கே வந்தேன்."

"ஏன் நீ கோவிலுக்குப் போகலியா?"

"இல்லை" என்று சற்று பேசாமலிருந்தாள் ஜெயா. பிறகு உனக்குப் புரியுமோ இல்லையோ என்கிற மாதிரிச் சிரித்தாள்.

"எனக்குக் கோயில் குளம் இதிலெல்லாம் நம்பிக்கையில்லை" என்றாள்.

ராதா லேசாகச் சிரித்தாள். "உனக்கு உன் மேலேயே நம்பிக்கையில்லை, அதனாலதான்."

"அதெல்லாம் ஒன்னுமில்லை. நமக்கு எப்பவுமே ஊன்றுகோல் வெச்சுண்டு 'ப்ராப்ஸ்' வெச்சுண்டு பழகிப்போச்சு. நமக்கு எல்லாத்துக்கும் ஒரு சுமைதாங்கி தேவைப்படறது. இதையெல்லாம் விட்டொழிச்சு நாம, நாமா இருக்கக் கத்துண்டாத்தான் நம்ம நாடு உருப்படும்."

ஜெயா இவ்வளவு தூரம் சிந்திக்கிறாளா என்று ராதாவுக்கு ஆச்சரியமாக இருந்தது.

"என்ன ஜே. கிருஷ்ணமூர்த்தியின் சிஷ்யையா நீ?" என்று சிரித்தாள்.

"அதெல்லாம் ஒண்ணுமில்லை. உன்னை மாதிரி நான் படிக்கிறதுமில்லை. ரொம்ப நாளா என் மனசிலே தோணற குழப்பங்களையெல்லாம் அலசிப் பார்க்கும்போது இந்த முடிவுக்குத்தான் வரத் தோணறது."

ஜெயாவின் மனநிலையில் அதிகம் தர்க்கம் செய்வதில் ஏதும் லாபமில்லை என்று ராதா நினைத்துக்கொண்டாள்.

மாமி அங்கேதான் இருக்கிறாள் என்கிற நினைவு வந்ததும்,

"வா ஜெயா, மொட்டைமாடியில் உட்கார்ந்தபடி பேசலாம்" என்றாள்.

"சரி" என்றபடி ஜெயா அவளைத் தொடர்ந்தாள். "மாமி, ரெண்டு கப் காப்பி கலக்கிறேளா?"

"ஓ, நான் கலந்துண்டு வரேன். நீ போ" என்றாள் மாமி.

இரண்டு பேரும் மொட்டைமாடியில் இரண்டு நாற்காலிகளைப் போட்டுக்கொண்டு உட்கார்ந்தார்கள். காற்று ஜிலுஜிலுவென்று வந்து கொண்டிருந்தது.

அக்கம்பக்கத்து வீடுகளின் மாடிகளிலிருந்து டி.வியின் ஆன்டனா எட்டிப் பார்த்துக் கொண்டிருந்தது.

"ஏன் ராதா, உங்கப்பா டி.வி. வாங்கல்லே?" என்றாள் ஜெயா.

ராதா சிரித்தாள்.

"அவர் வாங்கமாட்டார். அதிலே வர சினிமாக்களைப் பார்த்து நான் கெட்டுப் போயிட்டேன்னா?"

"ஐயோ தலையெழுத்தே" என்றாள் ஜெயா. "நீ ரொம்ப அழகாயிருக்கே. அதனாலதான் உன்னைப் பாதுகாக்கிறதுக்கு இவ்வளவு கவலைப்படுகிறார் அவர்னு நினைக்கிறேன்."

"என்னவோ, கடவுளுக்குத்தான் தெரியும்." என்று வானத்தைப் பார்த்தாள் ராதா.

"ஏன் ராதா உன் அம்மா ரொம்ப அழகோ?"

"தெரியாது. அழகுன்னுதான் எங்க அத்தை சொல்லுவாள்."

"அழகாத்தான் இருந்திருக்கணும். நீ உங்கம்மா மாதிரி இருக்கேன்னு நினைக்கிறேன். உங்கப்பா ஜாடையில்லை உனக்கு. உங்கப்பா அதான் அதுக்கப்புறம் கல்யாணமே பண்ணிக்கல்லே. உங்கம்மா போனது பெரிய அதிர்ச்சியா இருந்திருக்கணும்."

"அதிர்ச்சியோட என் மேலே வெறுப்பும், கோபமும் கூட. நான்தான் அம்மாவின் சாவுக்குக் காரணும்னு!"

"நீ வந்ததுக்கு அவர்தானே காரணம்?"

"அதை யார் அவர்கிட்டச் சொல்றது?"

இருவரும் லேசாகச் சிரித்தார்கள்.

மங்களம் மாமி இருவருக்கும் காபியும், தேன்குழலும் கொண்டுவந்து கொடுத்துவிட்டுக் கீழே இறங்கிப்போனாள்.

அவர்கள் காப்பியையும், தேன்குழலையும் சாப்பிட்டுக்கொண்டே ஊர்க் கதையெல்லாம் பேசினார்கள். கல்லூரியைப் பற்றி வம்பளந்தார்கள்.

கடைசியில் ராதா கேட்டாள்.

"உன்னைப் பத்தி சொல்லு ஜெயா. நீ உன் முடிவைப் பத்தி அப்புறம் மறுபடி யோசிச்சயா? அவர்கிட்டேருந்து ஏதானும் கடிதாசு வந்ததா?"

ஜெயா அவளை வியப்புடன் பார்த்தாள். "என் முடிவை நான் எப்பவோ தீர்மானிச்சாச்சே, திருப்பித் திருப்பி மாத்தறதுக்கு என்ன இருக்கு?"

"ஜெயா இது புடவை வாங்கற விஷயம் மாதிரி இல்லே உன் வாழ்வையே பாதிக்கக்கூடிய விஷயம்."

"அதனாலேதான் சீக்கிரமாவே முடிவுக்கு வந்திருக்கேன்."

"அப்படியென்ன அவரோட வாழவே முடியாதபடி ஒரு வெறுப்பு வந்துடுத்து உனக்கு?"

"அவருக்கு நல்ல பழக்கங்களும் இல்லே, குணமும் இல்லே."

"திருத்த முடியாதா?"

"ஊஹூம். திருத்த முடியாத அளவுக்கு அது ரத்தத்தோடு கலந்துபோன ஒண்ணு. அவருக்குப் பதினாலு வயசிலே அப்பா அம்மாவோட அமெரிக்காவுக்குப் போயிருக்கார். இரண்டுங்கெட்டான் வயசிலே அங்கே இருக்கிற நல்லது ஒண்ணும் படியல்லே. எல்லாக் கெட்ட குணங்களும் அப்பவே வந்தாச்சு போலிருக்கு. படிப்பும் ஏறல்லே. இதெல்லாம் கல்யாணத்துக்கு முன்னாடி யாருக்கும் தெரியல்லே. ஏதோ அமெரிக்காவிலே வளர்ந்த தோஷத்திலே அமெரிக்கன் மாதிரிப் பேசற இங்கிலீஷைப் பார்த்து எல்லாரும் மயங்கிட்டா. ஏதோ கம்பெனியிலே உத்தியோகம்னா வெறும் க்ளார்க் உத்தியோகம்னு தெரியாது. ஆபீஸ்லேருந்து நேரா சீட்டு விளையாட்டு, அங்கேயிருந்து பாருக்குப் போகவேண்டியது, நன்னா குடிச்சுட்டு வீட்டுக்கு வந்தா நான் இவர் மனசைத் திருப்பலாமோன்னு நினைச்சு நன்னா ட்ரஸ் பண்ணிண்டா அதுக்குக் கோபம், சந்தேகம். எனக்கு எப்பவும் பாட்டை முணுமுணுத்துண்டிருக்கிற பழக்கம். ஆரம்பத்திலே இவர் சுபாவம் பழகறத்துக்கு முன்னாடி எப்பவும் பாடுவேன். அவருக்குக் கட்டோட பிடிக்கல்லே.

மாசம் பிறந்தும் பணம் கொண்டுவந்து கொடுக்கமாட்டார். ஒரு சமயம் குழந்தைக்கு அம்மை போட்டிருந்தது. எனக்கு அதுக்குப் பால் வாங்கிக் கொடுக்கக்கூட கையிலே காசில்லே. என் நிலைமை எப்படி இருக்கும்னு யோசிச்சுப் பாரு."

"இந்த மாதிரி இருக்கிற ஒரு பிள்ளைக்கு எதுக்குக் கல்யாணம் பண்ணிவெச்சா?"

"நான் கஷ்டப்படணும்னு இருக்கே. அதைச் சொல்லு. நீதான் அவனைத் திருத்தணும் என்கிறா என் மாமியார். பெத்தவளாலேயே

முடியல்லே என்னாலே முடியுமா? எனக்கு ரொம்ப வெறுத்துப்போச்சு. குழந்தைக்குக் கூட சோத்துக்கு வழியில்லாம எத்தனை நாளைக்கு என்னாலே காலந்தள்ள முடியும்? ரொம்ப முடியாமல் போயி ஒரு நாளைக்கு நான் போறேன். என்னாலே இருக்க முடியாதுன்னேன். போன்னு சொல்லி நிர்தாட்சண்யமா வெளியிலே தள்ளிக் கதவைச் சாத்திட்டார். கையிலே இருந்த வளையை வித்து டிக்கெட் வாங்கிக் கட்டின புடவையோட இங்கே வந்தேன். உன்னாலே இதெயெல்லாம் நம்ப முடியறதா ராதா?"

திகைத்துப்போய் உட்கார்ந்திருந்த ராதா மண்டையை ஆட்டினாள், "என்னாலே நம்பவே முடியல்லே ஜெயா. நீ இத்தனை கஷ்டப்பட்டிருப்பேன்னு நான் நினைக்கவேயில்லை. ஏதோ மேலெழுந்தவாரியா நினைச்சுப் பார்த்து, நீ அவசரப்படறயோன்னு நினைச்சேன். இந்த மாதிரி மனசு கஷ்டப்பட்ட நிலையிலே வந்தவ வந்தன்னிக்கே என்னைப் பார்க்க வந்தியே, உன்னாலே எப்படி முடிஞ்சுது?"

ஜெயா ஆகாசத்தைப் பார்த்தபடி உட்கார்ந்திருந்தாள். வானத்தில் கூட்டமாய்ப் பறவைகள் பறந்து கொண்டிருந்தன. நான் வந்ததும் அம்மா அப்பா திகைச்சுப் போயிட்டா - ஏதோ வரக்கூடாதவ வந்த மாதிரி நான் வந்து ஒரு குரல் அழுதேன். நடந்த விவரத்தையெல்லாம் சொன்னேன். எனக்குக் கல்யாணமானதையே மறந்துடுங்கோ. இனிமே நீங்கதான் எனக்குக் கதின்னு அழுதேன், அன்னிக்கு அழுததை நினைச்சா இன்னிக்கு வெக்கமாயிருக்கு. அன்னிக்கு என்னவோ மனசுலே அப்படி ஒரு துக்கமும், பலவீனமும் இருந்தது. அப்போ அம்மா உன் சினேகிதிக்கு ஒரு கதின்னா உனக்கு இப்படியான்னா. அப்பதான் உன்னைப்பத்தி விவரம் தெரிஞ்சுது. துடிச்சுப்போயிட்டேன். நீ எங்கேயோ சந்தோஷமா இருக்கேன்னு நினைச்சுண்டிருந்தேன். நம்ம ரெண்டு பேரோட தலையெழுத்தைப் பாத்தியா? இப்ப இரண்டு பேருமே தனிமரமா நிக்கறோம்."

ஆனால் என் மனத்தில் கசப்பில்லை என்று நினைத்துக்கொண்டாள் ராதா.

"என் அப்பாவுக்கு உன்னைப் பற்றித் தெரியுமோ?"

"தெரியும்."

அப்ப தன்னைக் காலேஜில் சேர்க்கச் சம்மதித்ததற்கு காரணம் இப்பொழுது ராதாவுக்குப் புரிந்தது.

✲ ✲ ✲

அத்தியாயம் 11

ஜெயா போய் வெகுநேரமாகியும் ராதா மொட்டைமாடியில் தன்னந்தனியாய் உட்கார்ந்திருந்தாள். வானம் வெள்ளையிலிருந்து செவ்வானமாய், பிறகு கருநீலமாய் இப்பொழுது லேசான இருட்டாய்ப் போயிருந்தது. பட்சிகளின் ஆரவாரம்கூடத் தேயத் தொடங்கிவிட்டன. அக்கம்பக்கத்து வீடுகளில் டி.வி. நிகழ்ச்சிகள் துவங்கிவிட்டன. கீழே இறங்கிப்போக வேண்டும் என்று நினைத்துக்கொண்டே ராதா உட்கார்ந்திருந்தாள்.

மனசில் ஒரு சோகம் கவ்விய மாதிரி இருந்தது. சின்ன வயசில், கல்யாணத்துக்கு முன்பு வரையிலும்கூட ஜெயா எப்படியிருப்பாள் என்று அவள் நினைத்துப் பார்த்துக்கொண்டாள். பட்டாம்பூச்சி சிறகடித்துக்கொண்டு போகிற மாதிரியல்லவா அவள் நடப்பாள் - எப்பவும் ஒரு பாட்டு வாயில் முணுமுணுத்தபடி இருக்கும் - பாட்டு இல்லாவிட்டால் சிரிப்பு. இவையெல்லாம் எப்படி ஓர் ஆடவனின் கைப்பிடித்தவுடன் போய்விட்டன? போய்விட வேண்டும் என்கிற கட்டாயம்தான் என்ன? அந்த மாதிரி ஒரு கட்டாய வாழ்க்கை இருக்க வேண்டிய அவசியம்தான் என்ன? ஓரளவுக்குத் தாம்பத்தியத்தில் விட்டுக்கொடுத்துக் கொண்டு, பகிர்ந்துகொண்டு போக வேண்டுமே தவிர தன்மானத்தையும், சுயகௌரவத்தையும் மொத்தமாக இழக்க வேண்டிய நிலை ஏற்பட்டால் அந்தத் தாம்பத்தியத்தின் அவசியம்தான் என்ன?

ஜெயா அந்த மாதிரி ஒரு கணவனிடமிருந்து விலகி வந்தது நல்லது என்று ராதாவுக்குத் தோன்றிற்று. பெரியவர்கள் பார்த்து நிச்சயித்த கல்யாணமானாலும், காதல் கல்யாணமானாலும் கல்யாணம் என்பது பெரிய லாட்டரி சீட்டு என்று தோன்றிற்று. மனப்பொருத்தம் என்பது ஆயிரத்தில் ஒன்றுக்குத்தான் இருக்கும் என்று தோன்றிற்று. மனப்பொருத்தம் இல்லாவிட்டாலும் பல்லைக் கடித்துக்கொண்டு காலத்தை ஓட்டும் பெண்கள்தான் அதிகம் என்று தோன்றிற்று. சண்டை சச்சரவுகளுக்கிடையில் குழந்தைகளைப் பெற்றுக்கொண்டு மனஸ்தாபங்களுக்கிடையில் அவர்களை வளர்த்து ஆளாக்கி அவர்களை, அன்பை முழுமையாகக் காணாத அவர்களைச் சமூகத்தில் உலவவிட்டு, அந்தச் சமூகம் எப்படியிருக்கும்? சமூகத்துக்குப் பயந்துகொண்டு அந்தக் கணவனை சகித்துகொண்டு வாழும் அந்தப் பெண்ணின் வாழ்க்கை உடலுறவு என்கிற ஒரே ஒரு நூலிழைப் பிணைப்பினால் நிற்கிற மாதிரி தோன்றிற்று. அந்த நூலிழையும் அறுந்து போயிற்றென்றால் தாம்பத்யம் என்பது வெறும் ஓர் ஏற்பாடு, ஓர் அரேன்ஜ்மெண்ட். அந்தப் பெண் தனியாகக் கால் ஊன்றி நிற்க முடிந்தால் இந்த அரேன்ஜ்மெண்ட்டுக்கு ஏன் இணங்க வேண்டும்?

"ராதா!"

மாமியின் குரலைக் கேட்டதும்தான் சரசரவென்று இருள் பரவிவிட்டதை அவள் உணர்ந்தாள்.

அவள் சட்டென்று எழுந்து கீழே போனாள். நாளைக்காகப் படிக்க வேண்டிய பாடங்கள் இருந்தன.

அவள் கீழே இறங்கியதும், "ஸ்வாமிக்கு விளக்கேத்தறியா ராதா?" என்று மாமி கேட்டாள், "அப்பா வர சமயமாச்சே...?"

"ஏத்தறேன்" என்றபடி ராதா பூஜை அறைக்குள் சென்றாள்.

காலையில் கொளுத்திய ஊதுவத்தியின் மணம் கம்மென்று அறையில் தவழ்ந்து கொண்டிருந்தது.

ராதா திரியைத் தூண்டிவிட்டு விளக்கேற்றினாள். விளக்கின் வெளிச்சத்தில் படங்களில் இருந்த பிம்பங்கள் உயிர் பெற்று எழுந்த மாதிரிச் சிரித்தன.

பிம்பங்கள் - நம்முடைய பிம்பங்கள்தான் இவை. நம்மில் இருக்கும் 'அகத்தை' விலக்கித் தனியே வைத்து முறையிடுகையில் நம் ஆன்மீக பலத்தைத்தான் நாம் அதிகரித்துக் கொள்கிறோம். இது ஒரு வகை (Auto Suggestion).

இந்த மாதிரி ஊன்றுகோல்கள், 'ப்ராப்ஸ்'ஸில் எனக்கு நம்பிக்கையில்லை என்று ஜெயா சொன்னது ராதாவுக்கு நினைவுக்கு வந்தது.

இதையெல்லாம் விவாதிப்பதில் ஏதும் அர்த்தமில்லை என்று ராதா நினைத்துக்கொண்டாள். எல்லாவித நம்பிக்கைகளும் அவரவர்களுடைய தேவைகளைப் பொறுத்தது என்று தோன்றிற்று.

அவள் அன்றைக்குப் படிக்கவேண்டிய பாடங்களைப் பார்த்துக்கொண்டாள். இன்று வகுப்பில் கவனமே செலுத்தாமல் போன பாடத்தைப் படிக்கையில் சுவாரஸ்யமாக இருந்தது.

தற்கொலை செய்துகொள்பவர்கள் ஏன் தற்கொலை செய்துகொள்ளத் தீர்மானிக்கிறார்கள் என்று ப்ரொஃபஸர் ஆட்லர் கூறியிருந்தது சுவாரஸ்யமாக இருந்தது. துக்கம், ஏமாற்றம், கையாலாகாத்தனம் என்ற காரணங்களை விட சமூகத்தின் மேல் ஏற்படும் சீற்றமே காரணம்... இவர்கள்தான் என் சாவுக்குக் காரணம் என்கிற மாதிரி... உயிருள்ளபோது காட்ட முடியாத வஞ்சத்தை என் சாவினால் தீர்த்துக்கொள்கிறேன் என்கிற மாதிரி... ராதா வெகுநேரம் படிப்பில் மூழ்கியிருந்தாள்.

மாமி உள்ளே நுழைந்தாள். "பசிக்கலையா ராதா? சாப்பிட வறயா?"

ராதா திடுக்கிட்டு நிமிர்ந்தாள். "அப்பா இன்னும் வரலியா மாமி?"

"வந்து சாப்பிட்டு எழுத உட்கார்ந்திருக்கார்."

"அப்படியா? சரி இதோ வரேன்" என்று எழுந்தாள்.

கூடத்தில் அப்பா மும்முரமாக எழுதிக்கொண்டிருப்பது தெரிந்தது. இவருக்கு இந்த வயசில் எப்படித்தான் கற்பனை ஊறுகிறதோ என்று அவள் நினைத்துக்கொண்டாள். எவ்வளவு என்றுதான் சொந்தக் கற்பனை ஊறும்? நிறைய ஆங்கில நாவல்களை சில முன்பின் கேள்விப்படாத எழுத்தாளர்களின் புத்தகங்களைக்கூடப் படிக்கிறார். அந்தப் புத்தகங்களிலிருந்து ஒரு கருவை எடுத்து அதைத் தமிழ்நாட்டுச் சூழ்நிலைக்கு ஏற்றவாறு அமைப்பதில் அவருக்கு, பல வருஷங்களாக எழுதி அனுபவப்பட்டவருக்குச் சிரமமாகவாப் போகப்போகிறது என்று அவள் நினைத்துக்கொண்டாள். வாஸ்தவத்தில் அவருடைய கதைகளைப் படிக்கும் வாசகர்களோ, பிரசுரிக்கும் பத்திரிகைக்காரர்களோ அவர் கதைகளில் கதையம்சத்தையோ, கருத்தாழத்தையோ தேடி அலைவதில்லை என்று அவளுக்குத் தோன்றிற்று. இரண்டு அத்தியாயங்களுக்கு ஒருமுறை அவர் சிருங்காரரஸம் சொட்டச்சொட்ட வர்ணிக்கும் பகுதிகளுக்கே படிக்கிறார்கள் என்று தோன்றிற்று. இந்தப் பாலுணர்வு என்பதற்குத்தான் எவ்வளவு பெரிய சக்தி என்று அவள் நினைத்துக்கொண்டாள். இவர் நிமிஷமாய் எழுதித் தள்ளிவிடும் பகுதிகள் படிப்பவர்களின் மனத்தை எவ்வளவு தூரம் பாதிக்கும் என்று நினைத்துப் பார்க்கவே பயமாக இருந்தது.

கொஞ்ச நாள்களாக அவர் அதிகம் பேசுவதில்லை என்று தோன்றிற்று. முன்பெல்லாம் தினமும் ஒரு தடவையாவது அவள் அவருடைய இஷ்டமில்லாமல் செய்துகொண்ட கல்யாணத்தை அதனால் அவளுடைய தலையெழுத்தைப் பாழாக்கிக்கொண்டதை குத்திக்காட்டாமல் இருக்கமாட்டார். இப்பொழுது ஏன் வாயை மூடிக்கொண்டிருக்கிறார் என்று அவள் யோசித்துக் கொண்டிருந்தாள். இப்பொழுதுதான் அதற்குக் காரணம் புரிந்தது. ஜெயாவின் கதையைக் கேட்ட பிறகு அவர் தமது பிடிவாத எண்ணத்தைச் சற்றுத் தளர்த்திக்கொண்டிருக்க வேண்டும்.

தமது வாதத்தில் பலம் ஏதும் இல்லை என்று புரிந்துகொண்டிருக்க வேண்டும். இளைஞர்களுக்காக

எழுதுவதாகப் பெருமைப்பட்டுக்கொள்ளும் அவருக்கு உண்மையில் எத்தனை பிற்போக்கான எண்ணங்கள் என்று அவள் நினைத்துக்கொண்டாள்.

அவளுக்கு அன்று படுக்கையில் படுத்ததும் ரகுவின் நினைவு அதிகமாக வந்தது. ஜெயாவின் சோகத்தை அறிந்ததிலிருந்து ரகுவுடன் ஒரு வருஷமேனும் வாழ நேர்ந்தது, தன் அதிர்ஷ்டம் என்று நினைத்துக்கொண்டாள்.

எப்படி அப்படிப்பட்ட ஓர் இணக்கம் தனக்கும், ரகுவுக்கும் ஏற்பட்டது என்று இப்பவும் அவளுக்குப் புரியவில்லை. எப்படிப்பட்ட அன்புள்ளம் அவனுக்கு? எத்தனைக் கனிவு இருக்கும் அந்தப் பார்வையில்? அன்புக்காகக் காய்ந்து போயிருந்த மனசு அதனால்தான் அப்படி அவன் பக்கம் ஈர்க்கப்பட்டதோ? அப்படி ஒரு தைரியம் எப்படி வந்தது. தன் வசத்தை ஓர் ஆடவனுக்கு இழக்கும்படியாக? அப்பாவின் அதட்டலைக் கேட்டே பழகிப்போயிருந்த மனதுக்குள் அவனது பேச்சும், கனிவும் ஒரு புதிய கனவை உருவாக்கியிருக்க வேண்டும். நாமும் ஒருத்தனின் அன்புக்கு பாத்திரமாவோம் என்கிற துணிவைக் கொடுத்திருக்கவேண்டும்.

கதைகளில் வருகிற மாதிரிதான் அவர்களிடையே அன்பு உருவாயிற்று பஸ் ஸ்டாண்டில்...

அவன் என்ஜினியரிங் கடைசி வருஷம் படித்துக்கொண்டிருந்தான். தினமும் பஸ் ஸ்டாண்டில் அவனும் வந்து நிற்பான். மிகவும் எளிமையாக வருவான். அவன் யாருடனும் அதிகம் அதிர்ந்து பேசி, அட்டகாசமாகச் சிரித்து அவள் பார்த்ததில்லை. பெண்களை வம்புக்கிழுக்கும் வேலையிலெல்லாம் அவன் யாருடனும் சேர்ந்ததில்லை. சாதாரண குடும்பத்தைச் சேர்ந்தவன் போலிருந்தான். மற்ற பையன்கள் பேச்சிலிருந்து அவன் ஏதோ ஸ்காலர்ஷிப்பில் படிக்கிறான் என்று அவளுக்குத் தெரிந்திருந்தது. ஒரு நாளைக்கு அவள் இரண்டு பஸ்களை நழுவ நேர்ந்தது, இடம் கிடைக்காமல், அவன்

தாமதமாக ஓட்டமாக வந்தான். அவள்தான் பரிச்சயமானவள் என்று நினைத்தவன்போல் "பஸ் போய்விட்டதா?" என்றான்.

இப்படித்தான் மிக சாதாரணமாக அவர்களது பரிச்சயம் ஆரம்பமாயிற்று. மெள்ளமெள்ளப் பேச்சும், பரிவர்த்தனைகளும் அதிகரித்தது. அவனுக்குப் பெற்றோர்கள் இல்லையென்றும் மாமா வீட்டில் இருப்பதாகவும் சொன்னான். ஒரு நாளைக்கு அவன் ரொம்ப தைரியமாக 'யு லுக் லவ்லி டுடே' என்று கூறிவிட்டான். அன்றிலிருந்து அவள் ஆகாசத்தில் மிதந்தாள். அவனது இதமான பேச்சில், கனிவான பார்வையில் கரைந்துபோனாள். அவன் என்ஜினியரிங் பாஸ் பண்ணி வேலையும் தேடிக்கொண்டான். ஒருநாள் அவன் தன்னைத் திருமணம் செய்துகொள்ளச் சம்பந்தமா என்று கேட்டபோதுதான் அவளுக்கு அப்பாவைப் பற்றிய பயம் ஏற்பட்டது. அப்பாவுக்குத் தெரியாமல் மனசை இவ்வளவு தூரம் நழுவவிட்டதே பெரிய தப்பு மாதிரி தோன்றிற்று. அவன் சிரித்தான் அவள் பயப்படுகிற மாதிரி அவளுடைய அப்பா நிச்சயம் இருக்கமாட்டார் என்று அவன் தைரியம் சொன்னான். ஆனால் அவன் அப்பாவிடம் திருமணத்தைப் பற்றி பிரஸ்தாபிக்க வந்தபோது ஏதோ திருடனை விரட்டுகிற மாதிரி அப்பா அவனை விரட்டி அனுப்பினார். அவன் தலைகுனிந்து கொண்டு முகம் சிவக்க வெளியில் போவதைப் பார்க்கையில் அவள் மனமும், உடலும் கூசிப்போயின. சொல்ல முடியாத ஒரு சீற்றம் மனத்தில் எழுந்தது. ஆரம்பத்திலிருந்து அப்பா தன்னிடம் பாராமுகமாகவே இருக்கிறார் என்கிற உணர்வும், தாபமும் விசுவரூபமாகக் கிளம்பிற்று. அவளாகவே தைரியத்தை வரவழைத்துக்கொண்டு அப்பாவிடம் கேட்டாள். அவர் அவளை மகாக் கேவலமாகப் பேசினார். அவளை ஒரு வேசி என்கிற அளவுக்கு மட்டமாகப் பேசுகையில் அவள் வெறுத்துப்போனாள். இந்த மாதிரி ஓர் அப்பாவுடன் இருந்துகொண்டு வாயை மூடிக்கொண்டு புழு மாதிரி ஆசையெல்லாம் பொசுக்கிக்கொண்டு அவர் காட்டும் எவனுக்கோ கழுத்தை நீட்ட வேண்டிய நிர்ப்பந்தத்தைவிட எங்கேயாவது ஓடிவிடலாம் அல்லது

வாழ்க்கையையே முடித்துக்கொள்ளலாம் என்றுகூட நினைக்க ஆரம்பித்தாள். அப்பொழுது ரகுவுக்கு டில்லிக்கு மாற்றலாயிற்று.

இருவரும் இரகசியமாகக் கல்யாணம் செய்துகொண்டு கிளம்பிவிடுவது என்று வேறு வழிதோன்றாமல் இருவரும் நிச்சயம் செய்தார்கள். தனக்கு அதற்கெல்லாம் எப்படித் தைரியம் வந்தது என்று இன்று இந்த க்ஷணத்தில் நினைத்துப் பார்க்கையில் அவளுக்கு ஆச்சரியமாக இருந்தது. எந்த விதமான ஒரு வேகமும், தீவிரமும், தீர்மானமும் அவள் மனத்தில் அப்படி ஏற்பட்டது? அதுவும் அப்பாவின் எதிரிலேயே வரப் பயப்பட்டவளுக்கு, அவர் வீட்டில் இருக்கும்போது அதிரப் பேசாதவளுக்கு அவரிடம் எதையும் கேட்பதற்கே அஞ்சியவளுக்கு என் வாழ்வை நிர்ணயித்துக்கொள்ள எனக்குத் தெரியும் என்கிற மாதிரி சொல்லாமல் கொள்ளாமல் ரயிலேற எப்படித் தைரியம் வந்தது? இப்பொழுது யோசித்துப் பார்க்கையில் அவளுக்குச் சில விஷயங்கள் புரிகிற மாதிரி இருந்தது. அப்பாவுக்கும், அவளுக்கும் என்றுமே ஒரு நெருக்கம் இருந்ததில்லை என்று புரிந்தது. அவருக்கு என்ன காரணத்தாலோ அவள்மேல் வளர்த்துக்கொண்ட கோபம் மாதிரி அவளுக்கும் அவர்மேல், அவரது பாரா முகத்தினால் ஒரு கோபம் இருந்திருக்க வேண்டும். மனசில் காதல் பூத்துப் புதிய எல்லைகள் கண்ணுக்குப் புலப்படுகையில் அவருடைய முட்டுக்கட்டைகள் எரிச்சலை உண்டு பண்ணியிருக்க வேண்டும். மனத்தில் ஒரு ப்ரவாகம் கிளம்புகையில் அவர் போட்ட அணைகளில் மனசு திணறிப் போயிருக்க வேண்டும். இல்லாவிட்டால் பிய்த்துக்கொண்டு கிளம்ப அத்தனை தைரியம் வந்திருக்காது. அவள் ஒரு மயக்கத்தில், போதையில் ஆழ்ந்திருந்திருக்க வேண்டும். சுய நினைவோடு அவளால் அப்படிப்பட்ட காரியத்தைச் செய்திருக்க முடியாது... மனத்தில் ரகு நல்லவன், நம்பத்தகுந்தவன், அன்பைக் கொடுக்கும் பண்புள்ளவன் என்ற தீர்மானமான எண்ணம் இருந்தது. அவளது தீர்மானம் சரியானது என்று அவன் அவளுடன் வாழ்ந்த ஒவ்வொரு விநாடியும் நிரூபித்தான்.

அப்பாவுக்கு அவளுடன் சேர்ந்து அவனும் ஒரு கடிதம் எழுதினான், தாங்கள் மணம் செய்துகொண்டதை அறிவித்து, மன்னிப்புக்கோரி - அப்பாவிடமிருந்து எந்தக் கடிதத்துக்கும் பதில் வரவில்லை.

புதிய சாம்ராஜ்யத்தை ஏற்படுத்திக்கொண்ட சந்தோஷத்தில் அவள் அப்பாவின் கோபத்தை அதிகம் லட்சியம் செய்யவேயில்லை. அவள் ஏற்படுத்திய சாம்ராஜ்யம் அவள் கண்ணெதிரிலேயே சுக்கலாகப் போயிற்று. ஒரே வருஷத்தில்... திடீரென்று தான் விசித்து அழுவதை அவள் உணர்ந்தாள்.

✲ ✲ ✲

அத்தியாயம்

12

எங்கிருந்தோ வெங்கடேச சுப்ரபாதம் கேட்டது. ஜன்னல் வழியாகச் சுரீரென்று அடித்த வெய்யிலில் ராதா திடுக்கிட்டு எழுந்தாள். எதிரிலிருந்த கடிகாரத்தைப் பார்த்தாள். மணி ஏழு.

நேரமாகிவிட்டது என்கிற பரபரப்போடு ராதா எழுந்திருந்து பல் தேய்க்கப் போனாள்.

மங்களம் மாமி குளிக்கப் போயிருந்ததால் ராதா தானே காப்பியைக் கலந்துகொண்டு குடித்தாள். குடித்துவிட்டுத் தன் அறைக்குப் போகையில் மாமி கிணற்றடியில் குளிப்பது தெரிந்தது. ஈரப் புடவையில் அந்த நிலையில் மாமியைப் பார்க்கையில் அவளுக்கு என்னவோ மாதிரி இருந்தது. மாமி என்ன இப்பொழுது கிணற்றடியில் குளிப்பதை வழக்கமாக வைத்துக்கொண்டு விட்டாளா என்ன என்று தோன்றிற்று. ஜீனத் அமனின் பரிமாணங்களை விட மாமியுடையது பெரிதாக இருந்தது. அப்புறம் அப்பா பார்த்தால் இதென்ன புது வழக்கம் என்று மாமியின் சீட்டைக் கிழித்து விடுவாரோ என்று பயமாக இருந்தது. இனிமேல் மாமியை பாத்ரூமிலேயே குளிக்கும்படி சொல்லவேண்டும் என்று அவள் நினைத்துக்கொண்டாள். ஏதேச்சையாக அந்தப்பக்கம் அப்பா வந்தாலும் அவருடைய கண்ணுக்கு எதுவும் தப்பாதே?

அவள் அன்றைக்கு நடக்க வேண்டிய பாடங்களைப் பற்றிய குறிப்புகளை ஒரு நோட்டம்விட்டாள். பிறகு தன் துணிமணிகளை எடுத்துக்கொண்டு குளிக்கச் சென்றாள்.

அவள் சாப்பிட உட்காரும்போது மறுபடியும் மாமி கொல்லைப்பக்கம் குளித்தது ஞாபகத்திற்கு வந்தது. அப்படி நாலுபேர் கண்ணில் படுகிற மாதிரி குளிக்காதீர்கள் என்று எப்படிச் சொல்வது? இது கிராமமில்லை, பட்டணம். பட்டணத்தில் சாதாரணமாக எல்லாருக்கும் பார்வை நேராக இருக்காது என்று எப்படிச் சொல்வது?

"மாமி! நீங்கள் பாத்ரூமிலேயே குளிக்கலாமே?" என்றாள் மெள்ள.

மாமி சட்டென்று அவளை நிமிர்ந்து பார்த்தாள். புரிந்துகொண்ட பார்வை.

பிறகு பார்வையைத் தாழ்த்தியபடி சொன்னாள்.

"நீயும் சீக்கிரம் போகணும், அப்பாவும் சீக்கிரம் குளிக்க வந்துடறார். அப்புறம் நானும் போனால் தொந்தரவா இருக்கப்போறதேன்னு கிணத்தடிக்குப் போறேன்."

"நீங்கதான் சீக்கிரம் எழுந்துடறேளே?"

"ஆமாம், இனிமே டிகாக்ஷனை இறக்கின கையோடு குளிச்சுட்டு வந்துடறேன்."

இந்த மாமி சொல்வதற்குள் புரிந்துகொள்கிறாள் என்கிற ஒரு திருப்தியோடு மேற்கொண்டு ஏதும் பேசாமல் ராதா சாப்பிட்டுவிட்டு எழுந்தாள்.

அவள் அவசரமாகத் தன்னைத் தயார் செய்துகொண்டு பஸ் ஸ்டாப்புக்குப் போனாள். தினம் இருக்கிற கூட்டம் பஸ் ஸ்டாப்பில் இல்லை. அவள் ஏற வேண்டிய பஸ் போய்விட்டதோ என்னவோ என்று அவள் அனுமானித்தாள். அப்பொழுது அவசரமாக அவன் ஓடிவந்தான். தினமும் இதே பஸ் ஸ்டாப்பில்

காத்து நின்று அவளுடன் பஸ் ஏறுபவன். ஸ்டெதஸ்கோப் ஒன்று பாண்ட் பாக்கெட்டிலிருந்து எட்டிப் பார்த்துக் கொண்டிருக்கும்.

அவன் வேகமாக வந்து நேராக ராதாவிடம், "பஸ் போய்விட்டதா?" என்று கேட்டான். எங்கோ நினைவாக இருந்த ராதா ஒரு விநாடி நிலைகுலைந்து போனாள். சடாரென்று ரகுவின் நினைவு வந்தது, அவள் தன்னைச் சமாளித்துக்கொண்டு எனக்குத் தெரியாது என்றாள்.

அவள் ஏற வேண்டிய பஸ் வந்ததும் அவள் ஏறினாள். கூடவே அவனும் ஏறினான் வழக்கம்போல். அவள் இறங்குகையில் அவன் இன்னும் உட்கார்ந்திருப்பது தெரிந்தது.

ஜெயா அதற்கு முந்திய பஸ்ஸிலேயே போய்விட்டாள் என்று தோன்றிற்று. அவள் கல்லூரிக்குள் நுழைகையில் மணியோசை கேட்டது. அவள் பரபரப்புடன் தன்னுடைய வகுப்பில் நுழைந்தாள். இன்னும் லெக்சரர் வந்திருக்கவில்லை. ராதா நாற்காலியில் உட்கார்ந்து தன்னை ஆசுவாசப்படுத்திக் கொண்டாள். மாணவ மாணவிகள் ஏதோ அரட்டை அடித்துக் கொண்டிருந்தார்கள்.

நளினி அவளைப் பார்த்து "ஹலோ" என்றாள்.

"ஹலோ! என்ன சமாச்சாரம் எல்லாரும் என்ன பேசிக் கொண்டிருக்கிறீர்கள்?"

"உனக்குத் தெரியாதா? இன்னிக்கு நாமெல்லாம் ஆக்சுவல் கேஸஸ்ஸை ஸ்டடி பண்ண, மெண்டல் இன்ஸ்டிட்யூட்டுக்குப் போகப்போறோம் பதினோரு மணிக்கு."

சுவாரஸ்யத்தில் ராதாவின் கண்கள் விரிந்தன.

"அப்படியா! யார் சொன்னது?"

"இன்னிக்கு நோட்டீஸ் போர்டிலே போட்டிருக்கே பார்க்கலை?"

"இல்லை. இன்னிக்கு நான் லேட்டா வந்தேன்!" அதற்குள் லெக்சரர் வந்துவிடவே இரண்டு பேரும் எழுந்தார்கள்.

லெக்சரர் உட்காருவதற்குக் காத்திருந்த மாணவ மாணவிகள் ஒன்றாகக் கேட்க ஆரம்பித்தார்கள் ஆங்கிலத்தில்,

“மெண்டல் இன்ஸ்டிட்யூட்டுக்கு நிஜமாகப் போகப் போறமா?”

“ஆர் வீ ரியலி ஸீயிங் மாட் காப்ஸ்” லெக்சரர் பொறுமையாகப் பதில் சொன்னார்.

“ஆமாம், போகப் போகிறோம். பதினோரு மணிக்கு. மனத்தின் பலவீனத்தினால் நரம்புத் தளர்ச்சியினால் நர்வஸ் ப்ரேக்டௌன் ஆகிக் கஷ்டப்படுபவர்களை இன்று பார்ப்போம். அவர்களைக் குணப்படுத்தி ஆரோக்கியமான மனநிலைக்குக் கொண்டு வருவதுதான் ஒரு மனோ தத்துவ நிபுணனின் வேலை.”

“பைத்தியம் என்றால் பயமாயிருக்கிறது ஸார்!”

“இந்த எண்ணம்தான் கூடாது. பைத்தியம் என்பதும் ஒரு வியாதி என்று புரிந்துகொள்ள வேண்டும் - தலைவலி மாதிரி, டைபாய்ட் மாதிரி, மற்றதுக்கு சரீரத்துக்கு வைத்தியம் பண்ணுகிறமாதிரி இதற்கு, மனசுக்கு வைத்தியம் செய்ய வேண்டும். இதற்கு முக்கியமாக மனிதாபிமான உணர்வு வேண்டும். இதுவரை பைத்தியம் பிடித்தவர்களுக்கு விமோசனமே இல்லாமலிருந்தது. அவர்களை மிருகங்கள் மாதிரி, கொஞ்சங்கூட மனிதாபிமானமே இல்லாமல் நடத்தி அவர்கள் வியாதியை இன்னும் முற்ற வைத்தார்கள். இப்பொழுது நிலைமை மாறியிருக்கிறது. மனோதத்துவம் என்கிற ஸயன்ஸ் வெகுவாக முன்னேறியிருக்கிறது. உங்களுக்கெல்லாம் வெறும் ஏட்டுப்படிப்புக் கூடாது, கொஞ்சம் ப்ராக்டிகல் அனுபவம், ரிஸர்ச் அனுபவம் வேணும் என்றுதான் இந்த மாதிரி ஓர் ஆஸ்பத்திரியைப் போய்ப் பார்க்க வேண்டும் என்று தீர்மானித்திருக்கிறோம். உங்களுக்கெல்லாம் இது ஒரு சுவாரஸ்ய அனுபவமாக இருக்கும் என்று நம்புகிறேன்.”

“கண்டிப்பாக” என்றார்கள் எல்லோரும். “வீ ஆர் லுக்கிங் ஃபார்வர்ட் டு இட் ஸார்.”

“குட்” என்றார் லெக்சரர். “ஒன்று நீங்கள் ஞாபகம் வைத்துக்கொள்ள வேண்டும் பிறக்கும்போது எல்லோரும்

சுத்தமான மனசோடு, கறைபடியாத மனசோடுதான் பிறக்கிறோம். எதையும் கற்றுக்கொள்ளும் ஆர்வமும், நல்லதைப் பிடித்துக்கொள்ளும் வேகமும், அன்பு செலுத்தும் இயல்பும் இயற்கையாகவே இருக்கிறது. இத்தனை பரிசுத்தமான வார்ப்புகளின் இயல்பு மாற வேண்டுமானால் அதற்குக் காரணம் வளர்ப்புமுறை. அதற்குப் பொறுப்பு பெற்றோர்களும், சமூகமும் தான். சரியான குறிக்கோள்களும், லட்சியங்களும் அஸ்திவாரங்களாக இல்லாவிட்டால் வளரும் குழந்தைகள் திசை தெரியாமல் போகத்தான் போகும். அப்படி வளரும் மனத்துக்குப் பலம் இருந்தால் அதில் உண்டாகும் வக்கிரங்களின் பலத்திலேயே சமூகத்துக்குத் தீமையை விளைவித்துக்கொண்டு வளரும். பலமில்லாத மனசு அதிர்ந்துபோகும். மனிதாபிமான உணர்வில் நம்பிக்கை போய் சுய பச்சாதாபம் அதிகரித்து கடைசியில் பேதலித்தும் போகும். இவர்களையெல்லாம் ஸ்டடி செய்து, அவர்களுடைய உபாதைகளின் மூலகாரணங்களைக் கண்டுபிடித்து கருணையோடு சிகிச்சை செய்து நார்மலாக ஆக்குவதுதான் ஸைக்காட்ரிஸ்டின் வேலை."

ராதா லெக்சரை சுவாரஸ்யத்துடன் கேட்டுக்கொண்டிருந்தாள். யாரோ இடையில் குத்தின மாதிரி இருக்கவே அவள் திடுக்கிட்டுத் திரும்பிப் பார்த்தாள். நளினி எதையோ மெள்ள அவளிடம் நீட்டினாள். ராதா அதை வாங்குவதா வேண்டாமா என்று யோசித்தபடி வாங்கிக்கொண்டாள்.

ஒரு காகிதம் - லெக்சரரின் முகம் மாதிரி ஒரு படம், பக்கத்தில் கொட்டை எழுத்துக்களில் Bore என்று வார்த்தை. ராதாவுக்கு ரசிக்கவில்லை. இவர்களெல்லாம் எதற்காகப் படிப்பதற்கு வருகிறார்கள் என்றிருந்தது. சிவனேயென்று வீட்டில் உட்கார்ந்துகொண்டு சமையல் கற்றுக்கொண்டு ஏதாவது ஒரு கலையைக் கற்றுக்கொண்டு இருக்கக் கூடாதோ என்றிருந்தது. அவள் திரும்பிப் பார்க்காமலேயே அந்தக் காகிதத்தைச் சுருட்டினாள். இந்த நளினி மொத்தத்தில் ஒரு பொறுப்பற்றவள் என்று தோன்றிற்று.

மாணவர்கள் அடிக்கடி கைக்கடிகாரத்தைப் பார்த்து கொண்டிருந்தார்கள். ஒரு வழியாகப் பதினோரு மணி ஆயிற்று. அவர்களுக்காக, ஒரு வேன் ஏற்பாடாகி இருந்தது. ஒரு பிக்னிக்குக்குப் போகிறமாதிரி ஸைக்காலஜியைப் பாடமாக எடுத்துக்கொண்ட அந்தப் பன்னிரண்டு மாணவர்களும் கிளம்பினார்கள், லெக்சரருடன்.

லெக்சரர் வழி நெடுக மனோவியாதிக்குட்பட்டவர்களுடன் எப்படிப் பழக வேண்டும் என்று சொல்லிக்கொண்டு போனார். அவர்களோடு நயமாகப் பேசவேண்டும். கருணையோடு பழகவேண்டும். பரிகசிக்கவோ, கோபிக்கவோ கூடாது.

மொத்தத்தில் இதற்கு அடிப்படையாக ஒரு மனிதாபிமான உணர்வு தேவை என்று ராதாவுக்குத் தோன்றிற்று. இத்தனை உயர்வான ஒரு பாடத்தை அப்பா எத்தனை இகழ்ச்சியாகப் பேசினார்? அவருக்கு உள்ளுக்குள் ஏதோ பயமாக இருக்கவேண்டும். அவள் என்ன தன் அந்தரங்கங்களைப் பற்றிக் கண்டுகொண்டு விடுவாளோ என்ற பயம் ஒரு குற்ற உணர்வினால் ஏற்பட்ட பயம்.

மெண்டல் இன்ஸ்டிட்யூட் வந்துவிட்டது. ராதா தன் சிந்தனைகளிலிருந்து விடுபட்டு எல்லோரும் இறங்கிய பிறகு இறங்கினாள். எல்லோரும் ஒருவகை ஆர்வத்துடன் இருந்தது தெரிந்தது. அவர்கள் வரப்போவதைப் பற்றி முன்கூட்டியே தெரிவிக்கப்பட்டிருந்ததால் ஆஸ்பத்திரி சூபரின்டெண்ட் இன்முகத்துடன் வரவேற்றார். நரம்புத் தளர்ச்சிக்குள்ளானவர்கள் அதிகம் சத்தத்தை விரும்ப மாட்டார்கள். அதனால் சத்தம் ஏதும் போடக்கூடாது என்று கேட்டுக்கொண்டார்.

அவர்கள் கூடவே ஒரு டாக்டர் வந்தார்.

ஒரு மாணவன் டாக்டரைக் கேட்டான்; "பெண்கள்தான் ரொம்ப மூடி டைப். அவர்களுக்குத்தான் அதிகம் மனோ வியாதி வருமோ டாக்டர்?" அவன் ஒருவிதக் குறும்புடன் கேட்டாலும் டாக்டர் சீரியஸாகப் பதில் சொன்னார். "அப்படிச் சொல்ல

முடியாது. வாஸ்தவத்தில் பெண்களுக்குத் தங்களைப் பற்றியே ஸப்ஜெக்டிவ்வாக நினைத்துக்கொண்டிருக்க நல்லவேளையாக நேரம் கிடைப்பதில்லை. கணவனிடம் திருப்தியில்லாவிட்டாலும், குழந்தைகள், வீட்டு வேலைகள் என்று தன்னலமில்லாத பொறுப்புகளினால் மனசுக்கு ஒரு நிதானம் ஏற்படுகிறது, வென்டிலேஷன் ஏற்படுகிறது. ஆணுக்கு இந்த மாதிரியெல்லாம் டிஸ்ட்ராக்ஷன் இல்லாததால் சுய பச்சாதாபம் இருப்பவனுக்கு இன்னும் அது வளர்ந்துகொண்டே போய் வியாதியாய்ப் போய்விடுகிறது. தற்சமயம் இங்கு இருக்கிற பேஷண்ட்ஸில் ஆண்கள்தான் அதிகம்."

கேட்ட மாணவனின் முகத்தில் அசடு வழிந்தது. மாணவிகள் தங்களுக்குள் சிரித்துக் கொண்டார்கள்.

"நீங்கள் இன்றைக்கு அவுட் பேஷண்ட் வார்டில் இருங்கள். வரும் கேஸ்களைக் கவனித்தாலே உங்களுக்குப் புரியும்" என்றார் டாக்டர்.

அவர்கள் எல்லோரும் டாக்டரின் அறையில் வெளிச்சம் அதிகமில்லாத ஒரு பக்கமாகப் பெஞ்சில் உட்கார்ந்தார்கள்.

அப்பொழுது ஓர் இளம் பெண்ணை ஒரு நடுத்தர வயது ஆணும், பெண்ணும் கைத்தாங்கலாகப் பிடித்தபடி அழைத்து வந்தார்கள். பேஷண்டை நாற்காலியில் உட்கார வைத்தார்கள். பெண்ணின் கூடவந்தவர் சொன்னார்;

"இவள் எங்களுடைய பெண், காலேஜில் பி.ஏ படிக்கிறாள். நல்ல ஆரோக்கியமானவள். திடீரென்று ஒரு மாசத்துக்கு முன் ஒரு நாளைக்குக் காலேஜிலிருந்து வந்த பிறகு திடீர் திடீர் என்று மயக்கம் போட்டு விழ ஆரம்பித்தாள். உடம்பு ஒரேயடியாய் விரைத்துக் கட்டையாகி விடுகிறது. பாக்கி சமயங்களில் சாதாரணமாக இருக்கிறாள். என்னென்னவோ வைத்தியம் நாங்கள் செய்துபார்த்து விட்டோம் எதற்குமே சரியாகவில்லை. யாரோ மென்டல் இன்ஸ்டிட்யூட்டுக்கு அழைத்துப் போகச் சொன்னார்கள்."

"டோன்ட் வொர்ரி. இங்கே ஷி வில் பிகம் ஆல்ரைட்... நீங்கள் இருவரும் வெளியே போகிறீர்களா?" என்றார் டாக்டர்.

அவர்கள் உடனே வெளியே போனார்கள்.

"இங்கே வந்து படுத்துக்கோம்மா!" அவள் மெள்ள பரிசோதனைப் படுக்கையில் படுத்துக்கொண்டாள்.

"டாக்டர் மோஹன்!" என்று யாரையோ உட்பக்கமாகத் திரும்பி டாக்டர் கூப்பிட்டார்.

உள்ளேயிருந்து "யெஸ் ஸார்" என்றபடி ஒருவன் வந்தான்.

"நீங்கள் இங்கே இருங்கள், நான் பேஷண்டைக் கேள்வி கேட்கும்போது."

"எஸ் ஸார்."

வந்தவனை ராதா ஆச்சரியத்துடன் பார்த்தாள். இன்று காலை அவளுடன் சேர்ந்து முதல் பஸ்ஸைக் கோட்டைவிட்டவன்.

✲ ✲ ✲

அத்தியாயம்

13

ராதா ரோஜாச் செடிகளுக்கு ஜாக்கிரதையாக யூரியாவும், அம்மோனியம் பாஸ்பேட்டும் செடிகளைச் சுற்றி ஒரு வட்டமாகப் போட்டாள். பிறகு வாளியிலிருந்த தண்ணீரை நிதானமாகவிட்டாள். அவளுடைய பாதுகாப்பில் ரோஜாச் செடி நல்ல ஆரோக்கியமாகிவிட்டிருந்தது. தளதளவென்று இலையும், மொட்டுக்களுமாய் அவளுக்கு நன்றி தெரிவித்தது. கேவலம் இந்த ரோஜாச் செடிக்கு இத்தனை ஊட்டமும், கவனிப்பும் வேண்டியிருந்தால் ஓர் இளம் பெண்ணுக்கு எத்தனை அவசியம் அது என்று தோன்றிற்று.

அவளுக்குச் சட்டென்று அன்று காலை மெண்டல் இன்ஸ்டிட்யூட்டில் பார்த்த பெண்ணின் ஞாபகம் வந்தது. மோஹன் அங்கு வந்ததைப் பார்த்து 'ஓ! இவன் இங்குதான் இருக்கிறானா!' என்கிற பிரமிப்பு அடங்குவதற்குள் பெரிய டாக்டர் அந்தப் பெண்ணைக் கேட்க ஆரம்பித்தார்.

"உன் பெயரென்னம்மா?"

"கமலா."

"உனக்குத் தங்கை, அண்ணா, தம்பி இருக்காளா?"

"இல்லை. நான் ஒருத்திதான்."

"காலேஜில் படிக்கிறியா?"

"ஆமாம்."

"நீ தினமும் காலேஜுக்கு எப்படிப் போறே?"

"எலெக்டிரிக் டிரெயினிலே போயி அங்கேயிருந்து படிமேல ஏறி மேம்பாலத்தைத் தாண்டிக் காலேஜிற்குப் போறேன்."

"வழியிலே யாரையெல்லாம் பார்ப்பே?"

"மத்த எவ்வளவோ ஸ்டுடண்ட்ஸைப் பார்ப்பேன். ஆபீஸ் போறவாளப் பார்ப்பேன்."

"ஆண் பிள்ளைகளைத்தான் அதிகம் பார்ப்பாய் இல்லையா?"

"ஆமாம்."

"சரி. அன்றைக்கு என்ன ஆச்சு? நீ வழக்கம்போல் போனாய்... ரயிலிலேர்ந்து இறங்கி..."

"படியிலே ஏறினேன்..."

"உம் அப்புறம்...?"

"அப்புறம் அப்புறம்..."

அந்தப் பெண் திடீரென்று மூர்க்சையானாள், வலதுபுறமாய்ச் சாய்ந்த அவளை மோஹன் தாங்கிக்கொண்டான்.

டாக்டர் தம் கேள்விகளை விடாமல் தொடர்ந்தார்.

"ஏன் நிறுத்திட்டே? சொல்லு, ஏறினே... விழுந்துட்டியா..."

பெண்ணின் குரல் ஈனஸ்வரத்தில் கேட்டது.

"ஆமாம்..."

"எப்படி விழுந்தே?"

"கால் தடுக்கி விழுந்தேன்... தலை குப்புற விழுந்தேன்..."

"எப்படி? புடவையெல்லாம் விலகிப்போயிடுத்தா...?"

"ஐயோ! ஆமாம் ஆமாம் - இடுப்புக்கு மேலே புடவை போயிடுத்து..."

"அப்போ உனக்கு எப்படி இருந்தது?"

“ரொம்ப பயமா போயிருத்து... அவமானத்திலே உசிரே போயிடுத்து.”

“ஏன், உன்னை யாராவது பார்த்தாங்களா?”

“ஆமாம் அங்கே சில காலேஜ் பாய்ஸ் இருந்தா... ஒரு குஷ்டரோகப் பிச்சைக்காரன், அவன் சிரிச்சான். எனக்கு ரொம்ப பயமாப்போச்சு.”

“அப்புறம் என்ன பண்ணே?”

“எப்படியோ சமாளிச்சுண்டு எழுந்து ஓடினேன் காலேஜுக்கு.”

டாக்டர் சற்றுநேரம் பேசாமல் இருந்தார். அந்தப் பெண் திடீரென்று கண்ணை விழித்தாள். எதிரே இருந்த இரண்டு டாக்டர்களையும் பார்த்துத் திடுக்கிட்டுப்போனது தெரிந்தது, அவள் முகத்தில். முன்பின் தெரியாத ஆடவர்கள் முன்பு தனது ரகசியத்தைச் சொல்லிவிட்ட உணர்வு அவளுக்கு ஏற்பட்டிருக்க வேண்டும். அவள் அழ ஆரம்பித்தாள் விசித்து விசித்து. ராதாவுக்குப் பாவமாக இருந்தது.

டாக்டர்கள் கொஞ்சங்கூடப் பதட்டப்படாமல் அவளுடைய அழுகையை எதிர்பார்த்த மாதிரி நின்றிருந்தார்கள்.

டாக்டர் மெள்ளச் சொன்னார்.

“டேக் இட் ஈஸி நௌ...”

நல்லவேளை, அந்தப் பெண்ணுக்கு இன்னும் பத்துப்பேர் அவளைப் பார்த்துக்கொண்டிருந்தது தெரியாது. தெரிந்திருந்தால் மறுபடியும் மூர்ச்சையாகியிருப்பாள் என்று ராதா நினைத்துக்கொண்டாள் ரோஜா பாத்திகளைக் கொத்தியபடியே, அந்தப் பெண்ணுக்கு எத்தனை மெல்லிய உணர்வுகள் இருக்க வேண்டும். இத்தகைய ஒரு பாதிப்பு ஏற்படுவதற்கு? ஆனால் எந்தப் பெண்ணுக்குத்தான், பாதுகாப்பாக வளர்ந்த பெண்ணுக்கு, மானம் என்பது மிகப்பெரிய விஷயம் என்று குழந்தையாக இருந்ததிலிருந்து வளர்ந்த பெண்ணுக்கு, இந்த மாதிரி ஒரு சம்பவம் தன் கற்புக்கே ஒரு களங்கம் என்கிற அளவுக்கு நினைக்கக்கூடிய

பெண், யார்தான் இப்படி ஆகமாட்டார்கள்! ஆனால் அப்படி ஆகக்கூடாது என்று சொன்னார்கள் டாக்டர்கள். அப்படியானால், வளர்த்த முறையும், சமூகம் தானாக ஏற்படுத்திக்கொண்டிருக்கும் விதிகளும்தான் காரணம் என்றார்கள்.

அந்தப் பெண் ஒரு தினுசாகச் சமாதானத்துக்கு வந்ததும் அவளுடைய பெற்றோர்களைக் கூப்பிட்டு, "ஒரு வாரத்துக்குத் தினம் அழைத்துக்கொண்டு வாருங்கள், நான்கு ஐந்து ஸிட்டிங்கிலேயே நார்மலாகி விடுவாள்!" என்றார்கள்.

அவர்கள் அகன்றதும் டாக்டர் மாணவர்களைப் பார்த்துச் சிரித்தார்.

"பார்த்தீர்களா? என்ன காரணம் என்று தெரிந்து கொள்ளாமலேயே என்னென்னவோ வைத்தியம் செய்தார்களாம் ஒரு மாதமாய் ஆஸ் எ ரிஸல்ட் அந்தப் பெண்ணுக்கு தன்னம்பிக்கையே போய்விட்டது! தன்னைப் பற்றியே ஒரு பயம் வந்துவிட்டது."

"எப்படி ட்ரீட் செய்வீர்கள்?" என்று ராதா தன்னையும் மீறிக் கேட்டாள். அப்பொழுதுதான் மோஹன் அவளைக் கவனித்து வியப்புடன் லேசாக ஒரு புன்னகை புரிந்தான்.

"அவளுக்கு நடந்த அந்தச் சம்பவம் ரொம்ப சாதாரண விஷயம் என்று முதலில் புரிய வைப்போம். அவள் நினைக்கிற அளவுக்கு அது அவமானகரமான விஷயமில்லை என்று புரிய வைப்போம். அவளுடைய இடத்தில் யார் இருந்திருந்தாலும் அந்த மாதிரி ஒருநிலை ஏற்பட்டிருக்கும் என்று புரியவைத்து அவளுடைய பயத்தை நீக்குவோம். திஸ் இஸ் எ வெரி ஸிம்பிள் கேஸ். இரண்டு மூன்று ஸிட்டிங்கிலேயே சரியாகிவிடுவாள். அடுத்தமுறை மோர் காம்ப்ளிகேட்டட் கேஸைக் காட்டுகிறேன்."

ராதா தோட்ட வேலைக்கு நடுவில் தீர்மானித்துக் கொண்டாள். படிப்பு முடிந்ததும் நிச்சயமாக ஒரு ஆஸ்பத்திரியில் சேர்ந்து வேலை செய்ய வேண்டும். மற்றவர்களின் மனக் கஷ்டங்களைக் கேட்கையில் நம்மைப் பற்றிய நினைப்பே போய்விடும். நம் கவலைகளே மறந்துவிடும்...

கேட் திறக்கும் ஓசை கேட்டு அவள் நிமிர்ந்தாள். ஜெயா வந்து கொண்டிருந்தாள். ராதாவிற்கு சந்தோஷமாக இருந்தது. கல்லூரியில் பாடங்கள் மும்முரமாக ஆரம்பித்துவிட்டதால் இப்பொழுதெல்லாம் ஜெயாவைச் சந்தித்துப் பேசக்கூட முடிவதில்லை.

“உள்ளே வா ஜெயா, நான் கை கழுவிண்டு வந்துடறேன்.”

“என்ன, தோட்டவேலை ரொம்ப மும்முரமா இருக்கே?”

ராதா சிரித்தாள். “என்ன செய்யறது? பூதத்துக்கு ஏதாவது வேலை கொடுத்துண்டே இருந்தாத்தான் அது ஒழுங்கா இருக்கும்.”

ஜெயா மண்டையாட்டினாள்.

“வாஸ்தவந்தான். இது என்னவோ ஒரு பூதம் செஞ்ச வேலையாத்தான் படறது. தோட்டத்தை ஒண்டியா அடையாளமே தெரியாம மாத்திட்டியே?”

ராதா சிரித்துக்கொண்டே உள்ளே சென்றாள். கை கழுவிக்கொண்டு வந்ததும், “வா மொட்டைமாடிக்குப் போகலாம் அன்னிக்கு மாதிரி” என்றாள்.

இருவரும் மொட்டைமாடியில் ஆளுக்கொரு நாற்காலியைப் போட்டுக்கொண்டு உட்கார்ந்தார்கள்.

“இன்னிக்கு மெண்டல் இன்ஸ்டிட்யூட் போயிருந்தேளே, எப்படி இருந்தது?”

“ரொம்ப சுவாரஸ்யமா இருந்தது ஜெயா” என்று ஆரம்பித்தாள் ராதா.

“பைத்தியங்களை பேட்டி கண்டேளா?” என்றாள் ஜெயா வேடிக்கையாக.

“சே, அப்படியெல்லாம் இளப்பமா பேசாதே! பாவம். பைத்தியம் என்கிறதும் ஒரு வியாதி தானே? நாங்க இன்னிக்கு ஒரு மெண்டல் ஷாக்கினாலே பாதிக்கப்பட்ட பெண்ணைப் பார்த்தோம்.”

"என்ன ஷாக்?"

ராதா பிறகு விவரமாக நடந்ததையெல்லாம் சொன்னாள்.

"ரொம்ப சுவாரஸ்யமா இருக்கே?"

"அந்தப் பொண்ணு என்ன காரணத்தினாலே அப்படி மூர்ச்சை போடறதுன்னே தெரியாமே அவ அப்பா அம்மா மந்திரம், மாயம்னு செஞ்சிருக்கா. வேற டாக்டர்ங்ககிட்டே போயிருக்கா."

"எத்தனையோ இந்த மாதிரி கேஸஸ் இருக்கு ராதா. ஹிஸ்டிரியா வந்திருக்கும். பிசாசு புடிச்சிருக்குன்னு வேப்பிலை அடிப்பா. மனசும் வியாதிக்கு ஒரு காரணம்னு இப்பப்பதானே ஜனங்க நம்ப ஆரம்பிச்சிருக்கா?"

"எனக்குச் சிலசமயம் தோணறது ஜெயா, நான் இந்த மாதிரி காலேஜிலே சேராம இந்த நாலு சுவருக்குள்ளே அடைஞ்சு கிடந்திருந்தேன்னா நான்கூட ஒரு மென்டல் கேஸாப் போயிருப்பேன்னு. அப்பா என்னைப்பத்தி சொல்றதையெல்லாம் நம்பக்கூட ஆரம்பிச்சிருப்பேன். அந்த மாதிரி ஒரு ப்ரெயின் வாஷ் ஆகியிருக்கும் எனக்கு."

"கரெக்ட், எனக்கும் அதே கதி ஏற்பட்டிருக்கும். அவர் என்னை விரட்டினதே தேவலைன்னு தோணறது. இப்ப அங்கே நடத்திண்டிருந்த வாழ்க்கையைத் தொடர்ந்திருந்தேன்னா, பைத்தியம் பிடிக்கிறதுக்கு முன்னாடி தற்கொலை பண்ணிண்டிருந்திருப்பேன்..."

அவள் குரலிலிருந்த தீவிரத்தைக் கண்டு ராதாவுக்கு அதிர்ச்சியாக இருந்தது. இவள் நிஜமாகவே மிகவும் கஷ்டப்பட்டிருப்பாள் என்று தோன்றிற்று. இவள் சொல்வது அத்தனையும் சத்தியமான வார்த்தை என்று தோன்றிற்று. இத்தனை பெரிய சோகத்தை மனசில் வைத்துக்கொண்டிருப்பவள் எப்படி அதைப் பாராட்டாமல் தன்னைக் காண வந்துவிடுகிறாள் என்று நினைக்கையில் மனத்தில் ஒரு நெகிழ்ச்சி ஏற்பட்டது. தன் இழப்பைவிட மற்றவளின் இழப்பு பெரிது என்று நினைக்கிற பெரிய மனசு இவளுக்கு என்கிற நெகிழ்ச்சி.

ஜெயா வானத்தை வெறித்துப் பார்த்தபடி உட்கார்ந்திருந்தாள். இன்னும் இருட்ட ஆரம்பிக்கவில்லை. எங்கிருந்தோ ரேடியோவில் மாநிலச் செய்தி ஒலிப்பரப்பாகிக் கொண்டிருந்தது. ஒருபக்கம் ரேடியோ சிலோனின் கிறுஸ்துவ நிகழ்ச்சி,

மங்களம் மாமி வழக்கம்போல் காப்பியும், டிபனும் கொண்டுவந்து வைத்துவிட்டுப் போனாள்.

உப்புமாவைச் சுவைத்துக்கொண்டே ஜெயா சொன்னாள்;

"ரொம்ப நன்னாயிருக்கே உப்புமா?"

"ஆமாம், இந்த மாமி எல்லாமே நன்னா செய்யறாள். நல்லவளாயுமிருக்கா."

ஜெயா சற்று பேசாமலிருந்தாள். பிறகு மெள்ளச் சொன்னாள்.

"நல்ல சாமர்த்தியமாவும் இருப்பாள்னு எனக்குத் தோணறது."

"அதென்னமோ, நா அவ்வளவு ஆராய்ச்சி செய்யறதில்லே. அது சரி, உன் பெண் எப்படி இருக்கா? இங்கே அட்ஜஸ்ட் செய்துக்க ஆரம்பிச்சுட்டாளா?"

"உம், வேறே வழியில்லேன்னு தெரிஞ்சப்புறம் குழந்தைகள் தானாகவே அட்ஜஸ்ட் செய்துக்கும் - மிருகங்கள் மாதிரி. பெரியவாளுக்குத்தான் கஷ்டம்."

ராதா யோசனையுடன் அவளைப் பார்த்தாள்.

"நீ எப்படியிருக்கே ஜெயா? உனக்கு இன்னும் அட்ஜஸ்ட் ஆகல்லியா?"

ஜெயா மண்டையை ஆட்டினாள். "எனக்கு இன்னும் நாளாகும் அட்ஜஸ்ட் ஆக. பழசெல்லாம் மறக்க முடியலே. அப்பா அம்மாவுக்குப் பாரமாகிப் போறோமேன்னு ஒரு வருத்தம். பெண்ணைப் பெத்து வச்சிருக்கேன். அவளை வளர்த்து ஆளாக்கணும்னு யோசனை. எனக்குப் படிப்பிலே இன்னும் புத்தியே போகல்லே..."

ராதாவுக்கு வேதனையாக இருந்தது. அவளைவிடத் தன்னுடைய நிலைமை தேவலை என்று தோன்றிற்று. ஆனால்

பொருளாதாரப் பிரச்சனை ஜெயாவின் பெற்றோருக்கு இல்லையென்று தோன்றிற்று.

"நீயும், குழந்தையும் ஒரு பெரிய பாரமாத் தோணுமா உங்கப்பா அம்மாவுக்கு?" என்றாள்.

"மனத்துக்குப் பாரம்தானே? என் கல்யாணம் ஒரு தோல்வியாப்போச்சே என்கிற பாரம். பெண் சந்தோஷமா இல்லை என்கிற உணர்வின் பாரம், அண்ணாக்கள் நான் திரும்பி வந்த காரணத்தைப் புரிஞ்சுக்க மாட்டா, என்னாலே அட்ஜஸ்ட் பண்ணிக்க முடியாம வந்துட்டேன்னுதான் நினைப்பா."

"அவா நினைச்சா நினைச்சுக்கட்டும். ஒண்ணு சொல்றேன், மத்தவா புரிஞ்சுக்க முடியாத பிரச்சனைகள் நமக்கிருக்குன்னா, அவா என்ன நினைக்கிறான்னு நாம கவலைப்படறதிலே ஒண்ணும் அர்த்தமில்லே. நம்ம பிரச்சனைகளை நாமேதான் தீர்த்துக்கணும். அவாளுடைய பேச்சோ, நினைப்போ நம்மைப் பாதிக்கப்படாது. அந்த மாதிரி ஒரு மனசைத் தைரியப்படுத்திண்டாதான் நீயோ நானோ இந்த உலகத்தில் வாழ முடியும்."

"யூ ஆர் ரைட்" என்றபடி ஜெயா அவளைப் பார்த்தாள். "நேத்து நளினி ஒரு விஷயம் சொன்னபோது நாம அப்படித்தான் இருக்கப் பழகிக்கணும்னு நினைச்சேன்."

"நளினியா? என்ன சொன்னாள்?"

ஜெயா மென்மையாகச் சிரித்தாள்.

"உனக்கு ஒரு பாய்ஃப்ரெண்டு அந்த மெண்டல் இன்ஸ்டிட்யூட்லே இருக்கானாம். ஒரு யங் ஹாண்ட்ஸம் டாக்டராம். உன்னை அடிக்கடி பார்த்துச் சிரிச்சானாம்."

தூக்கிவாரிப் போட்டவளாக ராதா அவளைப் பார்த்தாள்.

✲ ✲ ✲

அத்தியாயம்

14

திகைத்துப்போய் ஜெயாவைப் பார்த்தாள் ராதா.

பிறகு சிரித்தாள்.

"அந்த நளினி சரியான பைத்தியக்காரி. ஷி இஸ் ஸிம்ப்லி நட்ஸ் ஐ டெல் யூ! என்ன மாதிரிக் கற்பனை இருந்தால் இப்படிப் பேசத் தோணும்? படிப்பில் புத்தி போகல்லே - க்ளாஸிலே பாடம் நடத்தற சமயத்திலே ப்ரொஃபஸரோட முகத்தை வரையறாள். ஆஸ்பத்திரியிலே கேஸை நாங்க கவனிச்ச சமயத்திலே இவ அந்த டாக்டரின் முக லட்சணத்தையும், வயசையும், சிரிப்பையும் கவனிக்கிறாள். சீ! இவளெல்லாம் எதுக்குப் படிக்க வரணும்?"

"முக்காவாசிப் பேர் இப்பல்லாம் இப்படித்தான் ராதா. காலேஜுக்குப் போகிறோம் என்கிற பெருமைக்காகத்தான் வரா. அது சரி, அந்த டாக்டரை உனக்குத் தெரியுமா?"

ராதா பலமாக மண்டையை ஆட்டினாள்.

"தெரியவே தெரியாது. நான் பஸ் ஏர்ற இடத்திலே அவனும் ஏர்றான்னு சிலசமயம் கவனிச்சிருக்கேன். அவன் என்ன பண்ணறான், என்ன பேரு ஒண்ணும் தெரியாது. இன்னிக்கு அந்த இன்ஸ்டிட்யூட்டிலே அவனைப் பார்த்தபோதுதான் அவன் அங்கே டாக்டராயிருக்கான்னு தெரிஞ்சது. அவன் என்னைப் பார்த்து சிரிச்சதுகூட எனக்குத் தெரியாது."

இருவரும் அவரவர் யோசனைகளில் லயித்தபடி உட்கார்ந்திருந்தார்கள் சிறிது நேரம், பட்சிகளின் ஆரவாரம் கேட்க ஆரம்பித்தது. வானத்தில் செவ்வரி ஓடிச் சாம்பல் பூக்க ஆரம்பித்தது. கிறிஸ்துவ நிகழ்ச்சி முடிந்து சினிமாப் பாட்டு கேட்டது.

பறக்கும் பறவைகளைப் பார்த்தபடியே ராதா சொன்னாள்.

"ஜெயா, இந்தக் கடந்த ஒரு வருஷத்துக்கப்புறம் என்கிட்ட ஒரு பெரிய மாறுதல் ஏற்பட்டிருக்கு. நானே அதை உணர்ந்துக்கறேன். இப்பல்லாம் மனுஷாளைப் பார்க்கும்போது மனுஷான்னு தோண்றதே தவிர, ஆண் பெண் என்கிற வித்தியாசமே தோண்றதில்ல. ஆபாசம்னு பொதுவா நாம நினைக்கிறமே அந்த மாதிரி படங்களையோ, வர்ணனைகளையோ பார்க்கும்போது என் மனசிலே எந்த விதமான உணர்ச்சியும் ஏற்படறதில்லே. எந்த மாதிரி விகல்பமான எண்ணமும் உண்டாகறதில்லே. நான் ரகுவோட ஒரே வருஷம் வாழ்ந்தாலும் அதைப் பூரணமா மனநிறைவோட வாழ்ந்ததனாலே அப்படியிருக்கோ என்னவோ. மனசு இப்போ ஒரு தபஸ்வி மாதிரி இருக்கு. சலனமே இல்லாம ரகுவோட ஞாபகம் அடிக்கடி வந்தாலும் அந்த ஞாபகமே எனக்கு ஒரு பலம் மாதிரி இருக்கு. நன்னா படிக்க முடியறது. ரோஜா மலரும்போது சந்தோஷப்பட முடியறது. அதனாலேதான் அப்பா அந்த மாதிரிப் பேசறச்சே, என்னை ரொம்ப ரொம்ப மட்டமா கணிச்சுப் பேசறச்சே ரொம்பக் கஷ்டமாயிருக்கு. அன்னிக்கு அப்பா கேட்டார்னு சொன்னேனே, 'மறுபடியும் எவனையாவது இழுத்துண்டு ஓடவான்னு' - அன்னிக்குத் துடிச்சுப் போயிட்டேன். இப்படி நம்ம மனநிலையைக் கொஞ்சங்கூடப் புரிஞ்சுக்காம பேசறாரேன்னு. பெத்த தகப்பனாரே அவ்வளவு பெரியவரே அப்படிப் பேசும்போது, கொஞ்சம்கூட முதிர்ச்சி இல்லாத நளினி பேசினாள்னா அதிலே என்ன அதிசயம்?"

ராதா மறுபடியும் சிரித்தாள். "இதோ பார் ஜெயா நான் படிக்கிற ஸைக்காலஜியை என் வாழ்க்கைக்கே ப்ராக்டிகலா உபயோகிச்சுப்

பார்க்கப்போறேன். யாரையும் எதுக்குமே தப்பா எடுத்துக்காம, நினைக்காம அவா பேச்சுக்கு, செயலுக்கு ஏதானும் காரணம் இருக்கணும்ங்கற எண்ணத்தை வளர்த்துக்கப் போறேன் - அது நியாயமில்லாத காரணம்னு தோணினாலும் அதிலே நியாயத்தைத் தேடப் போறேன்..."

ஜெயா சிரித்தாள்.

"அப்போ நளினி சொல்றதிலே நியாயம் இருக்கு, உங்கப்பா பேசறதிலே நியாயம் இருக்குங்கறயா?"

"நியாயம்னா முதல்லே அவா ஏன் அப்படிப் பேசறாங்கற காரணத்தைப் பார்க்கணும், இல்லையா? எங்கப்பாவைப் பொறுத்தமட்டிலே நான் அவரோட அனுமதியில்லாம அவருக்குத் தெரியாம, கொச்சை பாஷையிலே சொல்லணும்னா ஓடிப்போய் ரகசியமாகக் கல்யாணம் பண்ணிண்டது ரொம்பத் தப்பு. அது அவருடைய தன்மானத்துக்கு ஈகோவுக்குப் பெரிய அடி. அவருக்கு இருக்கிற கோபம் நியாயமானதுதான்னு தோணறது. அந்தக் கோபம்தான் அவரை அப்படிப் பேச வைக்கிறது. அப்படிப் பேசறதிலே ஒரு திருப்தி ஏற்படறது அவருக்கு. அவர் வரையில் அவர் கோபத்துக்கு நியாயம் இருக்கு. நளினிக்கு முதிர்ச்சி இல்லை கற்பனை ஜாஸ்தி. ஷி வான்ட்ஸ் ஸம் எக்ஸைட்மெண்ட். அந்த மாதிரி வேலையில்லாமல் இருக்கிறவளுக்கு இது நியாயமான பொழுதுபோக்கு தானே?"

ஜெயா சிரித்தாள்.

"நீ பெரிய ஸைக்காட்ரிஸ்ட் ஆவியோ இல்லையோ, இப்பவே ஒரு சன்யாசினி ஆயிட்டே. நீ வேதாந்தம் எடுத்திண்டிருக்கலாம் சிவனேன்னு."

"வேதாந்தத்துக்கும், ஸைக்காலஜிக்கும் நிறைய சம்பந்தம் இருக்கு ஜெயா. இது மனசோட பலவீனங்களைக் காட்டறது. அது மனசை அடக்கி உன்னத நிலைக்குக் கொண்டுபோற வழியைக் காட்டறது..."

ஜெயா எழுந்தாள்.

“நான் வரேன் ராதா. நன்னா பேசறே, நீ பேசறதைக் கேட்டிண்டிருந்தா போகவே மனசு வரமாட்டேங்கறது. உன்னைப்போய் உங்கப்பா ‘அவ மனசு போற போக்கு சரியில்லை’ன்னாரே? நீ பேசறதை அவர் என்னிக்காவது கேட்டிருக்காரோ?”

சிரித்தபடியே தலையாட்டினாள் ராதா. “அவருக்கும், எனக்கும் கம்யூனிகேஷனே கிடையாது. எங்க இரண்டு பேருக்கும் நடுவிலே ஒரு பெரிய சுவர் இருக்கு. வாஸ்தவத்திலே நான் ஓர் அனாதை!” சொல்லும்போது அவள் குரல் கம்முவதையும், கண்களில் நீர் திரையிடுவதையும் கண்டு ஜெயா பேச்சை மாற்றினாள்.

“அதை விடு. நாளைக்கு ஞாயிற்றுக்கிழமைதானே? டி.வி.யிலே ஒரு நல்ல சினிமா ப்ரோக்கிராம் இருக்கு. வரியா?”

ராதா பெரிதாகச் சிரித்தாள். “நல்ல ஆளைப்பார்த்து கேட்டே போ! இந்தக் காலேஜுக்குப் போயிட்டு வரதுக்குப் பெரிய மனசு பண்ணி எங்கப்பா அனுமதிச்சிருக்கார். இந்த மாதிரியெல்லாம் நான் கிளம்பினேன்னா அதுக்கும் விழும் பட்டை நாமம். என்னோட எல்லைகள் எனக்குத் தெரியும் ஜெயா. ஐ வில் நாட் ட்ரெஸ்பாஸ் இஃப் ஐ கேன் ஹெல்ப் இட்.”

“ஓ.கே. உன் இஷ்டம்” என்றபடி ஜெயா கிளம்பினாள். ராதாவும் கூடவே இறங்கி கேட் வரை சென்று அவளை வழி அனுப்பிவிட்டு வந்தாள்.

ஸ்வாமிக்கு விளக்கேற்ற வேண்டும் என்று பூஜை அறைக்குச் செல்லுகையில் மாமி இரவுச் சமையலுக்காகக் காய்கறி நறுக்கிக்கொண்டிருப்பது தெரிந்தது. மாமி இப்பொழுதெல்லாம் சமையல் மெனுவைப் பற்றி அவளைக் கேட்பதேயில்லை என்கிற ஞாபகம் வந்தது. இந்த மாமியே எல்லாம் நன்றாகச் சமாளித்துக்கொண்டு வருவதால் ராதா அதில் தலையிடாமல் இருந்தாள். இந்த மாமி மிகவும் சாமர்த்தியக்காரி என்று ஜெயா சொன்னது நினைவிற்கு வந்தது. எதனால் அப்படி ஜெயா

சொன்னாள் என்று ராதாவுக்குப் புரியவில்லை. வீட்டு மனுஷி மாதிரி உரிமையோடு பழகுகிறாள் என்பதைத் தவிர மாமியிடம் வேறு எதுவும் வித்தியாசமாகத் தெரியவில்லை அவளுக்கு. கிணற்றடியில் மாமி குளித்துக் கொண்டிருந்தது சட்டென்று அவளுக்கு ஞாபகத்திற்கு வந்தது. அது நிச்சயமாக வேண்டுமென்று செய்யப்பட்ட செயலாக இருக்காது. மாமி சொன்ன காரணம் நிஜமாகத்தான் இருக்க வேண்டும். அது எப்படியிருந்தாலும் இதைப் பற்றியெல்லாம் அதிகம் யோசிப்பதில் ஏதும் அர்த்தமில்லை என்று ராதா நினைத்துக்கொண்டாள். வாய்க்கு ருசியாகச் சமைக்கிறாள். பிரியமாக இருக்கிறாள். வம்பு தும்புக்குப் போவதில்லை. இதைவிட வேறு என்ன வேண்டும் ஒரு சமையல்காரியிடம்?

அவள் இந்த எண்ணங்களை ஒதுக்கி வைத்துவிட்டு ஸ்வாமிக்கு விளக்கேற்றி வைத்துவிட்டுத் தன் அறைக்குச் சென்றாள். அன்றைய பாடங்களைப் படிக்க, படிக்க மேஜையடியில் உட்கார்ந்ததும் ஜெயா நளினி சொன்னதைப் பற்றிச் சொன்னது ஞாபகத்திற்கு வந்தது. அதை மறுபடியும் நினைத்துப் பார்க்கையில் பெரிதாகச் சிரிக்கவேண்டும் போல் இருந்தது. நளினி எவ்வளவு அசட்டுப்பெண் என்று தோன்றிற்று. அவளே அந்த மோஹன் சிரித்ததைக் கவனிக்கவில்லையே? பார்த்துப் பார்த்துச் சிரித்தான் என்றாளாமே? பாய்ஃப்ரெண்டு என்று அவளாகவே முடிவுக்கு வந்துவிட்டாளே? இதை அசட்டுத்தனம் என்பதா, பொல்லாத்தனம் என்பதா? யோசித்துப் பார்த்ததில் பொல்லாத்தனம் என்றுதான் சொல்லத் தோன்றிற்று. இந்தப் பேச்சு நாலு பேர்கள் வாயில் விழுந்தெழுந்து வெளியில் வருகிற சமயத்தில் இன்னும் எப்படி வளருமோ? அப்பாவின் காதில் இந்த மாதிரி ஒரு பேச்சு காதில் விழுந்தால் தன் படிப்பு அதோ கதியாகத்தான் போகும் என்று தோன்றிற்று.

நளினிக்கு முக்கியமாகப் பொழுது போகவில்லை. படிப்பில் புத்தி போகவில்லை. இந்த மாதிரித் தினவு எடுத்துப்போன உடம்பும், மனமும் மற்றவர்கள் என்ன செய்கிறார்கள் என்று அலையாய் அலைகிறது. கெடுதல் என்று நினைத்துப் பார்க்காமலே இவர்களெல்லாம் சமூகத்துக்கு எத்தனைக் கெடுதல்கள் செய்கிறார்கள்

என்று அவள் நினைத்துப் பார்த்துக் கொண்டாள். இனிமேல் நாம்தான் ஜாக்கிரதையாக இருக்க வேண்டும் என்று நினைத்துக்கொண்டாள்.

பிறகு அவள் கட்டாயமாக அந்த எண்ணங்களைத் தன் மனத்திலிருந்து அப்புறப்படுத்திவிட்டுப் பாடங்களைப் படிக்க உட்கார்ந்தாள்.

ஜேம்ஸ்கோல்மனின் புத்தகத்தைப் பிரித்து வைத்துக்கொண்டாள். சூழ்நிலைக்குத் தகுந்த மாதிரி குழந்தைகளின் குணங்கள் அமைவதைப் பற்றி பாடம், தவறான வளர்ச்சி என்ற தலைப்பு, ஏழைப் பெற்றோருக்குப் பிறந்த குழந்தைகள், பிறந்ததிலிருந்து இல்லாமையையே பார்த்துக்கொண்டு உலகத்தில் பசியும் வயிறும்தான் பிரதானம் என்கிற ஒரே எண்ணத்தோடு வளரும் குழந்தைகள்... தாழ்த்தப்பட்ட சமூகத்தில் பிறந்த குழந்தைகள், சமூகத்தில் தாங்கள் என்றுமே நிமிர்ந்து நிற்க முடியாது என்கிற உணர்வுடன் வளரும் குழந்தைகள்... விவாகரத்தினால் பிரிந்துபோன குடும்பங்களில் வளரும் குழந்தைகள், திசை தெரியாத பாதையில் தடுமாறுகிற மாதிரித் தவிக்கும் குழந்தைகள், தகப்பனை இழந்த குழந்தைகள், தாயை இழந்த குழந்தைகள்...

இவர்களுடைய மன வளர்ச்சியெல்லாம் எப்படி இருக்கும்? சாதாரண ஆரோக்கியமான சந்தோஷமான குடும்பங்களில் பிறந்து வளரும் குழந்தைகள் மாதிரி இருக்குமா?

கோல்மென் அழுத்தந்திருத்தமாகச் சொன்னார், அந்த மாதிரி வளரும் குழந்தைகள், முக்கால் பங்கு, சமூகத்தில் முன்னேறுவதில்லை; நல்ல நிலைக்கு வருவதில்லை. நல்ல குடிமக்களாகக்கூட ஆவதில்லை. முக்கால்வாசித் திருடர்கள், கொள்ளைக்காரர்கள். இவர்களுடைய பூர்வோத்திரத்தை விசாரித்துப் பார்த்தால் நிச்சயம் அதில் ஏதேனும் கோளாறு இருக்கவேண்டும். வளர்ப்பு சூழ்நிலை, ஒரு குழந்தையை மனிதனை வெகுவாகப் பாதிக்கிறது. எல்லாவற்றையும் ஆராய்ந்து பார்க்கும்போது அன்பு என்பது மிகவும் அவசியம் என்று தெரிகிறது. அது சரிவர மிதமாகக் கிடைக்காவிட்டால்

குழந்தையின் மனம் வக்கிரமாகிப் போகிறது. ஒன்று, சமூகத்தை வெறுக்க ஆரம்பிக்கிறது. இல்லை, அன்புக்காக ஏங்கித் தனக்குள்ளேயே ஆழ்ந்துவிடுகிறது. மனத்துக்கு மாறுதல் ஏதும் கிடைக்கவில்லையானால் மனோவியாதிக்கு ஆளாகிவிடும்...

ராதாவிற்குப் படிக்கையிலேயே மனது எங்கேயோ நழுவிக்கொண்டு போயிற்று. தானும் ஓர் அன்பற்ற சூழ்நிலையில் வளர்ந்தவள்தானே என்று தோன்றிற்று. பிறந்ததிலிருந்து அம்மா இல்லாமல், அந்தக் காரணத்தினாலோ அல்லது ஒரு குற்ற உணர்வினாலோ அவளிடமிருந்த தந்தையோடு, சமையல்காரிகளின் பராமரிப்பில் வளர்ந்து... அது எந்த மாதிரிச் சூழ்நிலை? குழந்தைப் பருவத்தைப் பற்றி நினைத்துப் பார்க்கக்கூட அவளுக்கு வாஸ்தவத்தில் பயமாக இருந்தது. அப்பாவின் கையைப் பிடித்துக்கொண்டு ஒரு பார்க்குக்குப் போனோம்; சினிமாவுக்குப் போனோம்; கடைக்குப் போனோம் என்கிற நினைவே இல்லை அவளுக்கு. மற்ற குழந்தைகளின் உல்லாஸம் அவளுக்குப் புரியாது. பெருமை புரியாது...

எவ்வளவு முறை அவள் சமையல்கார அம்மாளுக்குத் தெரியாமல் இரகசியமாகக் கண்ணீர் வடித்திருக்கிறாள்?

இந்த மாதிரி ஒரு சூழ்நிலையில் வளர்ந்த தன்னைப் பற்றி ஜேம்ஸ் கோல்மன் என்ன சொல்வார்? அதனால்தான் நீ இப்படி ஒரு இன்ட்ரோவர்ட்டாக இருக்கிறாய் என்பார். அதனால்தான் யார் பிரியமாகப் பேசினாலும் உன் வசத்தை இழக்கிறாய்; அடிமையாகிறாய் என்பார். அதனால்தான் உங்கப்பாவின் மேல் உனக்கு வெறுப்பு... அவரைப் பழிவாங்கத்தான், அவரை அவமானப்படுத்தத்தான் சொல்லாமல் கொள்ளாமல் ரகுவுடன் கிளம்பிப்போனாய் என்பார். குழந்தைப் பருவத்திலிருந்து வளர்த்த ஏமாற்றமும், வெறுப்பும்தான்... அவள் கண்களிலிருந்து நீர் சரம் சரமாய் வழிந்தது.

✲ ✲ ✲

அத்தியாயம் 15

சுரீரென்று கண்ணில் வெயில்பட்டதும் ராதா திடுக்கிட்டு எழுந்தாள். பளீரென்ற வெயிலில் அறை வெள்ளையாய் பிரகாசமாய்த் தெரிந்தது.

ஜன்னல் வழியாக மஞ்சள் ரோஜா தங்கமாய் மின்னியது. நேரமாகிவிட்டது என்கிற திகைப்புடன் ராதா எழுந்தாள். இரவு அவள் வெகுநேரம் என்னென்னவோ சிந்தனைகளில் சிக்கிக் கொண்டிருந்தது நினைவுக்கு வந்தது. வெகுநேரம் அழுதது நினைவுக்கு வந்தது. எல்லாம் நினைவுக்கு வந்ததும் ஒருவகை அவமான உணர்வு அவளுள் நிறைந்தது. இந்த மாதிரி சுயபச்சாதாபத்தில் அமிழ்ந்துபோனோமே என்றிருந்தது. படிப்பு முடிந்து ஆஸ்பத்திரியில் வேலை பார்க்க வேண்டும் என்று விரும்புகிறவள் இந்த மாதிரி சுய சிந்தனைகளில் அமிழ்ந்துபோனால் யாருக்கு உதவியாக இருக்க முடியும்? வைத்தியனே வியாதிக்காரனாகப் போய்விட்டால் எந்த நோயாளியைக் கவனிக்க முடியும்?

அவள் அவசரமாகப் பல் துலக்கிவிட்டு வந்தாள்.

மங்களம் மாமி குளித்துவிட்டுச் சமையல் செய்துகொண்டிருந்தாள்.

அப்பா விஷ்ணு ஹஸ்ரநாமம் சொல்லிக்கொண்டே குளிப்பது கேட்டது. குழாயோசை நின்றதும், ராதாவுக்கு இன்னும் பூஜையறையைச் சுத்தம் செய்யாதது நினைவுக்கு வந்தது.

இது அவள் அவசரமாகப் பூஜை அறைக்கு விரைகையில் மாமி சொன்னாள்.

"நான் துடைச்சுக் கோலம் போட்டாச்சு ராதா."

"ஓ, அப்ப சரி" என்றாள் ராதா நிம்மதியுடன்.

"நாழியாயிடுத்தேன்னு நானே பண்ணிட்டேன்" என்றாள் மாமி மன்னிப்புக் கேட்கிற மாதிரி.

"அதனாலே என்ன மாமி? பரவாயில்லை" என்று ராதா நகர்கையில் அப்பாவின் குரல் கேட்டது பூஜையறையிலிருந்து.

"கோலம் இன்னிக்கு அமர்க்களமா இருக்கே! நீயா போட்டே ராதா?"

"இல்லேப்பா, மாமி போட்டார்."

"அதானே பார்த்தேன்!"

அப்பாவின் பதில் அவளுக்கு என்னவோ மாதிரி இருந்தது. பதிலே அவர் சொல்லாமல் இருந்திருக்கலாமே என்று தோன்றிற்று. மாமியின் முகம் மலர்ந்து போயிருப்பதை அவள் கடைக்கண்ணால் கவனித்தபடி தன் அறைக்குச் சென்றாள். மாமியின் கைவேலையை அப்பா சிலாகித்துப் பேசியதில் தனக்கு ஆச்சரியமா, வருத்தமா என்று அவளுக்குப் புரியவில்லை. மாமி ஒரு சமையல்காரிதான் என்கிற எண்ணம் தன் மனத்தில் இருப்பதுதான் இந்த உணர்வுகளுக்குக் காரணமோ என்று தோன்றிற்று. எது எப்படியானாலும் அப்பா தன்னை எந்த வகையிலோ மாமியின் எதிரில் மட்டம் தட்டிவிட்ட மாதிரி இருந்தது. அவளைப் பாராட்டியே பேசாதவர் இன்று அந்த மாமியின் கோலத்தைப் பாராட்டியது அவளுக்கு ஆச்சரியமாக இருந்தது. மற்றவரைப் பாராட்டக்கூட அப்பாவுக்குத் தெரியும் என்று அவளுக்குத் தெரியாது.

அவள் சட்டென்று விழித்துக்கொண்டவள் மாதிரி தன்னை உசுப்பிக்கொண்டாள். ஒரு சின்ன விஷயம் தன்னை இவ்வளவு தூரம் பாதிப்பதைக் கண்டு அவளுக்கு அவமானமாக இருந்தது.

தனக்கு என்ன நேர்ந்துவிட்டது. எதற்காக இந்த அப்பாவின் பாராட்டுக்கு, வராத பாராட்டுக்கு இந்த மனசு ஏங்குகிறது?

அவள் தன் பாடப் புத்தகங்களை ஒழுங்குபடுத்துவதில் முனைந்தாள். அன்றைக்கு நடக்க வேண்டிய பாடத்தையும், நேற்று நடந்த பாடத்தையும் ஒரு நோட்டம்விட்டு குளிப்பதற்குச் சென்றாள்.

நீரை மேலே விட்டுக் கொள்ளும்போது தனக்குத்தானே சொல்லிக் கொண்டாள். எதையும் தப்பாக எடுத்துக்கொள்ளாத மனசு வேணும், கோபப்படாத, ஆத்திரப்படாத, ஏக்கங்கள் இல்லாத மனசு... அது இந்த ஜென்மத்தில் சாத்தியமா என்று அவள் யோசித்தாள்.

அவள் பலவந்தமாகத் தன் சிந்தனைகளை அப்புறப்படுத்திவிட்டு காலேஜுக்குப் போகத் தன்னைத் தயார் செய்துகொண்டாள் மாமி வழக்கம்போல் தட்டில் பரிமாறி வைத்திருந்தாள். ராதா ஏதும் பேசாமல் மௌனமாகச் சாப்பிட்டு எழுந்தாள்.

"சமையல் எல்லாம் சரியாய் இருக்கா ராதா?"

அவள் திடுக்கிட்டுத் திரும்பினாள்.

"ஓ! இருக்கே மாமி, ஏன் கேக்கறேள்?"

"இல்லே, நீ ஒண்ணும் பேசவே காணமேன்னு கேட்டேன்."

ராதாவுக்கு ஐயோ பாவம் என்று இருந்தது. எல்லாருக்கும் இந்தத் தாகம் இருக்கிறது. பாராட்டுத் தேவைப்படுகிறது. அவளுக்குச் சிரிப்பு வந்தது.

"எனக்கு நேரமாயிடுத்து மாமி. அந்த அவசரத்திலே இருக்கேன்!"

என்றபடி அவள் கிளம்பினாள். வாஸ்தவத்தில் இன்றைக்கு நேரமாகிவிட்டது என்று அவள் பஸ் ஸ்டாப்புக்கு விரைந்தாள்.

அதே அவசரத்தோடு எதிர்த்தாற்போல் மோஹன் வருவது தெரிந்தது. அவன் அருகில் வந்ததும் அவளைப் பார்த்துப் புன்னகையுடன்,

"ஹல்லோ!" என்றான்.

அவளும் தன்னையறியாமல் ஒரு புன்னகையுடன்,

"ஹலோ" என்றாள்.

சட்டென்று நேற்று ஜெயா சொன்னதெல்லாம் ஞாபகத்திற்கு வந்தது. நளினியின் நினைவு வந்தது.

அவன் மறுபடி அவளைப் பார்த்துப் புன்னகைத்தான்.

"உங்கள் ஸப்ஜெக்ட் ஸைக்காலஜி என்று எனக்குத் தெரியாது" என்றான்.

அவள் பேசாமல் புன்னகைத்தாள்.

"இட் வாஸ் எ ப்ளெஸெண்ட் ஸர்ப்ரைஸ்" என்றான் அவன் மறுபடி.

அவள் ஏன் என்று கேட்கவில்லை. அவன் இவ்வளவு பேசுவது ஆச்சரியமாக இருந்தது. தான் பேசாமலேயே இருந்தால் அவன் தவறாக வித்தியாசமாக எடுத்துக் கொள்வானோ என்றிருந்தது.

"நீங்கள் எப்பொழுதிலிருந்து இந்த இன்ஸ்டிட்யூட்டில் இருக்கிறீர்கள்?" என்றாள்.

"ஒரு வருஷமாச்சு. ஹவுஸ் ஸர்ஜன்ஷிப் முடிந்ததிலிருந்து இங்கேதான் இருக்கிறேன்."

"ஓ!"

"ஸைக்காலஜி ஸ்வாரஸ்யமான ஸப்ஜெக்ட் இல்லியா?"

"ரொம்ப!" என்றாள் அவள் தன்னையும் மீறி.

அவன் சிரித்தான்.

"ஸைக்கேட்ரிஸ்டாகப் போகப் போகிறீர்களா?"

அவள் தலையை அசைத்துச் சிரித்தாள்.

"முதலில் எம்.ஏ முடிக்கப்போகிறேன்."

அதற்குள் பஸ் வந்தது. பஸ்ஸில் ஏறி அமர்ந்ததும் அவள் நினைத்துக்கொண்டாள், முன்பின் அறியாதவனுடன் தான் அதிகமாகப் பேசிவிட்டோமே என்று. ஆனால் அதில் ஏதும்

தப்பிருந்ததாக அவளுக்குத் தெரியவில்லை. அவன் கேட்டதில் என்ன தப்பு? அவள் பதில் சொன்னதில் என்ன தப்பு? ஆனால் நளினி மாதிரி அல்லது அப்பா மாதிரி யாராவது பார்த்தால் நிச்சயம் ஏதேனும் கதைகட்டி விடுவார்கள். ரொம்ப நாளாத் தெரிந்த சினேகிதர்கள் என்று கதைகட்டி விடுவார்கள். அவன் ஒரு ஆண், அவள் ஒரு பெண் என்கிற காரணத்தால் கதைக்குக் கையும் காலும் மூக்கும் வளராமல் போகாது. சே என்று அவளுக்கு அலுப்பாக இருந்தது. நம் சமூகம் எப்பொழுது முன்னேறப்போகிறது? மனத்தளவில் எப்பொழுது விசாலமாகப் போகிறது? மேனாட்டு உடையை மாட்டிக்கொண்டால் ஆகிவிட்டதா? பரந்த கண்ணோட்டம் வரவேண்டாமா? அவள் சாலையில் பார்வையை ஓட்டியவாறே நினைத்துக்கொண்டாள். நமது சமூகம் முன்னைக்கு இப்பொழுது மாறித்தான் இருக்கிறது. இல்லாவிட்டால் அவளால், ஒரு விதவையால் இந்த மாதிரி ஒரு பொதுப்போக்குவரத்தில் ஏறிக்கொண்டு ஆணும், பெண்ணுமாகப் படிக்கிற ஒரு கல்லூரியில் படித்துக்கொண்டிருக்க முடியாது. ஒரு ஆண்மகனுடன் விகல்பமில்லாமல் பேச முடியாது. அவள் விதவை என்று மற்றவர்களுக்குப் பகிரங்கப்படுத்தாதபடி முழங்கால் வரை தொங்கும் பின்னலுடன், நெற்றியில் சாந்துப்பொட்டுடன் வளைய வரமுடியாது. காதையும் கழுத்தையும் கையையும் மூளியாக்காமல், நெற்றியைப் பாழாக்காமல்... வெளியிலேயே தலைகாட்டாமல்... நாம் எவ்வளவோ மாறித்தான் விட்டோம் என்று அவள் நினைத்துக்கொண்டாள். ஆனால் இந்த மாற்றங்கள் எல்லாம் புற அளவில் அல்லவா இருக்கிறது? ஆத்மார்த்தமாக மாறிவிட்டோமா? எல்லோருமே வேஷம் போடுகிற மாதிரித் தோன்றிற்று. உடை மாறினவுடன் மனசே மாறிப்போன மாதிரி வேஷம்... முற்போக்கான கருத்துக்களை எழுதுவதனால் முற்போக்கானவர் என்று தன்னைத்தானே ஏமாற்றிக்கொள்ள அப்பா போடும் வேஷம்...? உலகத்தின் கண்ணில் தான் போடும் வேஷத்தை ஊர்ஜிதப்படுத்தத்தான் அப்பா தன்னைக் காலேஜிலே சேர்த்தாரோ என்று தோன்றிற்று.

யார் என்ன வேஷம் போட்டாலும் தன்னால் எந்த வேஷமும் போடமுடியாது என்று அவள் நினைத்துக் கொண்டாள்...

ஜெயா முந்தின பஸ்ஸிலேயே போயிருப்பாள் என்று தோன்றிற்று. தான் இறங்க வேண்டிய இடம் வந்ததும் அவள் எழுந்தாள். மோஹன் இருக்கும் பக்கம் நினைவாகத் திரும்பாமல் இறங்கினாள். இதுதான் அவள் போட வேண்டிய வேஷம் என்று தோன்றிற்று. மற்றப் பெண்களிடமிருந்து தான் வித்தியாசமானவள் என்று அவனுக்கு உணர்த்த வேண்டியது அவசியமா என்று அவள் யோசித்துப் பார்த்தாள். உடனேயே தன் சிந்தனை மிகவும் பிற்போக்கானது என்று தோன்றிற்று. தன்னைப் பற்றிய பயம் இருந்தால்தானே இதற்கெல்லாம் அவசியம்? வலுவில்லாதவர்களுக்குத்தானே கவசங்கள் தேவை என்று தோன்றிற்று. தன்னைப் பொறுத்தவரை எந்த விதமான கவசமும் தேவையில்லை என்று தோன்றிற்று...

அவள் கல்லூரிக்குள் நுழைகையில் மணியோசை கேட்டது. அவள் அவசரமவசரமாக வகுப்புக்கு விரைந்தாள். லெக்சரர் வந்ததும் பாடங்கள் ஆரம்பித்ததும் அவளுக்கு எல்லாப் பிரச்சனைகளும், குழப்பங்களும் அறவே மறந்துபோயின. மதிய உணவுக்கு மணி அடித்ததும்தான் அவளுக்குச் சுய உணர்வு ஏற்பட்டது. ஜெயாவின் யோசனைப்படி இப்பொழுது வீட்டிலிருந்தே ஏதாவது கொஞ்சம் சாப்பிட எடுத்து வர ஆரம்பித்திருந்தாள். ஒரு மரத்தடியில் உட்கார்ந்துகொண்டு இருவரும் தங்கள் கதையும் ஊர்க் கதையுமாகப் பேசுவார்கள். அவள் தன் டிபன் பாக்ஸை எடுத்துக்கொண்டு வெளியில் வந்தாள்.

நளினி முன்பே கான்டீனுக்குப் போய்விட்டிருந்தாள். 'எனக்குப் பசி தாங்காது' என்று அவள் சொல்லியிருந்தது ராதாவுக்கு நினைவுக்கு வந்தது. அவளுக்கு எல்லாவற்றிற்குமே பசி என்று ராதாவுக்குத் தோன்றிற்று. அறிவுப் பசிதான் இல்லை என்று அவள் நினைத்துக்கொண்டாள். அவளிடமிருந்து சற்று விலகி இருப்பதே நல்லது என்று தோன்றிற்று.

ஜெயா ஏற்கெனவே மரத்தடியில் உட்கார்ந்து அவளுக்காகக் காத்திருந்தாள். ராதாவைக் கண்டதும் சிரித்தபடி கையசைத்தாள். அவளைக் கண்டதுமே ராதாவுக்கு மனத்தினடியில் ஒரு பச்சாதாபம் தோன்றிற்று.

ஐயோ பாவம் என்றிருந்தது. ஒரு நல்ல பாண்டம் வீணாகிப்போன மாதிரி... இவள் எத்தனை சிரிப்பும் கேலியும் பாட்டும் கூத்துமாய் இருப்பாள்... எல்லாமே மறைந்துவிட்டதே என்ற ஆதங்கம் மனத்தை நிறைத்தது. இப்பொழுது அவளுடைய சிரிப்பே சன்னமாய் வருகிறது. ஏதோ பெரிய பாரம் மேலே உட்கார்ந்திருக்கிற மாதிரி...

ஒவ்வொரு பேச்சும் அளந்து அளந்து வருகிறது - கேலி செய்ய ஒன்றுமில்லை என்கிற மாதிரி... இரண்டு வருஷங்களில் நூறாயிரம் பிரச்சனைகளைப் பார்த்துவிட்ட சோகம் தெரிந்தது பேச்சில்... அவள் எத்தனையோ இயல்பாகத்தான் இருக்க முயல்கிறாள். இருந்தும், பழைய ஜெயா இல்லை இவள்... இவள் வேறு யாரோ என்று பிரமையெழுந்தது.

ராதாவைக் கண்டதும் ஜெயா கேட்டாள்.

"என்ன, கார்த்தாலே பஸ்ஸைக் கோட்டை விட்டுட்டியா?"

"ஆமாம்."

"ஏன்?"

"ராத்திரி சரியாத் தூங்கல்லே, அதனாலே லேட்டா எழுந்துண்டேன்."

"ஏன் தூங்கல்லே?"

"சரியாப்போச்சு போ! நீ தூங்கறயா தினமும்?"

"ஓ, நன்னாத் தூங்கறேன்!"

"பொய்!"

"இல்லை ராதா, நான் நிஜமாவே நன்னாத் தூங்கறேன். அவரோட இருக்கிறவரை ஒருநாள்கூட ராத்திரி முழுசா தூங்கினதில்லை. இப்ப ஏதோ விடிவு கிடைச்சுட்ட மாதிரி இருக்கு. சுதந்தரம் கிடைச்ச மாதிரி இருக்கு. காலேஜிலே சேர்ந்தப்புறம் ஏதோ புதுவழி கிடைச்ச மாதிரி இருக்கு. ரொம்ப களைப்பா வேறெ போயிடறதுனாலே நன்னாத் தூங்கறேன்."

ராதாவுக்கு நம்ப முடியவில்லை. நேற்றுதான் ஆகாசத்தைப் பார்த்துக்கொண்டு கண்ணில் வெற்றுப் பார்வையோடு என்னாலே பழசை மறக்க முடியலே என்று சொன்னவள், இன்றைக்கு இப்படிப் பேசுவதைப் புரிந்துகொள்வது கஷ்டமாக இருந்தது.

"என்ன முடிவு செஞ்சிருக்கே ஜெயா?" என்று மெள்ளக் கேட்டாள்.

ஜெயாவின் பார்வை எங்கேயோ தொலைவில் சென்றது.

"என்ன முடிவு? ஒரே முடிவுதான். விவாகரத்து ஒண்ணுதான் வழி... வக்கீல் ஏற்பாடு பண்ணியிருக்கோம்."

"வேற வழியே இல்லையா ஜெயா?"

ஜெயா அவளை அதிசயத்தோடு பார்த்தாள்.

"நா உனக்கு ஏற்கெனவே சொன்னதிலே உனக்குப் புரிஞ்சிருக்கும்னு நினைச்சேன். இனிமே அந்த உறவு ஒட்டாது ராதா. கல்யாணம் பண்ணிண்ட தோஷத்துக்காகப் புருஷன் எப்படியிருந்தாலும், சகிச்சுண்டு நரகத்திலே இருக்கணுங்கறியா? காலம் மாறிடுத்து ராதா, மனைவின்னு ஆனப்பறம் நம்மை நாமே புழுவா மாத்திக்கணும்னு எந்த சாஸ்திரமாவது சொன்னா அந்த சாஸ்திரம் எனக்கு வேண்டாம்!"

ஜெயாவின் துடிக்கும் உதடுகளும், சிவந்த முகமும், பளபளத்த கண்களும் அன்று வீடு போய்ச் சேரும் வரை ராதாவின் மனத்தை அலைக்கழித்தது. ஜெயாவின் மனத்தின் தீவிரத்தைக் கண்டு வியந்தது.

அவள் வீடு போய்ச் சேர்ந்தபோது மங்களம் மாமி எதையோ வெகு சுவாரஸ்யமாகப் படித்துக்கொண்டிருந்தாள். ராதாவைக் கண்டதும் சட்டென்று அதை விசிறியாக மடித்துக் கீழே வைத்துவிட்டு எழுந்தாள்.

***

அத்தியாயம்

16

செடிகளுக்கெல்லாம் தண்ணீர் பாய்ச்சிவிட்டு ராதா தோட்டத்திலேயே ஒரு நாற்காலியைப் போட்டுக்கொண்டு உட்கார்ந்தாள். நித்திய முல்லையின் மணம் கம்மென்று மூக்கையும், மனத்தையும் நிறைத்தது.

கையிலிருந்த புத்தகத்தில் மனம் செல்லாமல் அலைபாய்ந்தது. புத்தகத்திலிருந்து பார்வையை எடுத்து அவள் வானத்தைப் பார்த்தபடி உட்கார்ந்தாள். வானத்தில் சிவப்பும், ஊதாவும், மஞ்சளும், நீலமுமாக வண்ணக்கோலங்கள் தெரிந்தன. சினிமாவில் கனவு ஸீன் மாதிரி... விதவிதமான உருவங்கள். தேர்கள், வாகனங்கள் பல நிறங்களில் மாறுகிற மாதிரி இருந்தது. அவளும், ரகுவும் பல மாலை நேரங்கள் இந்தியா கேட்டில் புல் தரையில் உட்கார்ந்து இந்த மாதிரி அற்புதமான வானத்தின் வண்ணக் கோலங்களில் தங்களை மறந்திருக்கிறார்கள். பேசாமலே மௌனமாக தத்தம் சிந்தனைகளில் ஆழ்ந்திருக்கிறார்கள். அந்த மௌனத்தில்கூட ஓர் இணக்கம் இருந்தது. அதுவே அவர்களிடையே ஒரு பாஷையாக இருந்தது. இந்த மாதிரியெல்லாம் ஒரு பிணைப்பு தனக்கும், ரகுவுக்கும் இருந்தது என்றால், யாரும் நம்பக்கூட மாட்டார்கள். கதையில் வந்தால்தான் நம்புவார்கள். அதுவும் அப்பாவின் வர்ணனைகளுடன் கூடிய கதைகளை...

அவளுக்குச் சட்டென்று அன்று நடந்த நிகழ்ச்சி ஞாபகத்திற்கு வந்தது.

அவளைக் கண்டதும் மாமி அப்படிச் சட்டென்று புத்தகத்தை மறைப்பானேன் என்று அவளுக்கு வியப்பாக இருந்தது. அவள் அதைக் காட்டிக்கொள்ளாமல் கைகால் கழுவச் சென்றாள்.

“டிபன் ஏதாவது உண்டா மாமி?” என்று சாதாரணமாக கேட்டுக்கொண்டே மேஜையருகில் வந்து உட்கார்ந்தாள்.

“ஓ உண்டே, அடை பண்ணியிருக்கேன்” என்றபடி மாமி அடையைக் கொண்டுவந்து மேஜைமேல் வைத்தாள். காப்பி கலக்க மாமி உள்ளே சென்றிருந்த சமயத்தில் ராதா மெள்ள கீழே மடித்து வைக்கப்பட்டிருந்த பத்திரிகையை நிமிர்த்தினாள். அப்பாவின் நாவல். காதலன் காதலி சந்திக்கும் கட்டம், காதலனின் சேஷ்டைகள், அவள் சட்டென்று பத்திரிகையை இருந்த நிலையில் வைத்துவிட்டு தன் இருக்கையில் வந்தமர்ந்தாள், மாமி காப்பியைக் கொண்டுவந்து வைக்கும்போது ஏதும் பேசவே தோன்றவில்லை. அப்பாவின் இந்த வர்ணனைகளைப் படித்து மாமி என்ன நினைத்துக்கொள்வாள் என்று மனத்தைக் குடைந்தது. சே, இத்தனை மட்டமான ஆசாமியா இவர் என்று அருவெருத்துப் போவாளா? இல்லை, இயற்கையைத்தான் எழுதுகிறார். சற்று அப்பட்டமாக மிகையாக எழுதுகிறார். அவ்வளவுதான் என்று விவேகமாக எடுத்துக்கொள்வாளா? இல்லை, அவரது வர்ணனைகள் கன்னி கழியாத இந்த விதவை மாமியின் மனத்தில் எத்தகைய மனக்கிலேசத்தையாவது உண்டு பண்ணுமா? வெகு சுவாரஸ்யத்தோடு அல்லவா படித்துக்கொண்டிருந்த மாதிரி இருந்தது? அவள் யோசனையுடன் காப்பியைக் குடித்துவிட்டுத் தோட்டத்துக்குச் சென்றாள். செடிகளுக்குத் தண்ணீர் பாய்ச்சியபடியே யோசிக்கையில் தன் யோசனைகள் எல்லாம் அர்த்தமற்றவை என்று தோன்றிற்று. நாள் முழுவதும் இந்த மாமி என்னதான் செய்வாள்? வெளியில் வாசலில் எங்கும் போவதில்லை. சமையலை முடித்துப் பாத்திரங்களைக் கழுவி வைத்த பிறகு என்னதான் வேலை? வீட்டிலே எங்கே திரும்பினாலும் அப்பா எழுதிய புத்தகங்கள், அல்லது தொடர் நாவல் வெளிவரும் பத்திரிகைகள், இவ்வளவு

விவேகமாகப் பேசும் மாமியை இந்த எழுத்து எந்தவிதப் பாதிப்புக்குள்ளாக்கப் போகிறது. நாற்பது வயதுக்கு மேல், சற்று சலனமேற்பட்டாலும்தான் என்ன ஆகப்போகிறது?

ராதா அதைப்பற்றிய சிந்தனையை ஒதுக்கிவிட்டு புத்தகத்தை எடுத்துக்கொண்டு வந்து உட்கார்ந்தாள்.

புத்தகத்தில் மனசு செல்லவில்லை. எங்கெங்கோ அலைபாய்ந்தது, ரகுவைப் பற்றி நினைத்தது, ஜெயாவைச் சுற்றி வட்டமிட்டது. நளினியும், மோஹனும்கூட நினைவில் வந்து போனார்கள். இருள் சரசரவென்று விரிய ஆரம்பித்துவிட்டது. பட்சிகளின் ஆரவாரம் காதைக் குடைந்தது.

காலடி ஓசை கேட்டு அவள் நிமிர்ந்தாள் அப்பா.

"சாயரட்சை வேளையிலே எதுக்கு இப்படி வெளியிலே உக்காந்திருக்கே. உள்ளே போ!" என்று அவர் அதட்டலான குரலில் சொன்னார்.

அவள் மௌனமாக எழுந்தாள்.

அப்பாவுக்குத் தன்னிடம் அதட்டிப் பேசியே வழக்கமாகப் போய்விட்டது என்று நினைத்துக்கொண்டாள்.

எந்தவித உணர்ச்சிகளுக்கும், பாதிப்புகளுக்கும் ஆளாகக்கூடாது என்று அவள் தன்னை நிதானப்படுத்திக்கொண்டு பூஜையறைக்குப் போய் விளக்கேற்றிவிட்டுத் தன் படிப்புக்கு உட்கார்ந்தாள்.

மறுநாளைக்கு மறுபடி அந்த மென்டல் இன்ஸ்டிட்யூட்டுக்குப் போக ஏற்பாடாகியிருக்கிறது என்கிற விஷயம் நினைவுக்கு வந்தது.

இந்தக் கேஸ் ரொம்ப ஸிம்பிள். அடுத்த தடவை இன்னும் சிக்கலான கேஸைக் காண்பிக்கிறேன் என்று டாக்டர் சொல்லியிருந்தது ஞாபகத்திற்கு வந்தது. இந்தத் தடவை எந்த மாதிரிக் கேஸைக் காட்டப்போகிறார் என்று ஆவல் எழுந்தது.

மறுநாளைக்குக் காலேஜுக்குப் போகும் வழியெல்லாம் இதே நினைவாக இருந்தது.

ஜெயா பஸ்ஸில் ஏறி அவளருகில் அமர்ந்ததும் அவள் சொன்னாள்.

"இன்னிக்கு மறுபடி மென்டல் இன்ஸ்டிட்யூட்டுக்கு போறோம் ஜெயா!"

"அப்படியா? ரொம்ப ஸ்வாரஸ்யமாத்தான் இருக்கும், நிஜமான கேஸை நேரிலே பரீட்சை பண்ணிப் பாக்கும்போது."

"ஆமாம், இன்னிக்குப் போனதடவையை விட சிக்கலான கேஸைக் காட்டப்போறாளாம். நான் ரொம்ப ஆவலாக் காத்துண்டிருக்கேன்."

"நீ சொல்றதைப் பார்த்தா எனக்குக்கூட ஆசையாயிருக்கு. நான் கூட ஸைக்காலஜி எடுத்திண்டிருக்கலாமேன்னு இருக்கு. இந்த மில்டனும், கீட்ஸ்ஸையும் விட நிஜப்பாத்திரங்கள் சுவாரஸ்யமா இருப்பா போலிருக்கு."

ராதா சிரித்தாள்.

"ஒவ்வொரு பாடமும் ஒவ்வொரு விதத்திலே சுவாரஸ்யமானதுதான் ஜெயா. நாம எத்தனை தூரம் அதிலே ஆழ்ந்துபோறோம் என்கிறதைப் பொறுத்திருக்கு எல்லாமே. இப்ப நளினியைப் பாரேன். ஸைக்காலஜி ஒரு போர் என்கிறாள்."

"இனிமேல் அப்படிச் சொல்லமாட்டாள் பாரேன்" என்று ஜெயா சிரித்தாள்.

"இத்த மெண்டல் இன்ஸ்டிட்யூட்டுக்குப் போவது அவளுக்கு ஒரு பெரிய பொழுதுபோக்காக இருக்கப்போறது. பேச நிறைய டாபிக் கிடைக்கப்போறது."

ராதா சட்டென்று மௌனமானாள்.

ஒரு விஷயத்தில் சுவாரஸ்யம் என்பதற்குப் பல கோணங்கள் உண்டு என்று தோன்றிற்று.

ஜெயா மெள்ளக் கேட்டாள்.

"ஆமாம், அந்த மோஹன் இதே பஸ்ஸில் போகிறான்னு சொன்னே. ஒருநாள்கூட நீ எனக்குக் காண்பிக்கல்லியே?"

ராதா தலையை நிமிர்த்திப் பார்த்தாள். டிரைவர் ஸீட்டுக்கருகில் மோஹன் நிற்பது தெரிந்தது. சட்டென்று அவன் பார்வையும் அவள்மேல் விழுந்தது.

லேசாக ஒரு புன்னகை இருவர் முகத்திலும் அரும்பிற்று.

"தெரிஞ்சிண்டேன்" என்றாள் ஜெயா. மெள்ள "நளினி சரியாகத்தான் சொன்னாள். பார்க்க நன்னாத்தான் இருக்கான்."

ராதா சிரித்தாள்.

"வேணுமானா நளினியோட அப்பா அம்மாகிட்டே இவனைப்பத்தி சொல்லலாம். என்னைப் பொறுத்தவரையில் ஹி இஸ் ஜஸ்ட் எ பர்ஸன். ஆண், பெண் என்கிற வித்தியாசத்தோடு நான் பார்ப்பதில்லை."

"எல்லாரும் அதைப் புரிஞ்சுக்கமாட்டா ராதா!"

"புரிஞ்சுக்கல்லேன்னா போயிட்டுப்போறா. எனக்கென்ன நஷ்டம்?"

அன்று வகுப்பில் நுழைந்ததும் மாணவர்களிடையே பேச்சும், பரபரப்பாக இருந்தது. ஒரு மணி நேர லெக்சருக்குப் பிறகு முன்பு சென்ற மாதிரி வானில் எல்லாரும் புறப்பட்டுத் போனார்கள்.

போகும் வழியில் ப்ரொஃபஸர் கேட்டார்.

"பைத்தியம் என்கிற வியாதி ஏற்படுவதற்கு மூல காரணம் என்ன தெரியுமா?"

"மற்றவர்களுடன் ஒத்துப்போகாத குணமும், தன்னைப் பற்றியே அதிகம் நினைத்துக்கொள்ளும் வழக்கமும்தான் மூல காரணம்" என்றாள் ராதா.

"குட்" என்றார் ப்ரொஃபசர். "இது ஒருவகைக் கோபத்தின் பிரதிபலிப்பு என்று சொல்லலாம். சமுதாயத்தின் மேல் ஏற்படும்

கோபம். மனிதர்கள் மேல் ஏற்படும் கோபம். தன் தோல்விகளுக்கு மற்றவர்கள்தான் காரணம் என்கிற கோபம். இந்தக் குணத்தை எந்த விதத்தில் நார்மலாக்க முடியும் சொல்லுங்கள்?”

ராதாதான் பதில் சொல்ல வேண்டும் என்று எல்லாரும் நினைத்த மாதிரி அவளைப் பார்த்தார்கள்.

ராதா தயங்கியபடியே சொன்னாள்; “சக மனிதர்களிடம் அவர்களுக்கு அக்கறை உண்டாகும்படி முதலில் முயற்சி செய்ய வேண்டும்.”

“வெரிகுட், அது ஒன்றுதான் வழி. மனிதர்கள் மேல் அவர்களுக்கிருக்கும் வெறுப்பு போக வேண்டுமானால், அவர்கள் மேல் அக்கறையேற்படும்படி செய்ய வேண்டும். அது எப்படி சாத்தியம் என்று நீங்கள் கேட்பீர்கள். அதை நயமாக இதமாகச் செய்ய வேண்டும். அவன் நினைக்கிறபடி எல்லா மனிதர்களும் மோசமில்லை என்று காண்பிக்க வேண்டும். அவனிடம் அக்கறை காண்பித்தால் மற்றவர்களிடம் அவனுக்கு அக்கறை ஏற்படும், மிகமிக நயமாக, பொறுமையாகக் கையாண்டால் எந்தப் பைத்தியத்தையும் குணப்படுத்திவிடலாம். எவ்வளவோ பைத்தியங்கள் நிரந்தரமாகப் பைத்தியங்களாக இருப்பதற்குக் காரணம் அவர்களுக்குக் கவனிப்பு போதாததால்தான்...”

மற்ற மாணவர்கள் அவருடைய பேச்சைக் கேட்டார்களோ இல்லையோ ராதா கூர்ந்து கேட்டாள். மனிதாபிமான உணர்வு இந்த வைத்தியத்துக்கு மிக மிக அவசியம் என்று நினைத்துக்கொண்டாள்.

மெண்டல் இன்ஸ்டிட்யூட் வந்துவிட்டது.

எல்லாரும் இறங்கி உள்ளே சென்றார்கள். அவர்கள் வந்திருப்பது தெரிந்ததும் மோஹன் வெளியே வந்தான். பெரிய டாக்டர் வேலையாக இருப்பதாகவும், அவர்களைச் சற்று காத்திருக்கும்படியும் சொன்னான். ராதாவைப் பார்த்து மிக லேசாகப் புன்னகைத்தான். அவளும் லேசாகப் புன்னகைத்தாள்.

அவள் நளினியின் பக்கமே திரும்பாமல் கட்டடத்தை ஆராய்ந்தபடி இருந்தாள்.

சிறிது நேரத்தில் டாக்டர் தயாராக இருக்கிறார் என்று மோஹன் அவர்களை உள்ளே அழைத்துப் போனான்.

"வாருங்கள்" என்றார் டாக்டர். இன்றைக்கு என்ன கேஸ் உங்களுக்குக் காண்பிக்கிறதுன்னு யோசிச்சிண்டிருக்கேன். "இங்கே விசித்திரமான கேஸ் ஒண்ணு வந்திருக்கு ஒரு மாசமாய். ஒரு 14, 15 வயதுப் பெண், என்ன கேட்டாலும் பேசினாலும் பதில் சொல்றதில்லே நாய் மாதிரி குலைக்கிறாள். எதைக் கேட்டாலும் அந்தக் குலைப்புதான். அவளுக்கு மனிதர்கள் மேல் என்ன அப்படி ஒரு கோபமோ தெரியல்லே. நாய் மாதிரி குலைச்சு மனித வர்க்கத்தோட சேர்ந்தவள் தான் இல்லைன்னு காண்பிக்கிறாளோ என்னவோ?"

"அந்தப் பெண்ணோட கேஸ் ஹிஸ்ட்ரி என்ன டாக்டர்?"

ஆர்வத்தோடு கேட்ட ராதாவை அவர் புன்னகையுடன் பார்த்தார்.

"சொல்றேன், இவளுடைய அம்மா ஒரு மாதிரி போலிருக்கு. வேண்டாமல் பெத்த குழந்தை. அம்மா அவளை வளர்க்க இஷ்டப்படாம அனாதாஸ்ரமத்திலே சேர்த்திருக்கிறாள். அம்மாக்காரி எப்பவாவது பார்க்க வருவாளாம். விவரம் புரிஞ்சதும் இவள் என்னை வீட்டுக்கு அழைத்துக்கொண்டு போ என்று அழுவாளாம். 'சீ நாயே! உனக்கு இங்கேதான் இருப்பிடம்' என்று அம்மா கத்திவிட்டுப் போவாளாம். அவள் அப்படிச் சொல்லிச்சொல்லி இந்தப் பெண்ணுக்குத் தான் ஒரு நாய் என்கிற எண்ணமே மனத்தில் பதிந்துபோய்க் கடைசியில் நாய் மாதிரியே எல்லாம் செய்கிறாள். பேசுவதேயில்லை. கர்சீப்பை, துண்டை எல்லாவற்றையும் கடிக்கிறாள், தின்கிறாள், குலைக்கிறாள். தட்டிலிருந்து நக்கித்தான் சாப்பிடுகிறாள். ஒரு மாசமாகிவிட்டது இங்கு வந்து."

இதைக் கேட்கக்கேட்க மிகமிகப் பரிதாபமாக இருந்தது ராதாவுக்கு.

"அந்தப் பெண்ணைப் பார்க்கலாம் வருகிறீர்களா?" என்று கேட்டுக்கொண்டே எழுந்த டாக்டரின் பின்னால் எல்லாரும் எழுந்து போனார்கள்.

அவள் - அந்தப் பெண் தனியாக உட்கார்ந்திருந்தாள் எங்கேயோ வெற்றுப்பார்வையை ஓட்டியபடி; புடவைத் தலைப்பைக் கடித்தபடி... செருப்பொலி கேட்டு அவள் திரும்பினாள். முகம் களையாக இருந்திருக்க வேண்டும். இப்பொழுது அதில் ஒரு வெறி தெரிந்தது. ஒரு கூட்டம் தன்னை நோக்கி வருவதைக் கண்டு அவள் சட்டென்று எழுந்தாள்.

எல்லாரையும் பார்த்து சேர்ந்தாற்போல் நாய் மாதிரி குரைத்தாள்.

எல்லா மாணவர்களும் சற்று கலவரத்துடன் பின்னால் நகர்ந்தார்கள்.

அந்தப் பெண் ஓய்ந்ததும், ராதா டாக்டரைப் பார்த்து மெள்ளக் கேட்டாள்.

"டாக்டர்! நான் இந்தப் பெண்ணுடன் கொஞ்சம் பேசலாமா?"

டாக்டரும், மோஹனும் அவளை வியப்புடன் பார்த்தார்கள்.

✯ ✯ ✯

அத்தியாயம் 17

அவள் சொன்னதை நம்ப முடியாதவர் மாதிரி டாக்டர் அவளைப் பார்த்தார்.

ராதா மறுபடியும் மெல்லிய குரலில் கேட்டாள்.

"மே ஐ டாக் டு ஹர் ப்ளீஸ்?"

"என்ன பேசுவாய்?" என்றார் டாக்டர் யோசனையுடன், "அவளுடைய கோபம் இன்னும் அதிகரித்தால்?"

"ஓ நோ" என்றான் மோஹன். "ஷி ஹர்ட் யூ." ராதா மென்மையாகச் சிரித்தாள்.

"நீங்கள் எல்லாரும் இங்கிருக்கும்போது என்ன நடந்துவிடும்? எனக்கு ஒண்ணும் பயமில்லே டாக்டர் எனக்கு அவளைப் பார்க்க ரொம்பப் பரிதாபமாக இருக்கிறது. பேசிப் பார்க்க வேண்டும்போல் இருக்கு, ப்ளீஸ் மே ஐ?"

டாக்டர் தோளைக் குலுக்கினார்.

"ஐ ஷுட் ஸே யூ ஆர் எ ப்ரேவ் கர்ள். சரி, ஜாக்கிரதையாக இரு. ஆனால் நாங்கள் இங்கேதான் இருப்போம்."

ராதா புன்னகையுடன் அந்தப் பெண்ணின் அறைக்குள் நுழைந்தாள், அந்தப் பெண்ணின் முகத்தில் முதலில் வியப்பு தெரிந்தது. பிறகு குரைத்தாள். ராதா புன்னகையுடன் பேசாமல் இருந்தாள்.

அந்தப் பெண் குரைத்து ஓய்ந்ததும் ராதா மெள்ளக் கேட்டாள் புன்னகையுடன்.

“சாப்பிட்டியா?”

“ளொள் ளொள்!”

“என்ன சாப்பிட்டே?”

“ளொள் ளொள்!”

ராதாவின் புன்னகை மாறவேயில்லை.

“உன் பேர் என்னம்மா?”

“ளொள் ளொள்!”

“புது தினுசாயிருக்கு உன் பேர். ஆனா எனக்கும் பிடிச்சிருக்கு.”

அந்தப் பெண் ஒரு விநாடி பேசாமல் இருந்தாள்.

பிறகு பளாரென்று ஒரு அறைவிட்டாள் ராதாவின் கன்னத்தில்.

ராதா சற்று நிலைகுலைந்து போனாலும் அவசரமாக உள்ளே நுழைந்த மோஹனைக் கையமர்த்தினாள்.

“ஐ ஆம் ஆல்ரைட், டோன்ட் வொர்ரி.”

அந்தப் பெண் சற்று அதிசயத்துடன் ராதாவைப் பார்த்தாள்.

ராதா புன்னகையுடனேயே அவளைப் பார்த்தாள்.

தன்னுடைய செயல் தோற்றுவிட்டது என்கிற ஆத்திரத்தில் அந்தப் பெண் அருகிலிருந்த கண்ணாடி ஜன்னலை ஓங்கி ஒரு குத்து குத்தினாள். கண்ணாடி சுக்கலாக உடைந்து அவளுடைய கையிலிருந்து ரத்தம் பெருக ஆரம்பித்தது. ராதா உண்மையிலேயே பயந்துபோனாள். முதலுதவிப் பெட்டியுடன் மோஹன் உள்ளே ஓடி வந்தான்.

“நான் அப்பவே சொன்னேனே கேட்டீர்களா?” என்றான் மெல்லிய குரலில்.

ராதா சட்டென்று தன்னைச் சமாளித்துக்கொண்டாள்.

அந்தப் பெண் விடாமல் குரைத்துக்கொண்டிருந்தாள்.

“நீங்கள் அவளைப் பிடித்துக்கொள்ளுங்கள். நான் அவள் கையைக் கழுவி மருந்து போடுகிறேன்!” என்றாள் ராதா.

மோஹன் அந்தப் பெண்ணைப் பிடித்துக்கொண்டான்.

அந்தப் பெண் கத்தக் கத்த ராதா இதமாகப் பேசிக்கொண்டே கையைக் கழுவி மருந்துபோட்டு பாண்டேஜ் கட்டினாள். திடீரென்று அந்தப் பெண் குலைப்பதை நிறுத்தியிருந்ததை இருவரும் கவனித்தார்கள்.

ராதா சிரித்துக்கொண்டே அந்தப் பெண்ணின் கன்னத்தை லேசாகத் தட்டினாள்.

“நாளைக்கே இது சரியாகிவிடும் பயப்படாதே, உன் பேரு என்ன சொன்னே?”

“விஜயா!”

மோஹனும், ராதாவும் ஒரு நிமிஷம் திகைத்துப்போய் நின்றார்கள். எதையோ பெரிதாகச் சாதித்துவிட்ட மாதிரி திக்குமுக்காடிப் போனாள் ராதா.

டாக்டர் புன்னகையுடன் உள்ளே வந்தார். ராதாவின் முதுகைத் தட்டிக்கொடுத்தார். மறுபடியும் கூட்டம் சேருவதைப் பார்த்து அந்தப் பெண்ணின் முகம் மறுபடியும் மாறிப்போயிற்று. மறுபடியும் குலைக்க ஆரம்பித்தாள். ராதாவின் முகம் விழுந்து போயிற்று.

“டோன்ட் வொர்ரி” என்றபடி டாக்டர் ராதாவை வெளியில் அழைத்து வந்தார். “இந்த மாதிரி கேஸெல்லாம் ரொம்ப ரொம்ப நிதானமாகத்தான் சரியாகும். ஒரே நாளில் சரியாகிவிடும் என்று நினைத்தாயா? இன்றைக்கு நீ அவளைப் பேச வைத்ததே பெரிய சாதனை, நாங்கள் ஒரு மாதமாக முயல்கிறோம். முடியவில்லை.”

ராதாவுக்குக் கூச்சத்தில் என்ன பேசுவது என்றே தெரியவில்லை.

டாக்டர் ப்ரொஃபஸரிடம் சொல்லிக் கொண்டிருந்தார்.

"ஷி இஸ் எ வெரி ப்ரேவ் அண்ட் ஸ்மார்ட் கர்ள்."

இத்தனை புகழ்ச்சியைக் கேட்டே பழக்கமில்லாதவளுக்கு முகத்தை எங்கே வைத்துக்கொள்வது என்று புரியாமல் கூச்சமாக, குழப்பமாக இருந்தது.

டாக்டர் அவள் முதுகில் தட்டியபடியே சொன்னார்.

"எம்.ஏ முடிந்ததும் இங்கே வந்துவிடு. என்னிடமே நீ வேலை செய்யலாம். உனக்கு இந்த வேலையில் ரொம்ப இன்ட்ரஸ்ட் என்று நினைக்கிறேன்."

ராதாவுக்கு அவருடைய வார்த்தைகளை நம்புவதே கஷ்டமாக இருந்தது. சந்தோஷத்தில் மனசு நிறைந்தது.

"ஓ யெஸ், தாங்க்யூ டாக்டர்" என்றாள்.

மோஹன் அவளையே புன்னகையுடன் பார்த்துக்கொண்டு நின்றிருந்ததை அவளால் உணர முடிந்தது. அவளுடைய முகம் லேசாகச் சிவந்தது. தன் குழப்பத்தை மறைத்துக்கொள்ள அவள் டாக்டரைப் பார்த்துக் கேட்டாள்.

"அந்தப் பெண் குணமாகிவிடுவாளா டாக்டர்?"

"ஓ யெஸ். ஆனால் நாளாகும். ஒரு வருஷம் இரண்டு வருஷம்கூட ஆகலாம்."

"வாட் எ பிட்டி" என்றார் ப்ரொஃபஸர்.

"இந்த மனிதாபிமான உணர்வு இருக்கிற வரையில் பைத்தியங்கள் கவலைப்பட வேண்டாம். அவர்களைக் கண்டு நாம் பயந்தோ, வெறுத்தோ ஓடாமல் இருக்க வேண்டும். அதுதான் முக்கியம்" என்றார் டாக்டர்.

ப்ரொஃபஸரும், மாணவர்களும் அவரிடம் நன்றியைத் தெரிவித்துவிட்டுக் கிளம்பினார்கள்.

போகும் வழியில் ப்ரொஃபஸர் ராதாவை யோசனையுடன் பார்த்தார்.

"நீ அவ்வளவு தைரியமாய்ப் போவாய் என்று நான் எதிர்பார்க்கவில்லை ராதா."

ராதா சங்கோஜத்தில் தலையைக் குனிந்துகொண்டாள்.

"ஐ ஆம் ஸாரி ஸார். என்னையே என்னால் கட்டுப்படுத்திக்கொள்ள முடியவில்லை அப்போது."

"இட் இஸ் ஆல்ரைட்" என்றார் ப்ரொஃபஸர் தீவிர முகத்தோடு. "இருந்தாலும் பைத்தியங்களைப்பற்றி டாக்டர்களுக்குத் தெரிந்த அளவு நமக்குத் தெரியுமா? ஏதாவது எக்கச்சக்கமாக நடந்திருந்தால் என்னையல்லவா பொறுப்பாக்கியிருப்பார்கள்?"

அவருடைய கவலை அவளுக்குப் புரிந்தது.

"ஐ ஆம் ஸாரி ஸார்."

ப்ரொஃபஸர் பேசவில்லை. அவளுக்கு வருத்தமாகவும், வேதனையாகவும் இருந்தது. இப்பொழுது யோசித்துப் பார்க்கையில் தனக்கு எங்கிருந்து அப்படி ஒரு தைரியம் வந்தது என்று ஆச்சரியமாக இருந்தது. எதனால் அப்படியொரு யோசனையில்லாத வேகம் தன்னுள் புகுந்துகொண்டது, அந்த டாக்டர் சொன்ன மனிதாபிமான உணர்வா? மற்றவர்களை விட அவளிடம் அந்தப் பெண்ணுக்காக ஏற்பட்ட பச்சாதாபமா? என்ன இருந்தாலும் ப்ரொஃபஸரின் அனுமதியில்லாமல் டாக்டரிடம் தான் பேசியது தவறு என்று தோன்றிற்று. ப்ரொஃபஸரை சமாதானப்படுத்துகிற மாதிரி ஒரு மாணவன் சொன்னான்.

"மிஸ் ராதாவினாலதானே ஸார் பேசவே பேசாத அந்தப் பெண் இன்றைக்குப் பேசிற்று?"

"இட் இஸ் ட்ரு. பட் ஸ்டில் இட் வாஸ் எ ரிஸ்க்" என்றார் ப்ரொஃபஸர்.

"நாங்கள் எல்லாம் டிகிரி வாங்கின பிறகு வேலைக்கு அலையப்போகிறோம். மிஸ் ராதாவுக்கு இப்பவே வேலை காத்திருக்கிறது ஸார்" என்றான் இன்னொருவன்.

ராதாவுக்கு மேலும் முகம் சிவந்தது. இன்றைக்கு ஏன் இப்படி அதிகப் பிரசங்கித்தனமாக நடந்துகொண்டோம் என்றிருந்தது.

மதிய உணவுப் போதுக்குள் கல்லூரி முழுவதும் அன்றைய நிகழ்ச்சி பரவிவிட்டது.

ஜெயா அவளுடைய கையைப் பிடித்து உட்கார்த்தினாள்.

"உனக்கு எப்படி இப்படி தைரியம் வந்தது ராதா?" ராதாவுக்குச் சற்று எரிச்சல் கூட வந்தது.

"இதிலே தைரியம்னு சொல்ல என்ன இருக்கு ஜெயா? இரக்கம் பச்சாதாபம் என்கிற உணர்வுக்கெல்லாம் அப்படி ஒரு பஞ்சம் ஏற்பட்டுடுத்தா என்ன? பைத்தியங்களைக் கண்டு இரக்கப்படணுமே தவிர ஏன் பயப்படணும்? எல்லாரும் என்னை இப்படிக் கேக்கறது எனக்கு ஆச்சரியமாயிருக்கு."

அவளுடைய மனநிலையைப் புரிந்துகொண்டு ஜெயா பேசாமல் இருந்தாள்.

பிறகு மெள்ளச் சொன்னாள்.

"என்னாலே உன்னைப் புரிஞ்சுக்க முடியறது ராதா. ஆனா மத்தவா நீ பண்ணினதை ஓர் அதிகப்பிரசங்கித்தனம்னுதான் சொல்லுவா."

"சொன்னாச் சொல்லட்டும். என்னாலே வேஷம் போட முடியாது. ஐ கென்னாட் பி எ ஹிப்போக்ரிட்!"

"இது வேஷம்னு அர்த்தமில்லை ராதா. விவேகம்னு வெச்சுக்கோயேன்! அந்த நளினி என்ன சொல்றாளாம் தெரியுமா? அந்த மோஹன் பக்கத்திலே இருந்த தைரியத்திலேதான் நீ அப்படி மேதாவித்தனமா நடந்துண்டையாம்."

ராதா ஒருவிநாடி அவளை நிதானமாகப் பார்த்தாள்.

"சொன்னாச் சொல்லட்டும். நான் இந்த மாதிரி பேச்சுக்கெல்லாம் கலங்கிடமாட்டேன். என் மனசைப்பத்தி எனக்குத் தெரியும். ஒரு இரண்டுங்கெட்டான் பேசற பேச்சுக்கெல்லாம் நான் பயந்துண்டிருந்தா என்னாலே ஒரு மனுஷியா வாழ முடியாது.

நானும் அந்த மெண்டல் இன்ஸ்டிட்யூட்டுக்குப் போக வேண்டியதுதான்."

ஜெயா மேற்கொண்டு விவாதிக்கவில்லை. இந்த விஷயம் இவ்வளவு பெரிதாக விவாதிக்கப்படும் என்று ராதா நிச்சயமாக எதிர்பார்க்கவில்லை.

பிரின்ஸிபால் மத்தியானம் அவளைக் கூப்பிட்டனுப்பினார். பெரிய வம்பில் அல்லவா மாட்டிக்கொண்டு விட்டோம் என்கிற திகைப்புடன் ராதா தயக்கத்துடன் பிரின்ஸிபாலின் அறைக்குள் நுழைந்தாள்.

அவள் உள்ளே நுழைந்ததும் அவர் அவளை நிமிர்ந்து பார்த்தார்.

கருணை சுரக்கும் பார்வை... நீ இப்படிச் செய்வாய் என்று எனக்குத் தெரியுமே என்கிற மாதிரிப் பார்வை... எனக்கு உன் துடிப்பு புரிகிறது என்கிற மாதிரிப் பார்வை.

அவளுள் ஒரு தெம்பு படருகிற மாதிரி இருந்தது.

"குட் ஆஃப்டர்னூன் ஸார்."

"குட் ஆஃப்டர்னூன்! என்ன இன்னிக்கு மெண்டல் இன்ஸ்டிட்யூட்டில் பெரிய கலாட்டா பண்ணிட்டியாமே?"

அவள் திடுக்கிட்டு அவரைப் பார்த்தாள். அவருடைய பார்வைக்கும், பேச்சுக்கும் நிறைய வித்தியாசம் இருந்த மாதிரி இருந்தது.

"பயப்படாதே" என்று அவர் புன்னகைத்தார். "உன்னுடைய ஆர்வம் எனக்குப் புரிகிறது. ஆனால் நீ ஒரு பெரிய ரிஸ்க் எடுத்துக்கொண்டாய் என்று தோன்றுகிறது. அதுவுமில்லாமல் ஒரு ப்ரொஃபஸரோடு போயிருக்கும்போது அவருடைய அனுமதியை நீ முதலில் கேட்டிருக்க வேண்டாமா?"

ராதா தலையைக் குனிந்துகொண்டாள். "ஆமாம், கேட்டிருக்க வேண்டும். அப்பொழுது எனக்குத் தோன்றாமல் போய்விட்டது. ஐ ஆம் ஸாரி."

அவர் மறுபடியும் அவளைக் கருணையுடன் பார்த்தார்.

“நான் உன்னுடைய தைரியத்தையும், ஸ்பிரிட்டையும் மெச்சுகிறேன். இருந்தாலும் முறை என்று ஒன்று இருக்கிறதல்லவா?”

“ஆமாம் ஸார். ஒப்புத்துக் கொள்கிறேன்.”

அவள் எழுந்து வெளியே வந்தபோது காலையில் மனத்தில் பொங்கிய ஆர்வமெல்லாம் வடிந்துபோன மாதிரி இருந்தது, அதற்கெல்லாம் அர்த்தமில்லாமல் போய்விட்ட மாதிரி... ஏதோ குற்ற உணர்வு மனத்தை அழுத்திய மாதிரி...

மாணவர்கள்தான் அவளைக் குஷிப்படுத்த முயன்றார்கள். அவள் திரும்பி வந்து தன் இருக்கையில் அமர்கையில், “ப்ராவோ ராதா!” என்று ஒரு காகிதத்தில் எழுதி அவளுடைய மேஜைமேல் வைத்திருந்தார்கள். அதைப் படித்து அவளுக்கு மனசுக்குள் ஒரு நெகிழ்ச்சி ஏற்பட்டது.

அன்று மாலை தோட்டத்து வேலை செய்கையில் ப்ரொஃபஸர் சொன்னதும், பிரின்ஸிபால் கோபித்துக்கொண்டதும் மறந்தே போய்விட்டது.

“உன் பெயர் என்னன்னு சொன்னே?” என்று அவள் மென்மையாகக் கேட்க, அவள் சற்றும் எதிர்பாராத வகையில் அந்தப் பெண் ‘விஜயா’ என்று சொன்னது திரும்பத் திரும்ப நினைவுக்கு வந்தது. அந்தத் தருணத்தில் அவள் மனத்தில் ஏற்பட்ட வியப்பும், சந்தோஷமும் இன்னமும் பிரவாகமாய்ப் பெருகிற்று.

நீளமாக நிழல் தன் முன்னால் விரிவதைக் கண்டு அவள் தலை நிமிர்ந்தாள்.

அப்பா.

அவளுள் பழைய பீதி படருகிற மாதிரி இருந்தது. “என்ன பெரிய அதிகப்பிரசங்கித்தனமெல்லாம் பண்ண ஆரம்பிச்சுட்டே? காலேஜிலே உன்னைச் சேர்த்தது தப்பாப் போயிடுத்து போயிருக்கே?” என்று கோபமாகக் கேட்டார்.

✲ ✲ ✲

அத்தியாயம்

18

அப்பாவின் திடீர் வருகையும், கத்தலும் ஒரு விநாடி முன்வரை ஆகாசத்தில் மிதந்தவளுக்குக் கீழே சட்டென்று தள்ளப்பட்ட மாதிரி இருந்தது. அவருடைய கேள்விக்குப் பதில் சொல்லி ஏதும் லாபமில்லை என்று தோன்றிற்று. பதில் சொன்னால் விபரீதமாகிவிடும் என்று தோன்றிற்று. அவர் சொன்ன வேகத்தைப் பார்த்தால் காலேஜை எங்கே நிறுத்திவிடுவாரோ என்ற பயம் எழுந்தது. முதலிலேயே வணங்கி விடுவதுதான் விவேகம் என்று தோன்றிற்று. இவருக்கு யார் மூலம் எந்த விதமாகச் செய்தி கிடைத்திருக்கும் என்று அவளுக்குப் புரியவில்லை.

அவள் தரையைப் பார்த்துக்கொண்டே முணுமுணுத்தாள்.

“ஏதோ தெரியாமல் ஒரு வேகத்திலே செஞ்சுட்டேன். இனிமே அப்படி நடந்துக்க மாட்டேன், மன்னிச்சுக்கோங்கோ.”

அவள் சட்டென்று அப்படிப் பணிந்துபோனது அவருக்கு ஆச்சரியமாகப் போயிருந்திருக்க வேண்டும். சட்டென்று ஒரு நிதானத்துக்கு வந்தவர் மாதிரி அவர் நின்றார்.

“இருந்தும் எதுக்காக நடுவிலே நீ நுழையணும் மேதாவி மாதிரி?”

“ஏதோ ஸப்ஜெக்ட்லே இருந்த உண்மையான இன்ட்ரஸ்ட்லே அப்படிச் செஞ்சேன்!”

"இப்படித்தான் எதையாவது ஆரம்பிச்சு எங்கேயாவது போய் நிப்பே! உனக்கு நீயே கடிவாளம் போட்டுக்கோ! உன் நிலையை எண்ணிப் பார்த்துக்கோ! அவ்வளவுதான் நான் சொல்வேன். அதுக்கப்புறம் மகளே உன் சமத்துன்னு விட்டுடுவேன்."

அவர் அடிக்குரலில்தான் சொன்னார். ஆனால் ஒவ்வொரு வார்த்தையும் மண்டையில் அறைகிற மாதிரி இருந்தது.

அவர் உள்ளே போய்விட்டார். அவள் தண்ணீர் விட்டுக்கொண்டிருந்த ஹோஸ் பைப்பை அலுப்புடன் மூலையில் சுருட்டி வைத்தாள். எல்லாரும் ஒரு மிகச் சாதாரண விஷயத்தை மிகவும் பெரிது பண்ணுகிற மாதிரிப்பட்டது. அவளுடைய உண்மையான வேட்கை அந்த டாக்டருக்கும், பிரின்ஸிபாலுக்கும்தான் புரிந்திருக்கிறது என்று அவளுக்குத் தோன்றிற்று.

அப்பாவின் வார்த்தைகள் நினைவுக்கு வந்ததும் மனசில் பழைய வெறுப்பெல்லாம் சுருண்டு எழுந்தது. எப்படி ஒரு கனிவே இல்லாமல் பேசுகிறார் என்று ஆத்திரம் வந்தது. எம்.ஏ முடித்த கையோடு ஒரு வேலையைத் தேடிக்கொண்டு அவர் தயவே இல்லாமல் ஒரு ஹாஸ்டலில் தங்கிவிட வேண்டும் என்று அவளுள் ஒரு தீவிரம் எழுந்தது. இன்னும் ஒரு வருஷம் எப்படியாவது பல்லைக் கடித்துக்கொண்டு ஓட்டிவிட்டால் காலேஜில் சேர்ந்த பிறகு வெகுவிரைவில் நாள்கள் ஓடிவிட்ட மாதிரி இருந்தது. முதலாண்டுத் தேர்வுப் பரீட்சைகளுக்குச் சில நாள்களே இருந்தன. யார் என்ன சொன்னாலும் அதைப்பற்றி நினைத்து வருத்தப்படாமல் பரீட்சையில் கவனத்தைச் செலுத்த வேண்டும்... ஸைக்காலஜி படிப்பதற்கு அர்த்தமே இல்லாமல் போய்விடும்... எல்லாவற்றிற்கும் மனத்தைத் தளரவிட்டால் பரீட்சையையும் கோட்டைவிட வேண்டியதுதான்...

அவள் வழக்கம்போல் ஸ்வாமிக்கு விளக்கேற்றிவிட்டு படிப்பதற்கு உட்கார்ந்தாள். தெருவில் ஏதோ ஒரு நாய் விடாமல் குரைத்தது, அவளுக்குச் சட்டென்று விஜயாவின் நினைவு

வந்தது. மனத்தை ஒரு சோகம் கவ்வியது. எத்தனை விதமான சோகங்கள் என்றிருந்தது. இந்த உலகத்தில் அந்தப் பெண் இப்படி மாறுவதற்கு எப்படிப்பட்ட சோகத்தை அனுபவித்திருக்க வேண்டும் என்று தோன்றிற்று. அன்பு என்பதையே காணாத வாழ்வாக இருந்திருக்க வேண்டும். பெற்றவளிடமிருந்து 'நாயே' என்கிற வார்த்தையே கேட்டு வளர்ந்து மனித உணர்வே அற்றுப்போன ஒரு வீணாகிப்போன வாழ்வு! அப்படிப்பட்ட பெற்றவளும் இருப்பாளா? அவளுக்குச் சட்டென்று கண்ணில் நீர் நிறைந்தது. அவளே அந்த மாதிரி வக்கிர குணத்தையும், இயற்கைக்குப் புறம்பான குணத்தையும் நம்புவதற்குத் தயாரான நிலையில் இருப்பது நினைவுக்கு வந்தது. இந்த மாதிரி வக்கிர குணங்களுக்கெல்லாம் அடிப்படைக் காரணம் அதீதமான சுயநலம்தான் என்று தோன்றிற்று...

அவள் சட்டென்று சுய நினைவுக்கு வந்தாள். பாடத்தில் மனசைச் செலுத்தினாள் வலுக்கட்டாயமாக.

"சாப்பிட வரயா ராதா? ரொம்ப நாழியாயிடுத்தே!" என்று மாமி கூப்பிடும்போதுதான் மணியைப் பார்த்தாள்.

மணி பத்து.

ராதா திடுக்கிட்டு எழுந்தாள். "அவ்வளவு நேரமாயிடுத்தா மாமி? ஏன் முன்னாடியே கூப்பிடல்லே?" என்றாள்.

"நீ அவ்வளவு கவனமாய்ப் படிக்கிறச்சே எனக்கு அதைக் கலைக்க மனசு வரல்லே."

அந்த மாமிக்கு மனசார நன்றி சொல்லிக்கொண்டே ராதா சாப்பிட உட்கார்ந்தாள்.

"எனக்கும் படிப்புன்னா ரொம்ப ஆசை ராதா, படிக்கிறதுக்குச் சிலபேருக்குத்தானே வாய்ப்புக் கிடைக்கும்?"

மாமியை நினைத்துப் பாவமாக இருந்தது ராதாவுக்கு, படிப்பதற்கு வாய்ப்பிருந்திருந்தால் இந்த மாமி நல்ல ஸ்மார்ட்டாக இருந்திருப்பாள் என்று தோன்றிற்று. இந்த மாமி

நல்ல சாமர்த்தியசாலி என்று ஜெயா சொன்னது அவளுக்கு வேடிக்கையாக இருந்தது. இந்த மாமிக்குப் பழகத் தெரிகிறது. இதமாகப் பேசத் தெரிகிறது. அவளளவில் ஒரு நாகரீகத்தோடு இருக்கத் தெரிகிறது. அவளுடைய தொழிலுக்கு இதெல்லாம் அதிகம் என்று ஜெயா நினைக்கிறாளோ என்னவோ?

அவள் மறுநாளைக்கு பஸ் ஸ்டாப்பிற்குச் சென்றபோது இன்னும் யாரும் வந்திருக்கவில்லை. இன்று வழக்கத்தைவிடத் தான் சீக்கிரம் வந்திருக்கிறோம் என்று அவள் நினைத்துக்கொண்டாள்.

எதிர்த்த வரிசையில் இருக்கும் வீடுகளையும், அதில் தெரிந்த நடமாட்டத்தையும் அவள் எந்தவிதமான பிரத்யேக சிரத்தையும் இல்லாமல் பார்த்துக் கொண்டிருந்தாள்.

“ஹலோ.”

அவள் குரல் வந்த திசையில் திடுக்கிட்டுத் திரும்பினாள்.

மோஹன் சிரித்த முகத்துடன் நின்றிருந்தான்.

அவளும் ‘ஹலோ’ என்று சிரித்தாள்.

“நேத்தே உங்களைப் பிரத்யேகமாப் பாராட்டணும்னு நினைச்சேன். அத்தனை பேருக்கு நடுவிலே முடியல்லே” என்றான் அவன்.

அவளுக்கு லேசாக முகம் சிவந்தது. “நா அப்படி அதிகப்பிரசங்கித்தனமா நடந்துண்டதுக்கா?” என்று அவள் சிரித்தாள்.

அவன் வியப்புடன் புருவங்களை உயர்த்தி அவளைப் பார்த்தான்.

“அதிகப்பிரசங்கித்தனமா? அப்படின்னு யார் சொன்னது?”

அவள் சொல்வதா வேண்டாமா என்று நினைத்தபடியே மற்றவர்களின் ஆட்சேபணைகளைச் சொன்னாள்.

அவன் ஆச்சரியப்பட்டுப்போனான்.

"நன்னாயிருக்கு! உங்களை மாதிரி எவ்வளவு பேர் அப்படி ஓர் ஆர்வத்தோடு, உண்மையான சிரத்தையோடு ஒரு பைத்தியத்திடம் போவார்கள்? பொதுவா எல்லாரும் பைத்தியம்னா விலகி ஓடுவா பிசாசைக் கண்ட மாதிரி, உங்களை மாதிரி தைரியம் எவ்வளவு பேருக்கு வரும்...

அவள் யோசனையுடன் பதில் சொன்னாள். "மனிதாபிமான உணர்வு என்று ஒன்று இருந்தால், தைரியம் என்பதைப் பற்றிய கேள்வியே வராது."

"யூ ஆர் ரைட்" என்றான் அவன். "ஆனால் அந்த உணர்வுக்குத்தானே பெரிய பஞ்சம் இப்ப?"

அவள் வேதனையுடன் சிரித்தாள். "தட் இஸ் எ ஸாட் ஸ்டேட் இஸன்ட் இட்?"

"இட் இஸ்."

அவன் திடீரென்று சொன்னான், "நீங்கள் எம்.ஏ முடிஞ்சதும் எங்கள் இன்ஸ்டிட்யூட்டுக்கு வந்துவிடுங்கள். ஐ வில் பி ஹாப்பி."

அவள் தன் கலவரத்தை மறைத்துக்கொள்ள, "பேஷன்டாகவா?" என்று சிரித்தாள்.

அவன் பெரிதாகச் சிரித்தான்.

"அப்படி வந்தாலும் பரவாயில்லை. ஐ வில் க்யூர் யூ!"

பஸ் ஸ்டாப்புக்கு வேறு ஜனங்கள் வருவதைப் பார்த்து அவள் சட்டென்று மௌனமாகிப் போனாள். பஸ்ஸும் நல்லவேளையாக வந்துவிடவே அவள் ஒரு நிம்மதியுடன் ஏறி அமர்ந்தாள். வாஸ்தவத்தில் அவனுடன் பேசுவதிலோ, சிரிப்பதிலோ அவளுக்கு எந்தவிதமான கூச்சமோ விகல்பமோ தோன்றவில்லை, ஒரு தோழனுடன் பேசுகிற உணர்வே ஏற்பட்டது. ஆனால் ஜெயா சொன்ன மாதிரி எத்தனை பேர் அந்த மாதிரி நினைத்துக்கொள்வார்கள். அப்படியெல்லாம் அவர்கள் வித்தியாசமாக நினைப்பதற்கு இடம் கொடுக்காமல் இருப்பதுதான் விவேகம் என்றாள் ஜெயா. ஆனால் அதே

ஜெயா சமூகம் என்ன வேண்டுமானாலும் என்னைப் பற்றிச் சொல்லிக்கொள்ளட்டும். என் கணவனின் அக்கிரமத்துக்கு அடிபணிந்து போகமாட்டேன் என்கிறாள். அவள் அப்படிச் சொல்வது விவேகமா இல்லையா? யோசித்துப் பார்க்கையில் ஓரளவுக்குத்தான் மற்றவர்களுக்காக நடிக்க முடியும் என்று தோன்றிற்று. அவர்கள் என்ன சொல்வார்களோ, இவர்கள் என்ன சொல்வார்களோ என்று வாழ்பவர்கள் கோழைகள், கொள்கையற்றவர்கள் என்று தோன்றிற்று. மனத்தில் தோன்றும் உன்னத எண்ணங்களுக்கெல்லாம் உருவம் கொடுக்க, அவற்றைச் செயல்படுத்தத் தெரியாத கோழைகள், தம்மைத்தாமே ஏமாற்றிக் கொள்பவர்கள்... அவளால் நிச்சயம் அப்படி இருக்க முடியாது.

"என்ன பெரிய யோசனையிலே இருக்கே?" என்றபடி ஜெயா பக்கத்தில் அமர்ந்ததும்தான் சுற்றுப்புறத்தையே மறந்துபோய்த் தான் அமர்ந்திருப்பது அவளுக்குப் புரிந்தது.

"நம்ம ரெண்டுபேருக்கும் யோசனைக்குப் பஞ்சமா என்ன?" என்று அவள் சிரித்தாள்.

"அதைச் சொல்லு" என்றாள் ஜெயா அலுப்புடன். ராதா ஜெயாவை யோசனையுடன் பார்த்தாள். "என்ன ஜெயா சமாச்சாரம்?" என்றாள்.

"என்னத்தைச் சொல்றது போ, குழந்தைக்கு உடம்பு சரியாயில்லை. டைவோர்ஸுக்கு மனு போட்டப்புறம் வக்கீலை அடிக்கடி பார்க்க வேண்டியிருக்கு. பழசையெல்லாம் கிளறிக்கிளறிப் பேச வேண்டியிருக்கு. நம்ப இந்தியாவிலே விவாகரத்து வாங்கறது அவ்வளவு சுலபமில்லே, ஏகப்பட்ட விதிகள் இருக்கு. ஒவ்வொண்ணுக்கும் காரண காரியம் சொல்லியாகணும். ஐம்பது வருஷத்துக்கு முந்தின்னா எவ்வளவோ தேவலை. அகமுடையான் தள்ளி வெச்சுட்டான்னு வீட்டுக்கு வந்துடுவா... அதோடு தீர்ந்தது. அவன் என்ன பண்ணாலும் இரண்டாம் கல்யாணம் பண்ணிண்டாலும் அதைப்பத்தி கவலைப்படாம பேசாம இருந்துடுவா."

“இப்ப டைவோர்ஸ்னு ஆயிடுத்துன்னா உனக்குப் பூரண சுதந்தரம் இருக்கும் ஜெயா, நீயும் உன் வாழ்க்கையை மறுபடியும் புதுப்பிச்சுக்கலாம்.”

ஜெயா வேதனையோடு சிரித்தாள். “ஆமாம், ஒரு தடவை பண்ணிண்டு அவஸ்தைப்பட்டது போறாது, மறுபடியும் சோதனை பண்ணிப் பார்ப்பமாக்கும்!”

“சோதனைன்னு சொல்லாதே! ஒரு தடவை தப்பு நடந்துபோச்சு, மறுபடியும் தப்பு நடக்கும்ங்கற அவசியம் இல்லையே?”

“வேண்டாவே வேண்டாவே இந்த விஷப்பரிட்சை.”

ராதா பேசாமல் தன் யோசனையில் ஆழ்ந்தாள். அவள் தலையை எதேச்சையாகத் திருப்பும்போது மோஹன் தன்னையே பார்த்துக் கொண்டிருப்பது தெரிந்தது. அவளும் சிநேக பாவத்தோடு அவனைப் பார்த்துப் புன்னகையுடன் திரும்பினாள், கூடவே சற்று யோசனையாகவும் இருந்தது; அவன் ஏதேனும் மனத்தில் கற்பனைகளை வளர்த்துக்கொள்ளப் போகிறானோ என்று. நாலுபேர் திரும்பிப் பார்க்கிற மாதிரி அலங்காரம் பண்ணிண்டு நீ போகக்கூடாது என்று அப்பா அன்று கோபித்துக்கொண்டது ஞாபகத்திற்கு வந்தது. தான் அப்படிப் போகவில்லை என்று அவள் தனக்குள் சொல்லிக்கொண்டாள். இருந்தும் ஓர் ஆணின் கவனம் அவள்மேல் திரும்பினால் அவள் என்ன செய்வாள்? அவளுக்குச் சற்றுக் கலவரமாக இருந்தது. இதற்குத்தான் முன்பெல்லாம் விதவைகளை அப்படி கோரப்படுத்தினார்கள்; மொட்டை அடித்தார்கள். பொட்டையும், நகைகளையும் அகற்றி மூளி ஆக்கினார்கள். கன்னிகாஸ்திரீகள் இதே காரணத்தால்தான் அப்படி வித்தியாசமாக அலங்கரித்துக் கொள்கிறார்கள்... அவள் சட்டென்று தன்னைச் சமாளித்துக்கொண்டாள். அவளுக்குத் தன்னைப் பற்றிய பயமேதும் இல்லை... மொட்டை அடித்துக்கொண்டு வெளி உலகத்தையே பார்க்காமல் மூலையில் உட்காருவதனால் எந்த ஆன்மீக பலமும் வந்துவிடாது. இந்த மாதிரி வெளியில் வளைய வந்து தினசரி சோதனைகளில் புகுந்து

வெளிவருவதில்தான் அவளுடைய பலம் இருக்கிறது, ஆன்மீக பலம்... இந்த நித்திய அக்னிப்பரிட்சையில் முங்கி எழுவதில் அவளது ஆன்மாவின் மனத்தின் பரிசுத்தம் அதிகரிக்குமே தவிரக் குறையப் போவதில்லை. நான் கோழையில்லை... வேஷதாரி இல்லை... எதையும் சமாளிக்கக்கூடிய மனோதிடம் கொண்டவள்...

அதற்கடுத்த நாள்களில், மாதங்களில் அவளுக்கு எதைப் பற்றிய சிந்தனையும், கவலையும் தோன்றாதபடி நேரமெல்லாம் படிப்பிலும் பரிட்சையிலுமாக ஓடிக்கொண்டிருந்தது... அவளுக்குப் படிப்பில் இருந்த தீவிரத்தில் தன்னைச் சுற்றியிருந்த மனிதர்களின் எண்ணங்களை, உணர்ச்சிக் கொந்தளிப்புகளைக் கவனிக்கக்கூடத் தோன்றாதபடி அவள் தன் படிப்பில் ஆழ்ந்துபோனாள் நாள்கள் ஆற்று மணலாய் நழுவிக்கொண்டு ஓடுவதை அறியாதபடி...

✲ ✲ ✲

அத்தியாயம் 19

ராதா காலண்டரைப் பார்த்தாள். எவ்வளவோ முறை எண்ணிப் பார்த்த விஷயம்தான். இருந்தும் ஒவ்வொரு முறையும் அடிவயிற்றில் ஒரு ஜில்லிப்பு ஏற்பட்ட மாதிரி இருந்தது. எம்.ஏ இறுதிப் பரிட்சைக்கு இரண்டே மாதங்கள்தான் இருந்தன. அவள் எவ்வளவோ மும்முரமாகத்தான் படித்துக் கொண்டிருந்தாள். கல்லூரியில் இதுவரை நடந்திருக்கும் தேர்வுகளிளெல்லாம் அவள்தான் முதல். இருந்தும் பரிட்சையை நினைத்துப் பயமாக இருந்தது. நான்கு நாள்களுக்கு முன் பிரின்ஸிபால் கூப்பிட்டனுப்பினார். அன்று அவள் மெண்டல் இன்ஸ்டிட்யூட்டில் அதிகப்பிரசங்கித்தனமாக நடந்து கொண்டதற்காகக் கூப்பிட்டனுப்பிய பிறகு இப்பொழுதுதான் மறுபடி அவரைத் தனியே அவருடைய அறையில் சந்திக்கிறோம் என்கிற உணர்வு அவளுக்குத் தயக்கத்தை எழுப்பியது. அந்த சம்பவத்திற்குப் பிறகு மெண்டல் இன்ஸ்டிட்யூட்டுக்கு மாணவர்களை அழைத்துப் போவதையே நிறுத்திவிட்டார்கள். அவளுக்கு ரொம்ப வருத்தமாக இருந்தது. தன்னால்தான் அந்த மாதிரி ஒரு முடிவு எடுக்கப்பட்டிருக்கிறது என்கிற குற்ற உணர்வு அவளை உறுத்திக் கொண்டேயிருந்தது.

ஆனால் ப்ரொஃபஸர் வேறு காரணம் சொல்லி மழுப்பினார். படிப்பு இப்பொழுது அதிகமாகிப் போய்விட்டதால் பாடத்தில் அதிகக் கவனம் செலுத்தவேண்டும் என்றார். வெறும் ஓர் ஐடியா

தெரிந்துகொள்வதற்குத்தான் இருமுறை இன்ஸ்டிட்யூட்டுக்குப் போனோம் என்றார். இருந்தும் அவளுக்கு முதலில் மிகவும் வருத்தமாக இருந்தது. பிறகு படிப்பு மும்முரத்தில் அதுவும் மறந்து போயிற்று...

பிரின்ஸிபாலின் அறைக்குள் அவள் தயங்கியபடி நுழைந்தாள்.

அவள் அவளை அன்புடன் பார்த்தார். "ப்ளீஸ் கம் இன்" என்று மென்மையாகப் புன்னகைத்தார்.

மூக்குக் கண்ணாடிக்குப் பின்னால் தெரிந்த அந்தப் பெரிய இரு சாகரங்களில், கருணையில் தான் மூழ்கிவிடுவோமோ என்ற பிரமை அவளுள் எழுந்தது. இவர் நம்முடைய அப்பாவாக இருந்திருக்கக் கூடாதா என்று ஓர் ஏக்கம் நெஞ்சை நிறைத்தது.

"ப்ளீஸ் டேக் யுவர் ஸீட்."

அவள் உட்கார்ந்தாள்.

அவர் மெல்லிய குரலில் பேசினார் மிருதுவான ஆங்கிலத்தில்.

"நான் உன்னுடைய முன்னேற்றத்தைக் கவனித்து வருகிறேன். ரொம்ப திருப்திகரமாயிருக்கிறது. இப்பொழுது பரிட்சை நெருங்கிக் கொண்டிருக்கிறது. நன்றாய்ப் படிக்கிறாய் அல்லவா?"

"யெஸ் ஸார்."

"நம்ம கல்லூரிக்குப் பெருமையளிக்கும்படி நீ பாஸ் பண்ண வேண்டும்."

அவள் முகம் சிவந்தது. "முயற்சிக்கிறேன்."

"குட்" என்றார் அவர். பிறகு அவளைக் கருணையோடு பார்த்தார்.

"உன்னை மாதிரி நிலையில், மனசு சோர்ந்துபோகாமல், எல்லாவற்றையும் மறந்து நீ இவ்வளவு உற்சாகமாகப் படிப்பது எனக்கு ரொம்ப சந்தோஷமாக இருக்கிறதம்மா. மே காட் ப்ளெஸ் யூ."

அவள் முகம் இன்னும் சிவந்தது.

"தாங்க் யூ ஸார்" என்றபடி எழுந்தாள்.

“இன்னும் ஒரு விஷயம்” என்றார் அவர்.

அவள் நின்றாள்.

“மெண்டல் இன்ஸ்டிட்யூட்டிலிருந்து அந்த டாக்டர் போன் பண்ணினார். நீ பாஸ் பண்ண பிறகு இன்ஸ்டிட்யூட்டில் உனக்கு வேலை கொடுக்க இஷ்டப்படுகிறார். உனக்கு அங்கு வேலை பார்க்கச் சம்மதமானால் சம்பிரதாயத்துக்காக ஓர் அப்ளிகேஷன் கொடுக்கச் சொன்னார். உனக்கு இஷ்டமா?”

“எனக்கு இஷ்டம்தான். ஆனால் அப்பா அனுமதிப்பாரா என்று தெரியாது.”

“உன் அப்பாவிடம் நான் சொல்லிக் கொள்கிறேன்.”

“பரிட்சை முடிந்ததும் சொல்லுங்கள்” என்றாள் அவள் அவசரமாக.

“ஓகே” என்று அவர் சிரித்தார். “நன்றாய்ப் படியம்மா.”

அவள் அவருடைய அறையை விட்டு வெளியே வரும்போது ஆகாசத்தில் மிதக்கிற மாதிரி இருந்தது. கூடவே இவருடைய எதிர்பார்ப்பையும், நம்பிக்கையையும் தான் வீணடிக்கக்கூடாதே என்று யோசனையாக இருந்தது. மெண்டல் இன்ஸ்டிட்யூட்டிலிருந்து அந்த டாக்டர் ஃபோன் பண்ணின செய்தி மனத்துக்கு இதமாக இருந்தது. தன்னை அவர் இன்னமும் ஞாபகம் வைத்துக்கொண்டிருக்கிறாரா என்று ஆச்சரியமாயிருந்தது...

“ராதா நாழியாகல்லே?”

மாமியின் குரல் கேட்டு அவள் திடுக்கிட்டுச் சுய நினைவுக்கு வந்தாள். இந்த இரண்டு வருஷத்தில் இந்த மாமி எப்படி வீட்டோடு ஐக்கியமாகி விட்டாள் என்று அவளுள் ஒரு பிரமிப்பு ஏற்பட்டது. வேறு யாரும் இந்த மாதிரி ஒட்டுதலாக இருந்ததில்லை. இவ்வளவு அவளுடைய நலனில் அக்கறை காட்டியதில்லை.

அவள் அவசரமாகத் தன்னைத் தயார் செய்துகொண்டு சாப்பிட்டுவிட்டுக் கிளம்பினாள்.

பஸ் ஸ்டாப்புக்கு விரைகையில் பக்கத்து வீட்டு கேட்டருகில் ஒரு நாய் அவளைப் பார்த்துக் குரைத்தது. வெள்ளை வெளேரென்று மெத்து மெத்தென்று இரண்டு மணிகள் மாதிரி கண்ணுடன், அவளைப் பார்த்து குரைத்தது - என்னைப் பார்க்காமல் போகாதே, கொஞ்சிவிட்டுப் போ என்கிற மாதிரி.

அவள் அதைப் பார்த்துச் சிரித்தபடியே 'ஹல்லோ' என்றுவிட்டுப் போனாள். நாய் புதிதாக வாங்கியிருக்கிறார்கள் என்று தோன்றிற்று.

அவளுக்குத் திடீரென்று அந்த விஜயாவின் ஞாபகம் வந்தது. அவள் முன்னைக்கு இப்பொழுது தேறியிருக்கிறாளோ என்று யோசனையாக இருந்தது. மோஹன் ஊரிலேயே இல்லை வெகு நாட்களாக. இல்லாவிட்டால் அவனையாவது அடிக்கடி கேட்டுக் கொண்டிருப்பாள்.

ஒரு நாளைக்கு அவள் பஸ் ஸ்டாப்பில் நிற்கையில் அவன் அவசரமாக அவளருகில் வந்து நின்றான்.

"ஹல்லோ!" என்று விட்டு, "நான் நாளையிலிருந்து இந்த பஸ்ஸில் வரமாட்டேன்" என்றான்.

"ஏன், ஸ்கூட்டர் கார் ஏதாவது வாங்கி விட்டீர்களா?" என்று கேட்டாள் அவள்.

"ஓ நோ" என்று சிரித்தான் அவன். "நான் பெங்களூர் மெண்டல் இன்ஸ்டிட்யூட்டுக்கு ஒரு வருஷம் ட்ரெயினிங்குக்குப் போகிறேன்."

"அப்படியா, வெரிகுட்!" என்றாள் அவள் உண்மையான மகிழ்ச்சியுடன்.

"உங்களுக்கு வருத்தமில்லையா நான் போவது?" என்றான் அவன் வேடிக்கையாகப் பேசுகிற மாதிரி.

அவள் சட்டென்று தன்னைச் சமாளித்துக்கொண்டாள்.

“எதுக்கு வருத்தப்படணும்? உங்கள் முன்னேற்றத்துக்குத்தானே போகிறீர்கள்?”

“தட் இஸ் ட்ரு” என்றான் அவன் தயங்கியபடி, “பட் ஐ ஹோப் யூ வில் மிஸ் மீ!”

இத்தனைக் குழந்தைத்தனமாக அவன் பேசுவதற்கு என்ன பதில் சொல்வது என்று புரியாமல் அவள் நின்றாள். அவளுடைய பதிலை எதிர்பாராதவன் மாதிரி அவன் அவசரமாகச் சொன்னான்.

“ஐ வில் மிஸ் யூ எ லாட்!”

இதை எந்த விதமான அர்த்தத்தில் எடுத்துக்கொள்வது என்று புரியாமல் அவள் திகைத்து நிற்கையில் நல்ல வேளையாகப் பஸ் வந்துவிட்டது. வெகுநேரத்துக்கு அவளது படபடப்பு அடங்கவில்லை. பிறகு தன்னைத்தானே சமாதானப்படுத்திக் கொண்டாள். இப்பொழுது எதுவும் நேரவில்லை; அசம்பாவிதமாய் என்று சொல்லிக்கொண்டாள். அவன் எந்த அர்த்தத்தில் அதைச் சொல்லியிருந்தாலும் அதைத்தான் விகல்பமாக எடுத்துக்கொண்டால்தானே சங்கடம் என்று மௌனமாகிப் போனாள். நல்லவேளை அவன் கொஞ்ச காலத்துக்கு ஊர் மாற்றிப்போவது என்று அவளுக்குத் தோன்றிற்று. இல்லாவிட்டால் அவன் என்னவெல்லாம் கற்பனை பண்ணிக்கொண்டு அவளை அலைக்கழித்திருப்பானோ என்று தோன்றிற்று. வெறும் தோழமையுடன் எந்த ஆணுடனும் பழகமுடியாதோ என்று அவளுள் ஓர் ஆயாசம் எழுந்தது. நல்ல சூட்டிகையானவன், வேலையில் ஆர்வமுள்ளவன், சினேக பாவமுள்ளவன் என்பதைத் தவிர அவளுக்கு அவனைப்பற்றி வேறு எந்த விதமான உணர்ச்சியும் ஏற்படட்டதில்லை.

ஒரு குலுக்கலுடன் பஸ் நின்றதும், அவள் சுய நினைவுக்கு வந்தாள். ஜெயா பஸ்ஸில் ஏறுவது தெரிந்தது. அவளைப் பார்த்ததுமே ராதாவுக்கு மனத்துக்குள் ஒரு சோகம் படர்ந்தது. அவளைப் பார்க்கும்போதெல்லாம் ஏற்படும் சோகம். அது ஏன்

என்றே புரியாத சோகம். ஒரு வாழ்வு வீணாகிப் போய்விட்டதே என்கிற மாதிரி... சிரிப்பெல்லாம் போய்விட்டதே என்கிற மாதிரி...

இந்த ஒரு வருஷத்தில் ஜெயாவுக்குப் பத்து வயது கூடிவிட்ட மாதிரி இருந்தது. கணவனும் விவாகரத்துக்கு ஒப்புக்கொண்டும் விவாகரத்து சமீபத்தில்தான் கிடைத்தது. அதற்குள் எத்தனை மனக்கிலேசங்கள், கோர்ட் விவகாரங்கள்... இத்தனையையும் ஜெயா தைரியமாய்த்தான் தாங்கினாள் என்று தோன்றிற்று. இருந்தும் முகத்தில் ஒரு மூப்பு தெரிந்தது. நிரந்தர சோகம் படர்ந்து விட்டமாதிரி இருந்தது. எனக்குச் சுதந்தரம் வேண்டும் என்று துடித்தவள் இப்பொழுது அந்தச் சுதந்தரத்தை வைத்துக்கொண்டு என்ன செய்வது என்று புரியாமல் தவிக்கிற மாதிரி இருந்தது அவளைப் பார்த்தால். விவாகரத்து செய்துகொண்ட பெண்களை இந்த சமுதாயம் அதுவும் பிராமண சமுதாயம் கருணையோடு பார்க்காது என்று தோன்றிற்று ராதாவுக்கு. ஜெயா இந்த உண்மையை ஒவ்வொரு விநாடியும் உணர்கிறாள் என்று தோன்றிற்று. அதனால்தான் அவள் மனத்தில் அத்தனைப் போராட்டம் என்று தோன்றிற்று, விவாகரத்து கிடைத்த அன்று ஜெயா சொன்னது ஞாபகத்திற்கு வந்தது.

“நா இப்ப ஒரு சுதந்தர மனுஷி ராதா. ஆனா நா ஒரு ஸெகண்ட் க்ளாஸ் ஸிட்டிஸன்தான் இனிமே” என்று சோகமாகச் சிரித்தது நினைவுக்கு வந்தது. பெண்களே நமது சமுதாயத்தில் இரண்டாம்பட்ச மனிதர்கள்தான், அதுவும் இப்படி ஆகிவிட்ட பெண்களைப் பற்றி கேட்கவே வேண்டாம் என்று ராதா மௌனமாக இருந்தாள். ஜெயா சிரித்துக்கொண்டே அவள் பக்கத்தில் வருவது தெரிந்தது. ஜெயா இப்பொழுதெல்லாம் வலுக்கட்டாயமாக ஓர் உற்சாகத்தை வரவழைத்துக்கொள்ளப் பார்க்கிறாள் என்று தோன்றிற்று ராதாவுக்கு.

இருக்கையில் அமர்ந்ததும் தன்னையறியாமல் “உஸ் அப்பாடா” என்றாள். முன்னைக்கு இப்பொழுது ஜெயா இளைத்துப்போயிருந்த மாதிரி இருந்தது. வெளிக்கு எத்தனை

தைரியமாகப் பேசினாலும் கவலை அவளை அரிக்கிறது என்று தோன்றிற்று. உற்சாகத்தை வரவழைத்துக்கொண்ட மாதிரி ஜெயா ராதாவைப் பார்த்துச் சிரித்தாள்.

“ராத்திரியெல்லாம் கண் முழிச்சுப் படிக்கிறாயோ ராதா?”

“ஏதோ கொஞ்சம், ஏன்?”

“கண்ணெல்லாம் புசுபுசுன்னு இருக்கு. கழுத்துப் பட்டையிலே எலும்பு தெரியறது.”

ராதா சிரித்தாள்.

“ஆமாம், பரீட்சை நெருங்கிண்டிருக்கே. நீயும் ஆரம்பிச்சுட்டியா ரிவிஷன் எல்லாம்...”

“உம், ஏதோ ஆரம்பிச்சிருக்கேன். மனசை என்னவெல்லாமோ யோசனைகள் குடையறச்சே எப்படி அதிலே கவனம் போகும்?”

ராதா பதில் பேசாமல் இருந்தாள். “என்னோட கதையிலே ஒரு பிரச்சனை தீர்ந்ததுன்னு நிம்மதியா இருக்க முடியல்லே. புதிசு புதிசா பிரச்சனைகள் உருவாயிண்டேயிருக்கிற மாதிரி இருக்கு.”

“இப்ப என்ன புதிசா பிரச்சனை?”

“நான் டைவோர்ஸ் பண்ணிண்டது நியாயமான காரணத்துக்காகன்னாலும், குடும்பத்துக்கு அது ஏதோ தலைகுனிவுன்னு அர்த்தமில்லாம எங்க அண்ணாக்கள் நினைக்கிறதைப் பார்த்தா ஆத்திரமா வரது எனக்கு. படிச்சவாளே இப்படி நினைச்சா என்ன பண்றது? அப்புறம் என் குழந்தை. குழந்தையைப் பாத்துக்க அம்மாவால தாளல்லே. மன்னிகளுக்கு பாத்துக்க இஷ்டமில்லே. சிலசமயம் எனக்கு அந்தக் குடிகார அகமுடையான்கிட்டே காலத்தை ஓட்டியிருந்தாலே தேவலையாயிருக்குமோன்னு தோண்றது. மனசு திடீர்னு ரொம்ப பலஹீனமாப் போயிட்ட மாதிரி இருக்கு ராதா...”

அவள் எங்கே நட்ட நடு பஸ்ஸில் அழுதுவிடுவாளோ என்று ராதாவுக்குப் பயமாக இருந்தது. அவளை எப்படிச் சமாதானப்படுத்துவது என்று புரியாமல் அவள் திகைத்தாள். மெள்ள அவள் கையை ஆதரவாகத் தட்டினாள்.

"ஜெயா, உன் மனசை நீ தைரியப்படுத்திக்கணும். இத்தனை நாள் இருந்த தைரியமெல்லாம் எங்கே போயிடுத்து? இனிமேதானே நீ அதிக தைரியமா இருக்கணும்? தனியா வாழறது என்கிற பெரிய முடிவை நீயே எடுத்தப்புறம் இப்படிக் கலங்கினா எப்படி? உன் குழந்தைக்காகவானும் நீ உன்னைச் சமாளிச்சுக்கணும். படிப்பிலே அதிக கவனம் செலுத்திப்பார்."

ஜெயா பதிலே பேசாமல் இருந்தாள். பேசினால் துக்கத்தில் வார்த்தைகள் வராது என்கிற காரணத்தால் அவள் பேசாமல் இருக்கிறாள் என்று ராதா புரிந்துகொண்டாள்.

சிறிதுநேரம் கழித்து ஜெயா சொன்னாள். "கல்யாணமே செய்துக்காம இருந்தா ஒண்ணுமில்லே. கல்யாணம் செஞ்சுண்டு ஒரு குழந்தையைப் பெத்துண்டு என்னை மாதிரி அவலமா நிக்கவே கூடாது ராதா."

"உஷ் ஜெயா, அதெப்பத்தியே நினைச்சுண்டிருக்காதே. மனசை வேறெ எதிலியாவது செலுத்திப் பாரு."

"உன்னாலேகூட என்னைப் புரிஞ்சுக்க முடியாது."

ராதாவின் மனசில் ஒரு சோகம் படர்ந்தது. முதல்முறையாக ஜெயாவைப் பற்றி ஒரு கவலை தோன்றியது...

அன்று மாலை தோட்டத்தில் தண்ணீர் பாய்ச்சுகையில் ஜெயாவைச் சுற்றியே மனசு வட்டமிட்டது. விவாகரத்துக்காகத் தீவிரமாக இருந்த ஜெயா அது கிடைத்த பிறகு நிலைகுலைந்து போய்விட்டது ஆச்சரியமாக இருந்தது. அதன் விளைவை இப்பொழுதுதான் திடீரென்று விபரீதமாக அவள் உணர்ந்த மாதிரி... அதைத் தன்னால் தாங்கமுடியாது என்று நினைத்த மாதிரி...

"நா தண்ணி ஊத்தறேன், நீ வேணா படிக்கப் போ" என்றபடி மங்களம் மாமி அருகில் வந்து ஹோஸ் பைப்பை வாங்கிக்கொண்டாள். மாமியிடம் லேசாகப் பவுடர் மணம் வருகிற மாதிரி இருந்தது.

✲ ✲ ✲

அத்தியாயம்

20

மேலே மின்விசிறி மிக வேகமாகச் சுழன்றுகொண்டிருந்தது. இருந்தும் உஷ்ணத்தைச் சகித்துக்கொள்ள முடியவில்லை. மேலே விழுந்த காற்றெல்லாம் உஷ்ணக் காற்றாக இருந்தது. ராதா தலையில் ஈரத்துணியைச் சுற்றிக்கொண்டு படித்துக் கொண்டிருந்தாள்.

மங்களம் மாமி எலுமிச்சம்பழ ரஸத்தைக் கொண்டுவந்து மேஜைமேல் வைத்தாள்.

"இந்த மாதிரி ஈரத்துணியைச் சுத்திண்டு ஃபானுக்கடியில் உட்கார்ந்தியானா சளிபுடிச்சுக்கப் போறது ராதா" என்றாள் இதமாக.

"சரி மாமி, துணியை எடுத்துடறேன்" என்று ராதா துணியை எடுத்தாள்.

"சர்பத்துக்கு ரொம்ப தாங்க்ஸ் மாமி" என்றாள் உண்மையான நன்றியுணர்வுடன். "நீங்க மட்டும் இல்லேன்னா நா எப்படிப் படிச்சிருப்பேனோ? இத்தனை பரிவா என்னை யாரு கவனிப்பா?"

மாமி அவளை நிமிர்ந்து பார்த்தாள். சட்டென்று ஒரு விசனம் கண்ணில் படர்ந்த மாதிரி இருந்தது.

"நீ என்னை வேத்து மனுஷியா நினைக்கல்லேன்னா அதுவே எனக்குப் போதும் ராதா."

ராதாவுக்குச் சட்டென்று மனசு நெகிழ்ந்து போயிற்று.

“நா உங்களை வேத்து மனுஷியா ஒரு தடவை கூட நினைக்கல்லியே!”

“அது போதும் நேக்கு” என்றபடி மாமி உள்ளே போனாள் டம்ளரைத் தூக்கிக்கொண்டு.

கொஞ்ச நாள்களாக மாமியிடம் எந்த வகையிலோ ஒரு மாற்றம் ஏற்பட்டிருக்கிற மாதிரி ராதாவுக்குத் தோன்றிற்று. அது என்ன என்று புரியவில்லை. மாமி இப்பொழுது அதிகம் பேசுவதில்லை என்று தோன்றிற்று, அவளை அடிக்கடி யோசனையுடன் பார்க்கிற மாதிரி இருந்தது. கண்ணில் ஒரு விசனம் படர்ந்திருக்கிற மாதிரி இருந்தது. இந்த மாமிக்கு என்ன குறை என்று புரியவில்லை. பரிட்சை முடிந்த பிறகுதான் அதைக் கவனிக்க வேண்டும் என்று ராதா பழையபடி பாடத்தில் கவனம் செலுத்தினாள்.

மாமிக்கு ஒருவேளை சம்பளம் அதிகம் வேண்டும் என்றிருக்கிறதோ என்னவோ? புடவை நைந்து போய்விட்டதோ என்னவோ? இத்தனை அக்கறையுடன் வீட்டைக் கவனித்துக்கொள்ளும் மாமிக்குக் கண்டிப்பாக சம்பளத்தை உயர்த்தலாம் என்று தோன்றிற்று. அப்பாவுக்குக்கூட மாமியின் வேலை திருப்தியளித்திருக்கிற மாதிரிதான் தெரிந்தது. முன்பெல்லாம் எந்த சமையல்காரியின் வேலையும் அப்பாவுக்குப் பிடிக்காது. எதற்காவது சத்தம்போட்டுக் கொண்டேயிருப்பார். யாரும் ஆறு மாதங்களுக்கு மேல் தங்கியதில்லை. இந்த மாமிதான் அப்பாவிடம் நல்ல பெயர் வாங்கியிருக்கிற மாதிரி தெரிந்தது. அந்த விஷயத்தில் மாமி சாமர்த்தியக்காரி என்றுதான் தோன்றிற்று...

அவளுக்குத் திடீரென்று ஒரு விஷயம் தோன்றிற்று. அப்பா இப்பொழுதெல்லாம் அவளிடம்கூட முன்னைமாதிரிக் கத்துவதில்லை என்கிற உணர்வு முதல்முறையாக ஏற்பட்டது. அப்பா மாறி வருகிறாரா? அவளைப் புரிந்துகொண்டு விட்டாரா? அவளுக்கு மேலும் மனக்கஷ்டத்தைக் கொடுக்கக்கூடாது என்று

பேசாமல் இருக்கிறாரா? அவள் படிப்பே கதி என்று ஒரு தபஸ்வினி மாதிரி வாழ்வதைப் புரிந்துகொண்டு விட்டாரா? எப்படி இப்படி ஒரு மாற்றம் ஏற்பட்டது? அது எப்படி ஏற்பட்டாலும் தன் வரையில் நன்மைக்குத்தான் என்று அவளுள் ஒரு நிம்மதி ஏற்பட்டது. ஜெயாவுக்கு ஏற்பட்ட விவாகரத்தினால் அவர் பாதிக்கப்பட்டிருப்பாரோ? அதைவிட தன் மகளின் கதி ஒன்றும் சந்திசிரிக்கவில்லை என்று சமாதானமேற்பட்டிருக்குமோ?

ஜெயாவின் நினைவு வந்ததும் மனசு விழுந்துபோயிற்று. ஜெயாவின் குணமே மாறிப்போய் விட்டதை நினைக்கையில் பயமாக இருந்தது. ஜெயாவிடம் ஏற்பட்டிருக்கும் பலவீனம் நம்பமுடியாததாக இருந்தது. அந்தக் கணவன் மறுபடி கூப்பிட்டாலும் திரும்பிப் போகமாட்டேன் என்று அன்று அவள் சொன்னபோது இவளுள் எப்படி இப்படியொரு தைரியம் வந்தது என்று ஆச்சரியமாக இருந்தது. கணவன் என்ன அக்கிரமம் செய்தாலும் நாம் புழு மாதிரி வாயை மூடிக்கொண்டிருக்க வேண்டும் என்று எந்த சாஸ்திரமாவது சொன்னால் அந்த சாஸ்திரம் எனக்கு வேண்டாம் என்று அன்று அவள் தீர்மானமாகச் சொன்னபோது, எனக்குக் கோயில் குளத்தில் நம்பிக்கையில்லை என்று வெறுப்புடன் உமிழ்ந்தபோது, திகைப்பாக இருந்தது. எத்தகைய சோகத்தை இவள் அனுபவித்திருக்க வேண்டும் இந்த மாதிரி பேசுவதற்கு என்று தோன்றிற்று. இந்த சோகம் எல்லாம் பூனைபோல் இருந்தவளுக்குள் எப்படி வஜ்ரமாய் மனசை ஆக்கிவிட்டது என்று ஒரு பிரமிப்பு ஏற்பட்டது. ஆனால் இப்போது சமீபகாலமாய் ஜெயாவைப் பார்க்கையில் உள்ளுக்குள் உடைந்து போனாற்போல் ஆகிவிட்டவளைப் பார்க்கையில் அவள் வாஸ்தவத்தில் மன வலுவில்லாதவள் என்று புரிந்தது. அப்பொழுது விவாகரத்து வேண்டும் என்கிற ஒரே தீவிரம்தான், ஒரு குழந்தையின் பிடிவாதத்தைப்போல் அவளுக்கு ஒரு செயற்கை வலுவைக் கொடுத்திருக்க வேண்டும். இப்பொழுது அதன் விளைவின் முழுப் பரிமாணத்தை ஆராயத் தொடங்குகையில் மனசு பேதலித்துப் போகிறதோ?

ராதா திடுக்கிட்டாள், அப்படி ஜெயாவின் மனம் ஆகிவிடாது. இது தற்காலிக பலவீனம் ஆயிற்று. இந்த எம்.ஏயைத் தேறிய உடனேயே அவளுள் ஒரு தன்னம்பிக்கை ஏற்பட்டுவிடும், அவளுடைய அப்பாவுக்குச் செல்வாக்கு இருக்கிறது. எங்காவது வேலை வாங்கிக் கொடுத்துவிட்டாரானால், அவளுடைய தன்னம்பிக்கை அதிகரிக்கும். அண்ணனைப் பற்றியோ, மதனியின் அலட்சியமோ கண்ணுக்குப்படாது...

அவள் மறுபடி தன் மனசை இழுத்துப் பிடித்து நிறுத்திப் படிப்பில் செலுத்தினாள்.

இன்னும் இரண்டே நாள்கள்தான் இருந்தன பரிட்சைக்கு. எத்தனையோ நன்றாகப் படித்திருந்தும், மனசில் கலக்கம் இருந்துகொண்டேயிருந்தது. கலக்கத்துக்கு நடுவில் நன்றாகத்தான் படித்திருக்கிறோம், எதுக்குப் பயப்பட வேண்டும் என்று தோன்றிக்கொண்டிருந்தது.

மாலையில் புழுக்கத்தைப் பொறுக்கமுடியாமல் அவள் குளித்துவிட்டு வந்தாள். உடையணியும்போது கழுத்திலும், முதுகிலும் வேர்க்குரு வந்திருப்பது தெரிந்தது. இந்த வருஷம் இப்பொழுதே இப்படிக் கொளுத்துகிறதே என்று நினைத்தபடி அவள் தன்மேல் கொஞ்சம் குட்டிகூரா பவுடரைத் தூவிக்கொண்டாள். அவளுக்குச் சட்டென்று அன்று மாமி பக்கத்தில் வந்ததும் லேசான பவுடரின் நெடி அடித்ததும் தன் மனசில் ஓர் இனம் புரியாத ஆச்சர்ய உணர்வு ஏற்பட்டதும் ஞாபகத்துக்கு வந்தது. யோசித்துப் பார்க்கையில் இப்பொழுது தோன்றிற்று. மாமி ஒரு சமையல்காரி என்கிற உணர்வைத் தன்னால் மறக்க முடியவில்லை 'வேத்து மனுஷியா உங்களை நான் நினைக்கல்லே' என்று வாயால் சொன்னாலும், மனசில் அப்படித்தான் நினைப்பதாகத் தோன்றிற்று. மாமி மாத்திரம் மனுஷியில்லையா, அவளுக்கும் உஷ்ணமாக இருக்காதா, வேர்க்குரு வராதா என்று தோன்றாத அளவுக்கு மாமியை மனசு எட்ட வைத்திருப்பதாகத் தோன்றிற்று. தான் அப்படியெல்லாம்

சின்னத்தனமாக நினைத்ததற்கு அவளுக்கு அவமானமாக இருந்தது. மாமிக்கு ஒன்றும் அதிக வயதாகிவிடவில்லை. அவள் சம்பாதிப்பவள், சம்பாதிப்பதைச் சுய இச்சைப்படி அனுபவிக்க சுதந்தரம் உடையவள் என்று அவள் தனக்குத்தானே சொல்லிக்கொண்டாள். படித்துப் படித்து ஓய்ந்துபோன மூளைக்கு ஓய்வு கொடுக்க வேண்டும் என்கிற எண்ணத்துடன் அவள் மொட்டைமாடிக்குப் போனாள்.

மொட்டைமாடியில் சிலுசிலுவென்று காற்றடித்துக் கொண்டிருந்தது. குளித்துவிட்டு வந்த உடம்புக்கு மிக சுகமாக இருந்தது அந்தக் காற்று. நாற்காலியில் உட்கார்ந்தபடி ஆகாசத்தின் நீலத்தைப் பார்க்கையில் துப்புரவாக இருந்தது. அவளுடைய மனசும் எந்தவிதச் சலனமோ, பயமோ இல்லாமல் துப்புரவாகிவிட்ட மாதிரி அவளுள் ஒரு பிரமையேற்பட்டது. ஒரு பெரிய சாதனைக்குத் தயாராக நிமிர்ந்து நிற்கிற மாதிரி, ஒரு வேள்விக்குத் தன்னைத் தயார்ப்படுத்திக்கொண்ட மாதிரி, வாஸ்தவத்தில் ஓட்டப்பந்தயத்தில் தயாராக நிற்பவன் விசில் ஊதும் வரை பொறுமையில்லாமல் போகிற மாதிரி அவளுக்கு எப்பொழுது பரிட்சை வரப்போகிறது, நாம் எழுதப் போகிறோம் என்கிற துடிப்பு இப்பொழுது ஏற்பட்டது.

பிரின்ஸிபால் எதிர்பார்த்த மாதிரி கல்லூரிக்குப் பெருமை தரும்படியாக அவளால் தேற முடியுமோ என்னவோ, நிச்சயம் தேறிவிடுவோம் என்கிற நம்பிக்கை இருந்தது. தேறிய உடனேயே மென்டல் இன்ஸ்டிட்யூட்டில் வேலை கிடைக்கும் என்கிற நினைவு மனத்துக்குத் தெம்பாக இருந்தது. மனத்துக்குப் பிடித்த வேலையில் சேர்ந்துவிட்டால் அதற்குப் பிறகு எந்தப் பிரச்சனையும் பெரிய பிரச்சனையில்லை என்று தோன்றிற்று...

யாரோ நிற்கிற உணர்வில் அவள் சட்டென்று திரும்பிப் பார்த்தாள். மாடிக் கதவருகில் ஜெயா நின்றிருந்தாள். ஓ, இவள் எவ்வளவு வாடிவிட்டாள் என்று மனசு ஒரு விநாடி துணுக்குற்றது. ராதா சிரித்த முகத்துடன் எழுந்தாள்.

“வா ஜெயா, உன்னை நான் எதிர்பார்க்கவேயில்லை. படிப்பெல்லாம் எப்படியிருக்கிறது?” என்றபடியே ஒரு நாற்காலியை இழுத்துப்போட்டாள்.

“ஏதோ... இருக்கு போ” என்றாள் ஜெயா அலுப்புடன். “நான் பாஸ் பண்ணுவேன்னு எனக்குத் தோணலை.”

ஒரு விநாடி ராதாவுக்கு என்ன பேசுவது என்று புரியவில்லை. பிறகு மெள்ளச் சொன்னாள்.

“நீயா அப்படி அதைரியப்படக் கூடாது ஜெயா. அப்படி ஒண்ணும் கஷ்டமான ஸப்ஜெக்ட் இல்லை இலக்கியம். பாஸ் பண்ணாம இருக்கமாட்டே.”

“என்னவோ எனக்கு எல்லாம் ஒரே குழப்பமா இருக்கு. எவன் எதை எழுதினான்னுகூட மறந்துபோயிடறது. கீட்ஸும், ஷெல்லியும்கூட மாத்தி எழுதிடுவேன்னு பயமாயிருக்கு... கேள்விக்குப் பதிலையே மாத்தி எழுதிட்டேன்னா எப்படி பாஸாவேன்?”

“இது எல்லாருக்கும் ஏற்படற பயம். எத்தனை படிச்சாலும் குழப்பமாத்தான் இருக்கும். கொஞ்சம் மனசை ரிலாக்ஸ்டா விடு சரியாப் போயிடும்...”

“அதுக்குத்தான் இங்கே வந்தேன் வெயில் வேற இப்பவே எப்படிக் கொளுத்தறது பார். வீட்டிலேயே இருந்தால் பைத்தியம் பிடிச்சுடும்போல இருந்தது.”

ராதா சற்றுநேரம் அவளை யோசனையுடன் பார்த்தபடியிருந்தாள். இப்பொழுதெல்லாம் ஜெயாவைப் பார்க்கையில் மனசில் ஏதோ கவலை தோன்றுகிற மாதிரி இருந்தது.

“நீ எப்படி பரீட்சைக்கு ரெடியா?”

“ஏதோ, சிலசமயம் ரெடின்னு தோணறது. சிலசமயம் ஒண்ணுமே எழுத வராதோன்னு பயமாயிருக்கு.”

“நீ பயப்பட வேண்டிய அவசியமேயில்லை. நீ ஸ்டேட் ஃபஸ்ட் ஸ்டூடண்ட்டுன்னு எல்லாரும் பேசிக்கிறா!”

"என்னவோ, எனக்குத் தெரியாது" என்று ராதா சங்கோஜத்துடன் சிரித்தாள். ஜெயா வழக்கம்போல் ஆகாசத்தைப் பார்த்தபடி உட்கார்ந்திருந்தாள்.

ராதா திடீரென்று கேட்டாள்.

"ஏன் ஜெயா, ஒரு பாட்டுப் பாடேன், ஏன் இந்தமாதிரி எப்பப் பார்த்தாலும் ஒரு சோகத்திலே மூழ்கிப்போனவ மாதிரி இருக்கே? நீயா உன் மனசை உற்சாகப்படுத்திக்க முடியாதா?"

ஜெயா ஒரு விநாடி திடுக்கிட்டுப் போனாற்போல அவளைப் பார்த்தாள். பிறகு கடகடவென்று சிரித்தாள்.

"பாட்டா? என்னைப் பாடவா சொன்னே? எனக்குப் பாட்டு வரும்னு மறந்தேபோச்சு. நான் பாட்டு வேற பாட ஆரம்பிச்சேன்னா எங்க அண்ணா மன்னி இன்னும் எதையாவது பேசுவா."

ராதாவுக்குச் சற்று எரிச்சல் வந்தது. "நீ ஏன் மத்தவா அதைச் சொல்லுவா, இதைச் சொல்லுவான்னே பயப்படறே, உனக்காக நீ வாழப் போறதில்லையா?"

ஜெயா வெறிச்சோடிய பார்வையுடன் ஆகாசத்தைப் பார்த்தபடி சொன்னாள்.

"எனக்காக நான் இனிமே வாழ முடியாது ராதா."

"வேடிக்கையா இருக்கு நீ பேசறது. சுதந்திரமா வாழணும்னுதானே விவாகரத்துப் பண்ணிண்டே?"

ஜெயா சிரித்தாள். "அதான் வேடிக்கை. ஒரு சிலந்திக் கூட்டிலேருந்து இன்னொரு சிலந்திக் கூட்டுக்குள்ளே புகுந்திண்டிருக்கேன். அதான் வித்தியாசம்."

ராதாவுக்கு ஆயாசமாக இருந்தது. இவளை எப்படிச் சரிசெய்வது என்று புரியாமல் திகைப்பாக இருந்தது.

"ஜெயா, நாம ஓரளவுக்கு மத்தவாளோட அனுசரிச்சுப் போகணும். எல்லாருக்கும் பலவீனங்கள் உண்டு. அதயெல்லாம்

பாராட்டாம இருந்தாத்தான் நம்மால கொஞ்சமாவது நிம்மதியா இருக்க முடியும்."

ஜெயா பதிலே பேசவில்லை. தான் பேசியது அவள் காதில் விழுந்ததோ இல்லையோ என்று ராதாவுக்குச் சந்தேகமாக இருந்தது.

ஜெயா திடீரென்று சொன்னாள். "நா இந்தப் பரீட்சையிலே பாஸ் பண்ணல்லேன்னா என்னாலே தாங்க முடியாதுன்னு தோணறது!"

அவள் பேசும் தினுசைப் பார்த்து ராதாவுக்குத் தூக்கிவாரிப் போட்டது.

"ஜெயா, இது என்ன அசட்டுத்தனம்? நீயா ஏன் இப்படியெல்லாம் கற்பனை பண்ணிக்கிறே? பாஸ் பண்ண மாட்டேன்னு என்ன நிச்சயம்? பாஸ் பண்ணாட்டாலும்தான் என்ன மோசம்?"

ஜெயா தலையசைத்தாள்.

"என்னால தாங்க முடியாது!"

இவளுக்கு நிஜமாகவே ஏதோ ஆகிவிட்டது என்று தோன்றிற்று ராதாவிற்கு. இவளிடம் இன்னும் அதிகம் பேச்சுக்கொடுத்து அதிக பாதிப்புக்குள்ளாக்கக் கூடாது என்று தோன்றிற்று.

மங்களம் மாமி போர்ன்விடா கொண்டுவந்து கொடுத்தாள். அதைக் குடித்ததும் ஜெயா எழுந்திருந்தாள்.

"ராதா, பரீட்சைக்காக அப்பா கார் கொடுக்கிறேன் என்கிறார். அதனாலே நாம பஸ்ஸிலே போகவேண்டாம். காரிலேயே போகலாம். உன்னை வந்து அழைச்சுண்டு போறேன்."

பரீட்சைகள் துவங்கிவிட்டன. நாள்கள் ஓடிக்கொண்டிருந்தன துரிதமாய். ராதாவுக்கு எல்லாப் பேப்பர்களுமே திருப்திகரமாகப் போகிற மாதிரி இருந்தது. ஜெயா தினமும் சரியாகச் செய்யவில்லை என்று முகத்தைத் தொங்கப்போட்டுக் கொள்வாள். ஜெயாவுக்கு

இரண்டு நாள்கள் முந்தியே பரீட்சை முடிந்துவிட்டது. ராதாவுக்கு இன்னும் ஒரு பேப்பர் பாக்கியிருந்தது. அன்று கார் வேண்டாம். பஸ்ஸில் போகிறேன் என்று சொல்லியிருந்தாள்.

அவள் சற்று முன்னதாகவே பஸ் ஸ்டாப்புக்கு விரைகையில் மோஹன் எதிர்த்தாற்போல வந்தான். அவளை வியப்புடன் பார்த்து, "ஹல்லோ!" என்று சிரித்தான்.

குரலில் ஆர்வம் தொனித்தது.

✲ ✲ ✲

அத்தியாயம் 21

ராதா வியப்புடனும், மகிழ்ச்சியுடனும் அவனைப் பார்த்து, "ஹலோ!" என்றாள்.

"எப்பொழுது பெங்களூரிலிருந்து வந்தீர்கள்?"

"வந்து ஒரு மாதமாச்சு; எங்கே உங்களை இத்தனை நாள் காணவேயில்லை. எங்கே போய்விட்டீர்கள்?"

அவன் குரலிலிருந்த வேகத்தை அவள் கவனியாதவள் மாதிரி பதில் சொன்னாள் சன்னமான புன்கையுடன்.

"பரீட்சை, இத்தனை நாள் சினேகிதியோட கார்லே போயிண்டிருந்தேன். இன்றைக்கு அவளுக்குப் பரீட்சையில்லே. அதனாலே பஸ்ஸிலே போறேன்."

"நல்லவேளை" என்று அவன் சிரித்தான். "உங்களுக்கு என்ன ஆகிவிட்டது என்று நான் யோசித்துக்கொண்டிருந்தேன். பரீட்சையெல்லாம் எப்படிச் செய்திருக்கிறீர்கள்?"

"ஓ யெஸ் நன்றாய்ச் செய்திருக்கிறேன்."

அவன் வியப்புடன் புருவத்தை உயர்த்திப் புன்னகைத்தான்...

"நீங்கள் நிஜமாகவே ஒரு வித்தியாசமான பெண்தான். சாதாரணமாகப் பெண்களை இந்தக் கேள்வி கேட்டால் ரொம்ப பிகு செய்து கொள்வார்கள்."

அவள் சிரித்தாள்.

"பெங்களூரில் உங்கள் டிரெயினிங் எப்படியிருந்தது?"

"ஓ யெஸ். ரொம்ப நன்றாக இருந்தது. உபயோகமாக இருந்தது. உங்களுக்கு இன்னும் எத்தனை நாள் பரிட்சை?"

"இன்றைக்குத்தான் கடைசி."

அவன் யோசனையுடன் அவளைப் பார்த்தான். ஏதோ சொல்ல நினைத்த மாதிரி இருந்தது. அதற்குள் பஸ் வந்துவிட்டது. அவன் அவசரமாக "பெஸ்ட் ஆஃப் லக்!" என்றான்.

அவள் "தாங்க்யூ" என்று புன்னகைத்தபடி பஸ்ஸில் ஏறினாள்.

அவனை இன்றைக்குப் பார்த்தது அவளுக்கு ஆச்சரியமாக இருந்தது. எப்படி சினிமாவில் வருகிற மாதிரி ஒரு சீன் முடிந்ததும் இன்னொரு சீனில் கதாபாத்திரம் நுழைகிற மாதிரி இவன் அவளுடைய பரிட்சை முடிகிற அன்று வந்து நிற்கிறான் என்று நினைத்து அவளுக்கு வேடிக்கையாக இருந்தது. அவன் ஒரு வருஷ ட்ரெய்னிங் என்று சொல்லியிருந்தபடி ஒரு வருஷம் எவ்வளவு சீக்கிரம் ஓடிவிட்டது என்று அவள் நினைத்துக்கொண்டாள். பிறகு அன்றைய பரிட்சை பற்றிய நினைவுகளில் அவள் அவனைப் பற்றி மறந்தேபோனாள்.

அன்று பரிட்சை முடிந்ததும் ஒரு திருப்தி மனசை நிறைத்தது. நன்றாக எழுதிவிட்டோம் என்கிற திருப்தி. மனசு லேசாகிப்போன மாதிரி, பெரிய சாதனை ஒன்று முடிந்த மாதிரி ஒரு திருப்தி ஏற்பட்டது. முதல்முறையாக உடம்பில் ஓர் அயர்வு புரிந்தது. அவள் நிதான நடையுடன் பஸ் ஸ்டாப்பை நோக்கிச் சென்றாள். மற்ற மாணவர்களும் சுமாராக, நன்றாகச் செய்திருந்த மாதிரி தோன்றிற்று. நளினிக்குக் கல்யாணமாகிவிட்டது. அதனால் அவள் பரிட்சையே எழுத வரவில்லை. இந்த வருஷத்தை அவள் முடித்திருந்தால் நன்றாக இருந்திருக்கும் என்று ராதா நினைத்துக்கொண்டாள். ஆனால் பரிட்சை எழுதாமலிருக்கக் கல்யாணம் ஒரு சாக்காக இருந்திருக்கும் நளினிக்கு என்று

தோன்றிற்று. அவளை நினைத்ததும் இன்றைக்குச் சிரிப்புகூட வந்தது, மனசு லேசாகிப்போன நிலையில்.

"பரீட்சை எப்படி எழுதினீர்கள்?" என்ற குரலைக் கேட்டு அவள் திடுக்கிட்டுக் குரல் வந்த திசையைப் பார்த்தாள்.

மோஹன் நின்றிருந்தான்.

அவளுக்குத் தூக்கிவாரிப் போட்டது. அவனை அங்கு சந்தித்தது தன் வேலைகளை விட்டுவிட்டுத் தன்னைப் பார்க்கத்தான் அவன் வந்திருக்கிறான் என்று தோன்றிற்று. அவள் தன் பிரமிப்பிலிருந்து விடுபட சில விநாடிகள் பிடித்தன.

அவன் அதைப் புரிந்துகொண்ட மாதிரி நின்றான். அவன் மெள்ளச் சிரித்தாள். "ஓ யெஸ், நன்றாகச் செய்திருக்கிறேன்" என்று நிறுத்திவிட்டு,

"எனக்கு ஃபஸ் பண்ணத் தெரியாது!" என்றாள்.

"அதனால்தான் நீங்கள் மற்ற பெண்களிலிருந்து வித்தியாசமாக இருக்கிறீர்கள். ஐ லைக் யூ ஃபர் தட்."

அவன் அப்படி வெளிப்படையாகப் பேசுவது அவளுக்கு என்னவோ மாதிரி இருந்தது. இவனுக்கு அதிக இடம் கொடுத்துவிட்டோமோ நம்மையறியாமல் என்று ஒரு பயம் எழுந்தது. 'உனக்கே நீ கடிவாளம் போட்டுக்கோ' என்று அப்பா சொன்னது ஞாபகத்திற்கு வந்தது. மற்றவர்களுடைய உணர்ச்சிகளுக்கு அவளால் என்ன செய்ய முடியும் என்கிற திகைப்பு எழுந்தது.

"மிஸ் ராதா" என்றான் மோஹன். "நீங்கள் தப்பாக நினைக்கவில்லையானால் அடுத்த பஸ் ஸ்டாப் வரை சற்று நடப்போமா?"

அவள் திடுக்கிட்டு "ஏன்?" என்றாள்.

"கொஞ்சம் உங்களிடம் தனியாப் பேசணும், எப்படி எங்கே பேசுவது என்றே எனக்குப் புரியல்லே!"

அவன் முகம் லேசாகச் சிவந்தது. உணர்ச்சிவசப்பட்டவன் மாதிரி... எதையோ சொல்லமுடியாமல் தவிக்கிற மாதிரி...

"நீங்கள் தப்பாக நினைக்கக் கூடாது. என்னைப் புரிந்துகொள்வீர்கள் என்று நினைக்கிறேன். ஸைக்காலஜி ஸ்டூடண்ட் நீங்கள்!"

அவன் சிரிக்க முயன்றான். அவளுக்குப் பரிதாபமாக இருந்தது. இவன் என்ன பேசப்போகிறான் என்று ஓரளவுக்கு அவளுள் அனுமானம் ஏற்பட்டாலும் அவன் தன் மனதிலிருப்பதை அவளிடம் சொல்வதற்கு ஒரு சந்தர்ப்பத்தைக் கொடுப்பதுதான் நாகரீகம் என்று தோன்றிற்று.

அவள் சாதாரணமாக அவனைப் பார்த்துப் புன்னகைத்தாள்.

"சரி வாருங்கள், போகலாம்."

இருவரும் சிறிதுநேரம் மௌனமாக நடந்தார்கள். தெருவில் மாலை நேர நெரிசல் இருந்தது. எங்கு பார்த்தாலும் மாணவர்கள் பரீட்சை முடிந்து போவது தெரிந்தது. திருப்தி நிறைந்த முகங்கள். தொங்கப் போட்டுக்கொண்டு போகும் முகங்கள்... பரீட்சை முடிந்துவிட்ட நிம்மதி தெரியும் முகங்கள். முன்பாயிருந்தால் இப்படி மோஹன்கூடத் தான் நடப்பதை யாராவது பார்த்துவிடப் போகிறார்களோ என்று ஒரு யோசனை தோன்றியிருக்கும். அப்பாவிடம் யாராவது ஏதாவது சொல்லி விடுவார்களோ என்ற பயம் தோன்றியிருக்கும். இப்பொழுது மனசு லேசாகிச் சலனமேயில்லாமல் இருந்தது. யார் என்னை என்ன சொன்னாலும் என்னைப் பாதிக்காது என்கிற மாதிரி... ஒரு பெரிய சாதனையை முடித்துவிட்டுப் பலனை எதிர்பார்க்காத கர்மயோகியாய் நிற்கிறேன். என்னை எந்த அபவாதமும் சாராது என்கிற மாதிரி...

"மிஸ் ராதா!"

அவள் சுய உணர்வு பெற்று நிமிர்ந்தாள்.

"உம்?"

"நீங்கள் எம்.ஏ பாஸ் பண்ணப்புறம் என்ன செய்யப் போகிறீர்கள்?"

"மெண்டல் இன்ஸ்டிட்யூட்டில் வேலை கிடைத்தால் வேலை பார்க்கலாம் என்றிருக்கிறேன்."

"கிடைக்கும், அதற்கப்புறம்..."

அவள் லேசாகச் சிரித்தாள்.

"அதற்கப்புறம் என்று எனக்கு ஒன்றும் கிடையாது மிஸ்டர் மோஹன்."

அவன் சற்று தடுமாறியபடியே திடீரென்று சொன்னான்.

"ராதா! நான் உங்களைத் திருமணம் செய்துகொள்ள ஆசைப்படுகிறேன்!"

அவளுக்குச் சற்று ஆச்சரியமாக இருந்தது. முகம் லேசாகச் சிவந்தது. அவன் இப்படிச் சட்டென்று சொல்வான் என்று அவள் எதிர்பார்க்கவில்லை.

அவன் அவசரமாகத் தொடர்ந்தான். "நீங்கள் நிதானமாக உங்கள் முடிவைச் சொல்லலாம். ஐ ஆம் ஸாரி இஃப் ஐ ஸர்ப்ரைஸ்ட் யூ! தயவுசெய்து தப்பாக நினைக்காதீர்கள். என்னைப் பொறுத்தவரை வெகுநாளாக இந்த ஆசை என் மனசில் இருக்கிறது. ஒரு வருஷம் உங்களைப் பார்க்காமல் இருந்தால் எப்படி என் மனசு மாறுகிறதான்னு நானே சோதிச்சுப் பார்த்தேன். பெங்களூர் போனப்புறம் உங்களை நினைக்காத நாளே இல்லை. என்னுடைய தீர்மானம் இன்னும் வலுப்பட்டுப்போச்சு... இன்னும்..."

"ஒன் மினிட் மிஸ்டர் மோஹன்!" என்றாள் அவள் அவனுடைய எண்ண ஓட்டங்களுக்குத் தடைபோடுகிற மாதிரி.

அவன் நின்றான்.

அவள் எங்கேயோ பார்வையைச் செலுத்தியபடி சொன்னாள்.

"நான் ஒரு விஷயம் உங்களுக்குச் சொல்லணும். நான் ஒரு விதவை."

அவன் ஒரு விநாடி பேசாமல் இருந்தான். பிறகு நிதானமாகச் சொன்னான்.

"எனக்குத் தெரியும்."

அவள் அதிர்ந்துபோனாள்.

"எப்படி?"

அவன் பரிவோடு சிரிக்கிற மாதிரி இருந்தது.

"உங்கள் பிரின்ஸிபால் டாக்டரிடம் சொன்னார். அவரிடமிருந்து எனக்குத் தெரிய வந்தது."

இந்த உலகம் எவ்வளவு சிறியது என்று அவள் நினைத்துக்கொண்டாள். தான் பரிதாபத்துக்குரிய பொருளாகிவிட்டோமோ என்கிற சோகம் மனசை நிறைத்தது.

"தெரிந்தும் நீங்கள் எப்படி... ஏன்?" என்று அவள் தடுமாறினாள்.

அவன் அவசரமாகத் தொடர்ந்தான். "நான் ஏதோ உங்களுக்காகப் பரிதாபப்பட்டு இந்த மாதிரி முடிவுக்கு வந்திருப்பதாக நினைக்காதீர்கள். நான் உண்மையிலேயே உங்களை விரும்புகிறேன். திருமணம் செய்துகொள்ள இஷ்டப்படுகிறேன்."

அவள் சற்றுநேரம் பேசாமல் இருந்தாள், மனத்தில் பொங்கிய உணர்ச்சிகளை அடக்க முயல்கிற மாதிரி. பிறகு மெள்ளச் சொன்னாள்.

"நீங்கள் இஷ்டப்பட்டால் போதுமா? நான் இஷ்டப்பட வேண்டாமா?"

அவன் சற்று பேசாமலிருந்தான். பிறகு நிதானமாகச் சொன்னான்.

"நான் உங்களை அவசரப்படுத்தவில்லை. எத்தனை நாள் வேணுமானாலும் எடுத்துக்கொண்டு யோசித்துப் பாருங்கள். ஒண்ணு சொல்ல விரும்பறேன். ஒரு விதவைன்னா மறுபடியும் கல்யாணம் செய்துக்கக்கூடாது. அதனாலே உங்க கற்புக்கு பங்கம் வரும் என்கிற எண்ணங்கள் எல்லாம், இன்ஹிபிஷன்ஸ் எல்லாம் உங்க மனசிலே இருக்கக்கூடாது. படிச்சவா இந்த மாதிரியெல்லாம் நினைக்கக் கூடாது..."

"அந்த மாதிரியெல்லாம் நான் நினைக்கவேயில்லை..."

"அவ்வளவுதான் வேணும் எனக்கு. நீங்க நிதானமா யோசிச்சுப் பார்க்கணும். நான் அவசரப்படுத்த மாட்டேன்."

அவள் பதில் சொல்ல யோசித்துக்கொண்டு தலையை நிமிர்த்தியபோது அவன் அங்கு இருக்கவில்லை.

அவளுக்குத் திக்பிரமையாக இருந்தது. ஓர் அரைமணி நேரத்துக்கு முன்னால் லேசாகிப் போய்விட்டிருந்த மனசில் ஏதோ பாரமாய் வந்து உட்கார்ந்துவிட்ட மாதிரி இருந்தது. இப்படி ஒரு பிரச்சனை தன் வாழ்வில் வரக்கூடும் என்று தனக்குத் தோன்றாமல் எப்படிப் போய்விட்டது என்று அவளுள் ஒரு ஆயாசம் எழுந்தது.

அவள் சட்டென்று தன்னைச் சமாளித்துக்கொண்டாள். அவன் அப்படிக் கேட்டுவிட்டானே என்று அதிர்ந்துபோவதில் ஏதும் லாபமில்லை. அவன் கேட்டதிலும் ஏதும் தப்பில்லை. அவன் மனசில்பட்டதை அவன் சொல்லியிருக்கிறான். ஆனால் தன் மனத்தில் எந்தவிதமான குழப்பமும் இல்லை என்பதை அவனுக்குத் தெரிவித்துவிட வேண்டும். மறுமணத்தைப் பற்றி தான் சிந்திக்கவேயில்லை என்று அவனுக்குத் தெரிவிக்க வேண்டும், எத்தனை சிந்தித்தாலும் ஒரே விதமான பதில்தான் வரும் என்பதை அவனுக்குத் தெரிவித்து விடவேண்டும். அவனுடைய மனது புண்படாமல், நாளாவட்டத்தில் அவன் தேறிவிடுவான், மறந்துவிடுவான் இதெல்லாம் என்று தோன்றிற்று. மனத்தின் ஒரு சில நேரங்களில் ஏற்படும் வக்கரிப்பு அதைத் தட்டிக்கொட்டிச் சரிசெய்துவிட்டால் சரியாகிவிடும்...

வீட்டுக்குப் போய்ச் சேர்ந்ததும் ஒரே ஆயாஸமாக, அலுப்பாக இருந்தது. மனத்தில் ஏதோ ஒரு நமைச்சல் எடுத்தமாதிரி இருந்தது. ஏன் என்றே புரியாமல் எத்தனைதான் சமாதானப்படுத்திக்கொள்ளப் பார்த்தாலும் நிம்மதி போய்விட்ட மாதிரி இருத்தது.

'நாலு பேர் திரும்பிப் பார்க்கிற மாதிரி நீ போகக்கூடாது' என்று அப்பா அன்று சொன்னது நினைவுக்கு வந்தது. இன்று மோஹன் மனத்தில் ஆசை வளர்ந்துவிட்டதற்குத் தன்மேல்தான் தப்போ என்று தோன்றிற்று. தான்தான் அவனுக்கு இடம் கொடுத்து விட்டோமோ என்று பட்டது. ஆண் பெண் என்ற வித்தியாசம், விகல்பம் ஏதும் தன் மனசில் இல்லை என்கிற காரணத்தால் மற்றவர்களுக்கு அதே மாதிரி எண்ணம் இருக்கும் என்று தான் எப்படி எதிர்பார்க்கலாம் என்று அவள் நினைத்துக்கொண்டாள். 'எல்லோரும் உன்னை மாதிரி நினைக்க மாட்டா' என்று ஜெயா அன்று சொன்னது நினைவுக்கு வந்தது...

மாமி கொண்டு வைத்த காப்பி டிபனைக்கூடச் சாப்பிடத் தோன்றாமல் அவள் ஆயாசத்தோடு கட்டிலில் சென்று படுத்துக்கொண்டாள்.

மாமி கவலையுடன் அவளிடம் வந்தாள்.

"ஏன் ராதா, பரீட்சையெல்லாம் நன்னா பண்ணியிருக்கியோல்லியோ?"

"உம் பண்ணியிருக்கேன் மாமி" என்றாள் அவள் கண்ணை மூடிக்கொண்டே.

"ஏன் பின்னே முகமெல்லாம் இப்படி வாடிக்கிடக்கு?"

"என்னமோ ரொம்ப சோர்வா இருக்கு மாமி."

"ரொம்பப் படிச்சுட்டே, இனிமே பத்து நாளைக்கு நன்னா தூங்கு. முதல்லே இதைச் சாப்பிடு" என்று மாமி டிபனை கட்டிலுக்கருகிலேயே கொண்டுவந்து வைத்தாள்.

மாமியின் பரிவு மனசுக்குத் தெம்பாக இருந்தது. அவள் டிபனைச் சாப்பிட்டுவிட்டு மறுபடியும் படுத்துக்கொண்டாள்.

சற்றுப் பொறுத்து குளித்துவிட்டு மொட்டைமாடியில் வந்து உட்கார்ந்தபோது உலகமே நிர்மலமாகிப் போனாற்போல் இருந்தது. வரும் பிரச்சனைகளையெல்லாம் கலக்கமில்லாமல் யோசித்துப்பார்த்தால் பிரச்சனைகளே இருக்காது என்று தோன்றிற்று.

"பரீட்சை எப்படிப் பண்ணினே ராதா?" என்ற குரல் கேட்டு அவள் நிமிர்ந்தாள்.

ஜெயா.

"வா, நன்னாத்தான் பண்ணியிருக்கேன்" என்று ராதா நாற்காலியை இழுத்துப்போட்டாள்.

"நா நிச்சயமா ஃபெயில்தான் ஆகப்போறேன்."

ராதா அது காதில் விழாத மாதிரி உட்கார்ந்திருந்தாள்.

இவளுடைய மனசைத் திசை திருப்பவேண்டும் என்று தோன்றிற்று. இன்று மனசைக் குடைந்த ஒரு விஷயத்தை இவளிடம்தான் சொல்லவேண்டும் போல் இருந்தது.

"ஜெயா ஒரு விஷயம் சொல்றேன். மனசுக்குள்ளேயே வெச்சுக்கோ, இன்னிக்கு மோஹன் என்னைக் கல்யாணம் செய்துக்க விரும்பறதாச் சொன்னார், நான் விதவைன்னு தெரிஞ்சும்..."

ஜெயா ஒரு விநாடி அவளைப் பார்த்தாள், எனக்கு ஆச்சரியமில்லை என்கிற மாதிரி, பிறகு மெள்ளச் சொன்னாள்.

"சரின்னு ஒத்துக்கோ, அதனால தப்பில்லே."

✯✯✯

அத்தியாயம்

22

ஜெயா அப்படித் திட்டவட்டமாகப் பேசுவது ராதாவுக்கு வேடிக்கையாக இருந்தது.

லேசாகச் சிரித்துக்கொண்டே அவள் சொன்னாள். "இது தப்பா ரைட்டா என்கிற பிரச்சனையே இல்லை இப்ப. அவசியமா அவசியமில்லையா என்கிறதுதான் இப்பப் பிரச்சனை."

ஜெயா சிறிதுநேரம் பேசாமல் இருந்தாள், யோசனையில்.

"உன் தயக்கத்துக்குக் காரணமெல்லாம் நம்ம சமூகத்திலே இருக்கிற பத்தாம்பசலித்தனம்தான். ஒரே கோணத்திலேயே சிந்திச்சு வழக்கமாப் போச்சு. விதவா விவாகம்னாலே மனசு அதைத் தாராளமா ஏத்துக்கமாட்டேங்கறது. கற்புங்கறது போயிட்டமாதிரி பதற்றது..."

இவள் என்ன நம்மைப் புரிந்துகொள்ளாமல் இருக்கிறாளே என்கிற ஆயாசத்தோடு ராதா பதில் சொன்னாள்.

"நா அப்படியெல்லாம் நினைக்கலே. விதவா விவாகம் கூடாதுன்னு சொல்லலே. அதெல்லாம் அவாவா தேவைகளைப் பொறுத்தது. சிலபேருக்கு இரண்டாவது கல்யாணம் அவசியப்படலாம். அவா பண்ணிக்கலாம் ஆனா இரண்டாங்கல்யாணம் எனக்கு அவசியமில்லை."

"ஏன்? இருபத்திரண்டு வயசிலே சன்யாசினி ஆயிட்டியா?"

“ஒரு விதத்திலே அப்படின்னே வச்சுக்கலாம். நா ரகுவோட ஒரே வருஷம்தான் வாழ்ந்தேன். ஆனா பூரணமா வாழ்ந்துட்ட மாதிரி ஒரு நிறைவு இருக்கு மனசுலே. வேறே எந்த ஆணுக்கும் அங்கே இடம் இருக்காதுன்னு தோணறது. நா இப்படியே வாழ்க்கை முழுக்க ஏதாவது ஓர் உத்தியோகத்தைப் பாத்துண்டு இருந்துட முடியும். அதனாலே எனக்கு ஒரு கல்யாணம் அவசியமில்லை.”

ஜெயா ஆகாசத்தைப் பார்த்தபடி உட்கார்ந்திருந்தாள். “நீ சொல்றது உன் வரையில் சரியாயிருக்கலாம். ஆனா, சிலசமயம் யோசிச்சுப் பார்க்கும்போது ஓர் ஆண் துணை அவசியம்னு தோணறது ராதா.”

ராதா சிரித்தாள்.

“ஓர் ஆண் துணையே வேண்டாம்னு உதறிவிட்டு இருக்கே, நீ இப்படிச் சொல்றது வேடிக்கையா இருக்கு.”

ஜெயா அடிபட்டுப்போன மாதிரி அவளைப் பார்த்தாள்.

“ராதா! நீ என்னைப் புரிஞ்சுக்கல்லே. அந்த ஆண் எனக்குத் துணையாக இல்லேங்கற காரணத்துக்குதான் நான் அந்த முடிவுக்கு வந்தேனே தவிர ஆண் துணையே வேண்டாம் என்கிற காரணத்துனாலே இல்லே...”

ராதாவுக்குச் சட்டென்று ஒரு சோகம் மனசைக் கவ்விற்று. ஓ, இவளுடைய துக்கம் சாதாரணத் துக்கம் இல்லை என்று தோன்றிற்று. தனியாக நிற்க இவளுக்குத் தெம்பில்லை என்கிற பயம் நெஞ்சை அழுத்திற்று.

ஜெயா இன்னும் தூரத்தில் ஆகாசத்தில் பார்வையை செலுத்தியபடி பேசினாள்.

“ராதா! நான் என் கல்யாணத்துக்கு முன்னாடி எத்தனையெல்லாம் கனவு கண்டுண்டிருந்தேன் தெரியுமா? எத்தனை ஓர் ஆனந்தமான வாழ்வைக் கற்பனை பண்ணிண்டிருந்தேன் தெரியுமா? எனக்கு வாய்ச்ச கணவன் மாத்திரம் நல்லவனா

யோக்யமா இருந்திருந்தான்னா நா அவனுக்காக எந்தவிதமான தியாகத்தையும் பண்ணத் தயங்கியிருக்க மாட்டேன்... கொஞ்சம் நல்லதனம் இருந்திருந்தாலும் எப்படியோ சமாளிச்சிருப்பேன். காலமெல்லாம் ஒருத்தருக்கொருத்தர் துணையா இருக்கணும்னு ஆசைப்பட்டேன். கணவனோட பிரியம்னா என்னன்னே தெரியாம இப்படி நடுச்சந்தியிலே நிக்கறேன் பார்த்தியா?"

"ஜெயா! நீ இவ்வளவு தூரம் உடைஞ்சு போகக்கூடாது. நடுச்சந்தின்னெல்லாம் சொல்லாதே, வாழ்க்கைன்னா எல்லாருக்கும் ஒரே மாதிரி அமையாது ஏற்றத்தாழ்வு இருக்கத்தான் செய்யும். அதைச் சமாளிச்சுண்டு போறதிலேதான் நம்ப மனுஷத்தனம் இருக்கு. நீயே என்னை முதல் நாள் பார்க்க வந்தபோது உபதேசம் பண்ணியே, நாம என்ன கேட்டுண்டு வந்தமோ அதுதான் கிடைக்கும்னு இப்போ நீ இவ்வளவு கலங்கறியே?"

ஜெயா பெருமூச்சுவிட்டாள்.

"அப்போ என்னவோ ஒரு தெம்பு இருந்தது, அகத்துக்காரர் மேலே இருந்த கோவத்திலே ஒரு வீம்பு இருந்தது. அந்த வீம்பே எனக்கு ஒரு தைரியத்தைக் குடுத்தது. இப்ப அந்த வெறியும், வீம்பும் அடங்கிப்போனப்புறம், தினமும் என்னுடைய அம்மாவும் அப்பாவும் என்னைப் பார்த்துக் கலங்கறதைப் பார்க்கறச்சே, என் குழந்தை என் மன்னிகளால உதாசீனப்படுறதைப் பார்க்கறச்சே அம்மா அப்பாவுக்கப்புறம் என்னால தனியா நிக்க முடியுமா இந்த அண்ணாக்கள் தயவில்லாமன்னு ரொம்ப பயமாயிருக்கு..."

ராதாவுக்கு நிஜமாகவே ஜெயா பேசும் விதத்தைப் பார்த்துப் பயமாக இருந்தது. "ஜெயா நான் ஒண்ணு சொல்றேன். என் யோசனைப்படி நடந்து பாரேன். நீயும் உன் அப்பா அம்மாவும் தனியாய் ஒரு வீடு எடுத்துண்டு இருங்களேன். அப்போ எத்தனையோ சிக்கல் குறையுமே?"

ஜெயா பலமாக மண்டையை ஆட்டினாள். "அதுக்கு அப்பா அம்மா ஒப்புத்துக்கமாட்டா. இத்தனை நாளா சேர்ந்திருந்த குடும்பம். ஏற்கனவே என்னாலே குடும்பத்திலே ஒரு தலைகுனிவு.

எனக்காகப் பிரிஞ்சு வேற போயிட்டா வேற வினையே வேண்டாம். யாருக்கும் இப்ப எதையும் தீர்மானமா செய்யத் தைரியமில்லாமல் போயிட்ட மாதிரி இருக்கு. நாமே போட்டுண்ட வலையிலே மாட்டிண்ட மாதிரி இருக்கு..."

இவளுக்கு எந்த வகையான தைரியம் சொல்வது என்று அவளுக்குப் புரியவில்லை.

"இருக்கிற பிரச்சனைகளை நாமாக அதிகப்படுத்திக்கிறோம் ஜெயா. தீர்க்கமா யோசிச்சுப் பாரு. உனக்கு டைவோர்ஸ் ஆனதிலே ஒண்ணும் தப்பில்லே. உன் மனசிலேதான் தப்பிருக்கு. ஒரு பலவீனத்திலே வழி தெரியாம முழிக்கிறே. ஒரு சுமைதாங்கி உனக்குத் தேவை. ஆண்டவன் பேரிலேயாவது நம்பிக்கை இருந்ததானா, ஒரேடியா எல்லாப் பாரத்தையும் அங்கே இறக்கி வைச்சு என்ன நடந்தாலும் அவனே துணைன்னு இருக்கலாம், மனத்துக்குச் சாந்தி ஏற்படும்..."

ஜெயா தலையை அசைத்தபடி எழுந்தாள்.

"எனக்கு ஆண்டவன் பேரிலேயும், மனுஷா பேரிலேயும் நம்பிக்கை போய் ரொம்ப நாளாச்சு ராதா."

"அப்போ உன் மேலேயாவது உனக்கு நம்பிக்கை வேணும்! அதுவும் இல்லாமெண்ணா இருக்கே நீ?"

ஜெயா அதற்குப் பதில் சொல்லாமல் சிரித்தாள்.

"நா கிளம்பறேன் ராதா. இருட்டிண்டு வரது நீ சொன்னதை நினைச்சுப் பார்க்கறேன். பரீட்சையிலே பாஸாவது ஆனேன்னா கொஞ்சம் தைரியம் வரும். அதுவும் ஆகப்போறதில்லே..."

"ஜெயா!" என்று ராதா லேசாக அதட்டினாள். "உனக்கு எல்லாத்திலேயும் வரவர நெகடிவ்வாவே நினைக்கிற பேசற வழக்கம் வந்துடுத்து. உன்னைப் பாத்தா எனக்கு ஒரு விஷயம் ஞாபகத்துக்கு வரது. முன்னே ஒரு சமையல்காரப் பாட்டி இருந்தா. அவ சொல்லுவா, கெட்ட வார்த்தை வசவுகள் ஏதும் சொல்லப்படாது, துர்தேவதைகள் எப்பவும் சஞ்சரிச்சிண்டிருக்கும்.

அந்த வசவுகளைக் கேட்டு 'ததாஸ்து'ன்னு சொல்லிடும். நிஜமாயிடும் என்பாள், இப்பதான் அதோட முழு அர்த்தமும் எனக்குப் புரியறது. அதுக்கு நிஜமாகவே, ஒரு ஸைக்கலாஜிகல் இஃபெக்ட் இருக்கு. ஆட்டோஸதஸ்சன் மாதிரி. இல்லே இல்லேன்னு சொல்லிண்டு எல்லாமே இல்லாதெ ஆக்கிக்கிற மாதிரி. கொஞ்சம் உற்சாகமா நினைக்க ஆரம்பி. கொஞ்சம் தெம்பு வரும்."

"என்னவோ உன்னை மாதிரியெல்லாம் யோசிக்க எனக்குத் தெரியாது. பார்க்கலாம். என்ன நடக்கணுமோ நடக்கட்டும்."

ராதா அவளுடன் கீழே இறங்கி வாசல் கேட்வரை வந்து வழியனுப்பினாள்.

மாலையில் தோன்றிய குழப்பமெல்லாம் இப்பொழுது எங்கேயோ நழுவிப்போய் ஜெயாவைப் பற்றிய கவலை மனசை ஆக்ரமித்தது. ஓ! இந்தப் பெண் எப்படிச் சரியாவாள்?

இருட்டி விட்டது. ஸ்வாமி விளக்கேற்ற வேண்டும் என்கிற நினைப்போடு அவள் பூஜை அறைக்குப் போனாள். விளக்கேற்றும்போது அவள் நினைத்துக்கொண்டாள். ஆன்மிக சிந்தனைகள், தெய்வீகச் சிந்தனைகள் என்று பிரத்யேகமாக ஏதுமில்லாமலே அவளாக எவ்வளவோ வருஷமாகச் செயல்படும் செயல் இது. இப்பொழுது ஓர் ஊன்றுகோல் மாதிரிக்கூட ஆகிவிட்டது. இவ்வளவிற்கும் அவளுள் இந்த வித்தைப் போட அம்மாவும் இல்லை, அப்பாவுக்கும் சிரத்தையில்லை. அவளை வளர்த்த சமையல்கார மாமிகளில் யாராவது ஒருத்தி இந்த வித்தைப் போட்டிருக்க வேண்டும். துர்தேவதைகளின் கதைகளைச் சொன்ன பாட்டி மாதிரி ஒரு பாட்டியாக இருக்க வேண்டும். இப்பொழுது அவளுள் ஓர் அங்கமாகிப் போய்விட்டது... அவளது துன்ப நினைவுகளுக்கெல்லாம், சோக உணர்வுகளுக்கெல்லாம் ஒரு வடிகால் கிடைத்த மாதிரி... நடக்கும் காரியங்களுக்கெல்லாம் ஓர் அர்த்தம் தெரிவிக்கிற மாதிரி... ஆன்மிகத்தில் தர்க்கிக்கும் மூளைக்கு விஞ்ஞான

விளக்கத்தைக் காண்பிக்கிற மாதிரி... அதனால்தான் அவள் இதுவரை உடைந்துபோகாமல் இருக்கிறாளோ? எதையும் தாங்கும் ஒரு வலிமை வந்துவிட்டதோ?

இதையெல்லாம் ஜெயாவுக்கு விளங்க வைக்க வேண்டும்போல் இருந்தது. எப்படிப் புரியவைப்பது? அவளை எப்படிச் சரிசெய்வது?

அவள் ஒரு வழியாக மோஹனைப் பற்றிய எண்ணங்களையும், ஜெயாவைப் பற்றிய சிந்தனைகளையும் வலுக்கட்டாயமாக அப்புறப்படுத்தி அடுத்து வந்த நாள்களைப் புத்தகங்கள் படிப்பதிலும், தூங்குவதிலும் கழித்தாள். பரீட்சைக்குப் படித்த அசதியையெல்லாம் போக்குகிற மாதிரி மணிக்கணக்காகத் தூங்கினாள். வெயில் வேறு மிக அதிகமாகப் போய்விட்டதில் தோட்ட வேலைகூட மாலை ஒரு மணி நேரம் தண்ணீர் பாய்ச்சுவதோடு நின்றது. சதா ஏதாவது வேலை செய்துகொண்டிருக்கும் மங்களம்மாமிகூட வெயில் தாங்காமல் மத்தியான வேலைகளில் தூங்கினாள்.

சிலசமயங்களில் சாயங்காலம் தோட்டத்துக்குத் தண்ணீர் பாய்ச்சிக்கொண்டே இரண்டுபேரும் பேசிக்கொண்டிருப்பார்கள். அப்பா இப்பொழுதெல்லாம் தன் வேலையுண்டு, தான் உண்டு என்றிருக்க ஆரம்பித்திருந்தார். அப்பாவுக்கு வயசாகிக் கொண்டிருக்கிறது. மாறி வருகிறார் என்று அவளுக்குத் தோன்றிற்று.

ஒரு நாளைக்கு மங்களம் மாமி கேட்டாள். "உங்க ஜெயாவுக்கு என்ன உடம்பு?"

அவள் திடுக்கிட்டாள்.

"ஒண்ணுமில்லையே, ஏன்?"

"ரொம்ப இளைச்சுட்டா, பார்வையே சரியாயில்லே. ஏதோ பாரத்தை இழுத்துண்டு போற மாதிரி நடக்கறா."

இந்த மாமி ரொம்பக் கச்சிதமாக அவளை வர்ணித்த மாதிரி இருந்தது. ஆனால் ராதா பதில் பேசாமல் நின்றாள், மாமி தொடர்ந்தாள்.

“உடம்பை மனசைப் பாத்துக்கச் சொல்லு. அவளுக்கு என்ன துக்கம்னு எனக்குத் தெரியாது. ஆனா அவளைப் பார்த்தா எங்க ஊரிலே ஹிஸ்டிரியா வந்தது ஒரு பொண்ணுக்குன்னு சொல்வேனே அவ ஞாபகம் வரது.”

ராதாவுக்குத் தூக்கிவாரிப் போட்டது. இத்த மாமியிடம் எதையும் மறைக்க முடியாது என்று தோன்றிற்று. ஜெயாவைப் பற்றிய விவரங்களையெல்லாம் சொன்னாள். பெரிய பாரம் குறைந்த மாதிரி இருந்தது.

“விவாகரத்து ஆனப்புறம் இப்ப பயப்படறாள். தன்னாலே தனியா இருக்க முடியுமான்னு பயப்படறாள். ஆண் துணையில்லாம எப்படிக் காலம் தள்ளறதுன்னு யோசிக்கிறாள்.”

மங்களம் மாமி வெகுநேரம் ஏதோ யோசனையில் ஆழ்ந்தபடி உட்கார்ந்திருந்தாள். பிறகு பெருமூச்சு விட்டுச் சொன்னாள்.

“என்னாலே அந்தப் பொண்ணோட பயத்தை நன்னாப் புரிஞ்சுக்க முடியறது ராதா... தனியா தைரியமா காலத்தை ஓட்டறதுங்கறது ஒரு பெரிய அக்னிப்பரீட்சை.”

அந்த மாமியின் குரல் நெகிழ்ந்த மாதிரி இருந்தது. கண் கலங்கின மாதிரி இருந்தது. இருட்டிக்கொண்டு வந்த நேரத்தில் சரியாகத் தெரியவில்லை.

மாமி அப்படி நெகிழ்ந்துபோனது ராதாவுக்கு இதமாக இருந்தது. மற்றவர்கள் துன்பத்தைக் கண்டு நெகிழ்வதற்கு மனசு நல்ல மனசாக இருக்க வேண்டும் என்று தோன்றிற்று.

மறுநாளைக்கு பரீட்சை முடிவுகள் வெளிவர வேண்டும். எந்த மாதிரி முடிவு இருக்குமோ என்று யோசனையாக இருந்தது.

நன்றாக இருட்டிய பிறகு அப்பா வந்தார். வரும்போதே அதிசயமாக உற்சாகமாக வந்தார்.

“ராதா!” என்று பலக்கக் கூப்பிட்டார். அவள் தயக்கத்துடன் அவர் எதிரில் வந்தாள்.

“அன் அஃபிஷியலா நியூஸ் கிடைச்சுதாம். உங்க பிரின்ஸிபால் சொன்னார், நீ ஃபஸ்ட் கிளாஸ், பஸ்டாம் மாகாணத்திலே முதல்.”

அவளுக்கு அதிர்ச்சியாக இருந்தது. நம்புவது கஷ்டமாக இருந்தது. எல்லாவற்றையும் விட அப்பாவா அவ்வளவு சந்தோஷப்படுகிறார் என்று ஆச்சரியமாக இருந்தது. மனசில் முதல்முறையாக ஒரு சிலிர்ப்பு ஏற்பட்டது.

“அது உண்மையான நியூஸாயிருக்குமா?” என்றாள் அவள் தயக்கத்துடன்.

“நன்றாயிருக்கு. உண்மையா இல்லேன்னா அவர் மெனக்கெட்டு எனக்குப் ஃபோன் பண்ணிச் சொல்வாரா?”

அவள் முகத்தில் புன்னகை மலர்ந்தது. பேசாமல் உள்ளே திரும்பினாள். மங்களம் மாமி சந்தோஷத்தோடு அவள் கையைப் பிடித்துக்கொண்டாள்.

“கஷ்டப்பட்டதுக்குக் கைமேல் பலன் கிடைச்சுப்போச்சு” என்றாள்.

“மங்களம்! ஒரு பாயஸம் வை சட்டுனு” என்று சத்தம் போட்டார் அப்பா. அவளுக்கு இவர் நம் அப்பாதானா என்று சந்தேகமாக இருந்தது. அவருடைய உற்சாகத்தில் மாமியை ஒருமையில் அழைத்துவிட்டார் என்று தோன்றிற்று.

இரவு படுக்கையில் படுத்ததும் தூக்கமே வரவில்லை. அதிகமான துயரத்திலும், சந்தோஷத்திலும் தூக்கம் வராது என்று தோன்றிற்று. அவள் புரண்டு புரண்டு படுத்து மெள்ள மொட்டைமாடிக்குப் போனாள்.

நட்சத்திரங்களையும், சந்திரனையும் பார்க்கையில் ஒரு புது அழகு தெரிந்த மாதிரி இருந்தது. ஆண்டவன் தன்னிடம் ரொம்பக் கருணையாக இருக்கிற மாதிரி ஒரு நன்றி மனசில் பெருக்கெடுத்தது.

முறையாக நாளைக்கு முடிவு பேப்பரில் வந்ததும் மென்டல் இன்ஸ்டிட்யூட்டுக்குப் போகவேண்டும் என்று நினைப்பு வந்தது.

உடனே மோஹனின் ஞாபகமும், அவன் பேசிய பேச்சும், விடுத்த வேண்டுகோளும், யோசிக்க அவகாசம் எடுத்துக்கொள்ளுங்கள் என்று சொன்னதும் மனசில் புரண்டெழுந்தது. அவள் முடிவு ஒரே தீர்மானமான முடிவாக இருந்ததால் தன் மனத்தில் இத்தனை நாளும் யோசனையோ, சந்தேகமோ தோன்றவில்லை என்று தோன்றிற்று. நாளைக்குத் தன் முடிவை அவன் கேட்கும்போது அவன் ஏமாந்துபோவானோ என்று வருத்தம் ஏற்பட்டது. சிலநாள்களில் அவன் தன்னைப் புரிந்துகொள்வான் என்று அவள் தன்னைச் சமாதானப்படுத்திக் கொண்டாள். திடீரென்று சுற்றியும் இருந்த நிசப்தத்தை அவள் உணர்ந்தாள். இரவு வெகு நேரமாகிவிட்டது என்கின்ற உணர்வுடன் அவள் சட்டென்று எழுந்தாள். கதவை ஓசைப்படாமல் சாத்திக்கொண்டு அவள் மெள்ள இறங்கி வருகையில் ஜன்னல் வழியே பாய்ந்த நிலா ஒளியில், அவளுடைய அப்பா மங்களம் மாமி படுத்திருந்த அறையிலிருந்து வெளியே வருவது தெரிந்தது.

அவள் ரத்தமெல்லாம் உறைந்துப்போய் படிக்கட்டிலேயே நின்றாள்.

* * *

அத்தியாயம் 23

காலெல்லாம் பஞ்சாய்ப் போய்விட்ட மாதிரி ஒரு பிரமை ஏற்பட்டது. ராதாவுக்கு அப்பா தன் அறைக்குச் சென்று படுத்துக்கொள்கிற வரை மூச்சைப் பிடித்துக்கொண்டு நின்றாள். பிறகு மெள்ளத் தன் அறைக்கு வந்து கட்டிலின் மேல் உட்காருகையில் நெஞ்சு படபடவென்று அடித்துக்கொண்டது. அவமானத்தில் முகம் சிவந்துபோயிற்று. கண்களில் நீர் துளிர்த்தது.

எத்தனை நாள்களாக இப்படி... எத்தனை நாள்களாக...? வெகு நாள்களாக இருக்க வேண்டும் என்று தோன்றிற்று. அப்பாவின் மாற்றத்துக்கு, மாமியின் மாற்றத்துக்கு இதுதான் காரணமாயிருக்க வேண்டும்... கடவுளே! இது எப்படி அவளுக்குத் தெரியாமல் போயிற்று? எப்படிச் சந்தேகம் வராமல் போயிற்று? ஓர் இளம் விதவைப் பெண்ணை வீட்டில் வைத்துக்கொண்டு... சீ என்று அவளுக்கு உமிழ வேண்டும்போல் இருந்தது. காரணம் புரியாமல் கண்களிலிருந்து நீர் வழிந்தது. தன்னுடைய விசிப்பு வெளியில் கேட்டுவிடப் போகிறதே என்று பயந்த மாதிரி அவள் முகத்தைத் தலையணையில் புதைத்துக்கொண்டாள். அவளுக்கே புரியாத துயரம்... காலங்காலமாய் மனத்தடியில் புதைத்து வைத்திருந்த துயரம் கண்ணீராய்ப் பெருகிற்று. கண்ணீர் நின்றதும் ஒரு சீற்றம் மனத்தில் பொங்கியது. மாமியின் மேல், அப்பாவின் மேல்...

எப்படி இந்த மாமி அப்படி விவேகமாய்ப் பேசுகிற மாதிரிப் பேசிக்கொண்டு இப்படி நடந்து கொண்டிருக்கிறாள் என்று கோபம் எழுந்தது. அந்தப் பவுடர் வாசனைக்கு அர்த்தம் புரிந்தது. மனத்தில் மிகமிக அருவருப்பாக இருந்தது. அப்பாவின் கதைகளைப் படித்து இந்த மாமியின் மனசு பேதலித்திருக்க வேண்டும் என்று தோன்றியது. இத்தனை வயதுவரை காப்பாற்றி வந்த தன் கன்னிமையை இனிமேலும் காப்பாற்ற முடியாது என்று ஒரு வேகம் வந்திருக்க வேண்டும். சுற்றம், பந்தம் என்று யாருமில்லாத தான் எப்படி நடந்துகொண்டால் என்ன என்று ஒரு தைரியம் வந்திருக்க வேண்டும்... மாமி இப்படி நடந்துகொண்டது மிக அதிர்ச்சியாக இருந்தது. மாமிமேல் அவளுக்கு எவ்வளவு மதிப்பு இருத்தது? எத்தனை பரிவு இருந்தது? உண்மையிலேயே எத்தனைப் பிரியம் இருந்தது? மாமி தன்னை மிகவும் கேவலமாக அவமானப்படுத்திவிட்ட மாதிரி ஒரு சீற்றம் மனத்தை வியாபித்தது...

இந்த அப்பாவுக்கு என்ன நேர்ந்துவிட்டது? கதைகளில் சிருங்காரரஸத்தை வர்ணித்து இந்த இருபத்திரண்டு வருஷமாய் வாழ்ந்த சந்நியாஸ வாழ்க்கை போதும் என்று தோன்றிவிட்டதா? மாமியின் கரணை கரணையான கையும் காலும் மார்பும் மனத்தைப் பேதலிக்கச் செய்துவிட்டதா? தூ என்று அவளுக்குக் காறி உமிழ வேண்டும்போல் இருந்தது. இவருக்கு என்ன யோக்கியதை இருக்கிறது அவளைப் பற்றிப் பேச? அவள் ஓடிப்போனாள் என்று ஏச? எவனையாவது இழுத்துண்டு ஓடவா என்று விஷமாய்க் கக்க, என்ன யோக்கியதை இருக்கிறது? அதனால்தான் அந்தச் சிரிப்பா? அதனால்தான் கொஞ்ச நாள்களாக அவளை ஏதும் சொல்லாமல் வாயை மூடிக்கொண்டு வளைய வருகிறாரா? அதனால்தான் 'மங்களம் சட்டுனு ஒரு பாயஸம் பண்ணு' என்று ஒருமையில் உரிமையோடு சொன்னாரா? ஓ, எத்தனை வெட்கம்கெட்டுப் போய்விட்டார்! அவளாவது மனத்துக்குப் பிடித்தவனைக் கல்யாணம் செய்துகொண்டு கௌரவமாக வாழ்ந்தாள். இவர் யாருக்கும் தெரியாமல் திருடன் மாதிரி... அவளுக்கு குமட்டிக்கொண்டு வருகிற மாதிரி இருந்தது.

எத்தனை வேஷம், எத்தனைக் கபடம் என்று மனசுக்குள் ஓர் ஆத்திரம் பொங்கிப்பொங்கி எழுந்தது. முகமே தெரியாத அம்மாவிற்காக இன்று கண்ணீர் வந்தது...

தூங்கவே தூங்காமல் இரவு முழுவதும் கழிந்தது. காலையில் எழுந்ததும் பால்காரியின் குரல் கேட்டு அவள் பல் துலக்கிவிட்டு வராந்தாவில் உட்கார்ந்தாள். பால்காரன் மாட்டைக் கறந்துகொண்டிருந்தான். பால்காரி வழக்கம்போல் கன்றைப் பிடித்தபடி உட்கார்ந்திருந்தாள். முகத்தில் பளீரென்று மஞ்சள் மின்னிற்று... நெற்றியில் பளீச்சென்று குங்குமம் மின்னிற்று... நான் மகாப் பதிவிரதை என்று டங்கோரா போடுகிற மாதிரி... ராதாவுக்கு திடீரென்று ஆயாசமாக இருந்தது. யாரையும் நம்புவதற்கில்லை என்று மனசு முணுமுணுத்தது.

மாமி வழக்கம்போல் வாசல் தெளித்துக் கோலம் போட வந்தாள். குனிந்து போடுகையில் பின்னங்காலின் அழகும், கைகளின் நேர்த்தியும் தெரிந்தது. மார்பின் வளைவுகள் தெரிந்தன. இதையெல்லாம் அப்பா எத்தனை நாள்கள் கவனித்திருப்பாரோ? மாமியின் விரல்களிலிருந்து கோலம் வேகமாக விரிந்தது. புள்ளிகளிலிருந்து கோடுகள், கோடுகளிலிருந்து பூக்கள், ரோஜாக்கள், தாமரைகள்... இத்தனை அழகாகக் கோலம் போடுபவள் மிக அலங்கோலமாய் நிற்கிற மாதிரி ராதாவுக்குப் பிரமை தட்டியது. மாமியின் மனசு மிக அசிங்கமாய் நிற்கிற மாதிரி இருந்தது.

அவள் மனத்தில் இருந்த போராட்டம் எதையும் அறியாதவள் மாதிரி மாமி நிமிர்ந்து பார்த்துச் சிரித்தாள்.

"என்ன ராதா, இன்னிக்கு என்ன ஸ்வீட் பண்ணட்டும்...?"

அவளுக்கு ஆத்திரம் பொங்கிற்று. தன்னைக் கட்டுப்படுத்திக்கொண்டு மாட்டைப் பார்த்தபடி பதில் சொன்னாள்.

"எனக்கு ஒரு ஸ்வீட்டும் வேண்டாம்."

அப்பொழுதுதான் அவள் முகத்தைக் கவனித்தமாதிரி மாமி அருகில் வந்தாள்.

"என்ன ராதா, உடம்பு சரியாயில்லையா?"

மாமி தன்னைத் தொட்டுவிடுவாளோ என்று கூசிய மாதிரி ராதா அவசரமாகச் சொன்னாள்.

"எனக்கு ஒன்றுமில்லை போங்கள்."

முழங்காலில் முகத்தைப் புதைத்துக்கொண்டாள். மாமி யோசனையுடன் உள்ளே போவது தெரிந்தது. முதல்முறையாக மாமியிடம் தான் கோபமாகப் பேசியிருக்கிறோம் என்று தோன்றியது... அப்படித்தான் கோபப்படுவேன்... கோபப்பட எனக்கு உரிமையிருக்கிறது... எப்படி ஏமாற்றிவிட்டாள்... எப்படி...? 'நான் வேத்து மனுஷின்னு நீ நினைக்கப்படாது' என்று சொல்லிச்சொல்லி 'ஆத்து மனுஷி' ஆகப்பார்க்கிறாளா? இதைத்தான் ஜெயா, 'மாமி சாமர்த்தியக்காரி' என்றாளா? அவளுக்குத் தெரிந்தது தனக்குத் தெரியாமல் எப்படிப் போயிற்று? ஓ, இதை எப்படித் தாங்கப்போகிறோம், எப்படிச் சமாளிக்கப்போகிறோம்?

அவளுக்குக் காப்பி சாப்பிடப் போகக்கூடப் பிடிக்கவில்லை. அங்கேயே உட்கார்ந்திருந்தாள். மாமி வாயை மூடிக்கொண்டு காப்பியைக் கலந்து கொண்டுவந்து அவளருகில் வைத்தாள். அதைத் தொடக்கூடப் பிடிக்கவில்லை அவளுக்கு. அத்தனை ஆத்திரம் மனசில் இருந்தது. அதைக் கொட்டிவிடலாம் என்று போனவள் இத்தனை குழந்தைத்தனமாக நடந்து கொள்ளக்கூடாது என்று தன்னைக் கட்டுப்படுத்திக்கொண்டு அதைக் குடித்தாள்.

பேப்பர்க்காரன் பேப்பரைத் தூக்கி எறிந்துவிட்டுப் போனான். அவளுக்கு இப்பொழுது அதைப் பார்க்கவேண்டும் என்கிற ஆர்வம்கூடப் போய்விட்டது. நிதானமாக எடுத்துப் பார்த்தாள். முதல் வகுப்பில் ஒரே ஒரு நம்பர்தான், அவளுடைய நம்பர் இருந்தது. அதைப் பார்த்து எந்தவிதக் கிளுகிளுப்பும் உண்டாகவில்லை. இப்பொழுது ஜெயாவின் ஞாபகம் வந்தது. உள்ளே சென்று தான் குறித்து வைத்திருந்த ஜெயாவின் நம்பரைப் பார்த்துவிட்டுப் பேப்பரில் தேடினாள், மூன்றாவது வகுப்பில்கூட

இல்லை. அவளுக்கு வருத்தமாக இருந்தது. 'இந்தப் பரீட்சையைப் பாஸ் பண்ணலைனா என்னால தாங்கமுடியாது ராதா' என்று அவள் சொன்னது ஞாபகத்திற்கு வந்ததும் அவளை நினைத்துச் சற்றுக் கவலையாக இருந்தது. உடனே போய்ச் சமாதானப்படுத்த வேண்டும் என்றிருந்தது. ஆனால் இன்றைக்கு அவளுக்கிருந்த மனநிலையில் எங்கேயுமே போகமுடியாது போலிருந்தது. எதையுமே செய்யமுடியாது போலிருந்தது. பேசாமல் படுத்துக் கொண்டேயிருக்கலாம்போல் இருந்தது. அவள் பேசாமல் கட்டிலில் படுத்தபடி விட்டத்தைப் பார்த்தபடி, மின்விசிறி சுழல்வதைப் பார்த்தபடி படுத்திருந்தாள்.

அப்பா குளித்துவிட்டு, "அச்சுதாய நம; கோவிந்தாய நம;" என்று பூஜையை ஆரம்பிப்பது கேட்டது. அவளுக்குச் சுரீரென்று மறுபடியும் ஒரு கோபம் மனத்துள் எழுந்தது. இவருடைய மனசுக்கும் வாக்குக்கும், செயலுக்கும் சொல்லுக்கும் சம்பந்தமே இல்லை என்று ஒரு கோபம் எழுந்தது. 'மனசுக்குக் கடிவாளம் போட்டுக்கோ' என்று அவளை, இருபத்து மூன்று வயசுப் பெண்ணைப் பார்த்து அவர் இரைந்தது ஞாபகத்திற்கு வந்தது. 'தூக்கம் வரலேன்னா ஏதாவது ஸ்லோகம் சொல்லு. மனசை அலையவிடாதே' என்று அன்று மொட்டைமாடியில் டார்ச் விளக்கை அவள்மேல் பரப்பியபடி சொன்னது ஞாபகத்திற்கு வந்தது. இதையெல்லாம் என்கிட்ட சொல்ல உங்களுக்கு என்ன அருகதை இருக்கு என்று கேட்க வேண்டும்போல் இருந்தது...

பூஜையை முடித்துவிட்டுச் சாப்பிடுகையில், "எங்கே ராதாவைக் காணோம்?" என்று அப்பா மாமியைக் கேட்பது தெரிந்தது.

மாமி அதற்கு என்ன பதில் சொன்னாள் என்று புரியவில்லை. அதற்கப்புறம் அப்பாவின் குரல் கேட்கவில்லை. அவளுடைய அறையில் எட்டிக்கூடப் பார்க்காமல் அவர் அலுவலகத்துக்குக் கிளம்பிப்போவது தெரிந்தது. அவள் குளிக்கக்கூடப் போகாமல் படுத்திருந்தாள். மாமி இரண்டுமுறை வந்து கூப்பிட்டாள். "குளிக்கல்லியா, சாப்பிட வரல்லியா?" என்று கேட்டாள். ராதா பதிலே சொல்லவில்லை.

கூடத்துக் கடிகாரம் ஒரு மணி அடிக்கும் சத்தம் கேட்டது. காலையிலிருந்து ஒன்றும் சாப்பிடாமல் வயிறு ஓலமிட்டது. இருந்தும் அவள் எழுந்திருக்கப் பிடிக்காமல் படுத்திருந்தாள்.

தண்ணென்று யார் கையோ தன்மேல் படுகிறமாதிரி இருந்தது. அவள் தூக்கிவாரிப் போட்டவளாய் எழுந்திருந்தாள்.

மாமி எதிரே நின்றிருந்தாள். சோகச் சித்திரமாய்... விபூதியிட்ட நெற்றியும், சாந்தமான கண்களும் முகத்திற்கு ஒரு தேஜஸைக் கொடுக்கிற மாதிரி இருந்தது. ஆளை எப்படி ஏமாற்றுகிறாள் இவள் என்று ஒரு கோபம் ராதாவுக்குள் எழுந்தது; அவள் முகத்தைத் திருப்பிக்கொண்டாள்.

"ராதா, நா போறேன்."

ராதா பதில் சொல்லவில்லை. இது மாமியின் நாடகத்தின் ஓர் அங்கம் என்று வெறுப்பேற்பட்டது.

"ஒரு நாளைக்கு இந்தாத்தைவிட்டுப் போக வேண்டி வரும்னு எனக்குத் தெரியும். இன்னிக்கு வந்துடுத்து நா போறேன்."

மாமியின் குரலில் ஒரு சோகம் இழையோடுகிற மாதிரி இருந்தது. ராதா அதை லட்சியம் செய்யாமல் மாமியைப் பார்த்துக் கேட்டாள்.

"நீங்க எதுக்காகப் போகணும் மாமி? நா இந்த வீட்டு எஜமானியில்லே. வீட்டு எஜமானரைக் கைக்குள்ளே போட்டுண்டுட்டேள். நீங்க இப்ப வேத்து மனுஷி இல்லே. நீங்க ஏன் போகணும்...?"

ஊசி முனைகளாய் வந்தன வார்த்தைகள். தான்கூட இப்படிப் பேசுகிறோமா என்று ராதாவுக்குத் தோன்றிற்று.

மங்களம் மாமி திடீரென்று விசித்து விசித்து அழுதாள்.

"ராதா, நீ என்னைப் புரிஞ்சுக்கணும், இது நா வேணும்னு செஞ்ச காரியம் இல்லே. எப்படியோ நடந்துடுத்து. நீ என்னைப் புரிஞ்சுக்கணும்..."

"எனக்கு ஒண்ணுதான் புரியறது என்னை நீங்க ஏமாத்தினது, என் நம்பிக்கையைக் குலைச்சது... வேற ஒண்ணும் புரியல்லே."

மாமி கீழே உட்கார்ந்தபடி வெகுநேரம் அழுதாள்.

"ராதா, நீ என்னைப்பத்தி என்ன வேணா மட்டமா நினைச்சுக்கோ. உனக்கு அதுக்கு உரிமையிருக்கு. ஆனா நா மனசார உனக்குத் துரோகம் பண்ணல்லே. இது எப்படி நடந்ததுன்னு எனக்கே புரியல்லே. எந்த மாதிரி ஒரு பலவீனத்திலே இப்படி ஆச்சுன்னு புரியல்லே."

எத்தனை நாள்களாக இது நடக்கிறது என்று ராதா கேட்கவில்லை. அந்தக் கேள்விக்கு இப்பொழுது ஏதும் அர்த்தமில்லை என்று தோன்றிற்று.

மாமி சொல்லிக்கொண்டிருந்தாள். "ராதா, இதுக்கு நான் மாத்திரம் காரணமில்லே. உங்கப்பாவும் காரணம். ஆனா அவர்மேலே நான் தப்பு சொல்லல்லே, என் மேலேதான் தப்பு. ஒத்துக்கறேன், நான் இணங்கல்லேன்னா, இது எனக்கு ஒரு மானபங்கம்னு நினைச்சிருந்தேன்னா அவரால ஒண்ணும் செஞ்சிருக்க முடியாது..."

ராதா பதிலே பேசாமல் உட்கார்ந்திருந்தாள். யாரைக் குற்றம் சொல்வது என்று புரியவில்லை. அதனால் இப்பொழுது ஏதும் லாபமில்லை என்று தோன்றிற்று. தவறு நடந்த பிறகு... தவறுதானா அது? அவள் விட்டத்தைப் பார்த்தபடி உட்கார்ந்திருந்தாள்.

மாமி பேசிக்கொண்டே போனாள். "ராதா, நீ மனசைப்பத்தி படிக்கிறேன்னே, மனசோட வக்கிரங்களைப் பத்தி... அதோட வியாதிகளைப் பத்தி... அதைக் குணப்படுத்தறதைப் பத்தி... என் மனசு வக்கரிச்சுதான் போயிடுத்து. இருபது வயசிலே விதவையானேன். கன்னி கழியாமலே இத்தனை வருஷம் நெருப்பாய்தான் இருந்தேன். எதனால பலவீனம் ஏற்பட்டது இப்பன்னு நீதான் சொல்லணும். உடம்பிலே புதுசா என்ன திமிர் வந்ததுன்னு நீதான் சொல்லணும். உங்கப்பா கதைகளைப்

படிச்சதுனாலயா, இல்லை வீட்டிலே வேற பொம்மனாட்டி இல்லாம, உங்கப்பாவும் இத்தனை வருஷமா தனியா உடலோட அக்னியெல்லாம் தணிக்காம அவஸ்தைப்படறதைப் பார்த்ததனாலேயா…"

"மாமி, போறும்… இன்னும் சொல்லாதேங்கோ…" என்றாள் ராதா திடீரென்று. "எனக்குக் காரண காரியமெல்லாம் வேண்டாம். நடந்த விஷயம்தான் முக்கியம். அதுக்கு ஒரு நிவர்த்தியைப் பார்க்கணுமே தவிர காரணத்தை ஆராய்ஞ்சு என்ன லாபம்?"

"அதுக்கு ஒரே நிவர்த்திதான். நா இங்கேயிருந்து போயிடறேன்."

"அது நிவர்த்தியில்லே. ஒரு பிரச்சனையிலேயிருந்து ஓடறதுனாலே அது தீர்ந்துட்டதா அர்த்தமில்லே…"

"வாஸ்தவந்தான், ஆனா ராதா, நானும் ஒண்ணும் ரொம்ப நிம்மதியாயில்லை. முழிச்சுண்டிருக்கிற நேரமெல்லாம் மனசை அரிக்கறது. ஏதோ பாவம் பண்றோம்னு அழுத்தறது. ஆனா நீ சொல்லுவே முன்னே, மனுஷாளோட சுபாவத்துக்குத் திடீர்னு முரணா நடந்துக்கறதுக்கு எல்லாத்துக்கும் காரணம் இருக்கு. அந்தக் காரணத்தைக் கண்டுபிடிச்சா அதுக்கெல்லாம் ஒரு நியாயம் புலப்படும்னு… தெளிவு புலப்படும்னு… நான் பண்ணின காரியத்துக்கு நான் நியாயம் பேசல்லே. ஆனா மனுஷாளுக்குப் பலவீனங்கறது இயற்கைங்கறதை நீ புரிஞ்சுண்டா போதும்…"

ராதாவுக்கு அதிர்ச்சியாக இருந்தது மாமியின் பேச்சு. எப்படிப் பட்பட்டென்று மனோ தத்துவத்தையே ஓர் ஆயுதமாக வைத்துக்கொண்டு வாதாடுகிறாள் என்று தோன்றிற்று. இன்னொரு சமையல்காரியாக இருந்தால் இவ்வளவு பேசுவாளா என்றிருந்தது.

"ராதா, இந்தப் பலவீனத்துக்கு மேலெல்லாம் இன்னொரு காரணத்தைச் சொல்றேன். நீ நம்புவியோ என்னவோ. உன் மேலே என்னையுமறியாம ஒரு பாசம் வளர்ந்திடுத்து, பெத்த பொண் மாதிரி. நான் பலசமயம் உன்னுடைய அம்மான்னே நினைச்சு கற்பனை பண்ணிப்பேன். சொந்தம்னு யாருமில்லாம

எனக்கு உன்னைச் சொந்தமா அடையணும்கற ஆசை என்னை அறியாம தோண ஆரம்பிச்சுடுத்து. அதனாலதான் என்னை வேத்து மனுஷியா நினைக்காதேன்னு உங்கிட்டே சொல்லுவேன். நாளடைவிலே இந்த வீட்டு சொந்தக்காரி மாதிரியே தோணிப்போச்சு. உங்கப்பா எங்கிட்டே வந்தபோது எனக்கு அதிர்ச்சி ஏற்படல்லே, விகல்பமா படல்லே. ஏதோ நடக்க வேண்டியது நடக்கிற மாதிரி தோணிப்போச்சு... இதெயெல்லாம் நீ நம்பமாட்டே... ஆனா இது சத்தியம்..."

ராதா பதில் ஏதும் சொல்லவில்லை. ஏதோ தீர்மானத்துக்கு வந்தவள் மாதிரி எழுந்தாள்.

"ஏதோ நடந்தது நடந்துபோச்சு. நீங்க எங்கேயும் போக வேண்டாம். எனக்குச் சாதம் போடுங்கோ" என்றாள். அவள் சாப்பிட்டு எழுந்திருக்கையில் ஜெயாவின் அப்பா வந்தார். "ராதா, உடனே புறப்படு, ஜெயாவுக்கு உடம்பு சரியில்லே!" என்றார்.

* * *

அத்தியாயம் 24

ஜெயாவின் அப்பாவைப் பார்த்து ராதா அதிர்ந்துபோனாள்.

“என்ன மாமா? என்ன ஆச்சு ஜெயாவுக்கு?”

“நா போற வழியிலே சொல்றேன். நீ கொஞ்சம் சீக்கிரம் கிளம்பு!” என்றார் அவர்.

அவள் அவசரமாக வேறு புடவையைக் கட்டிக்கொண்டு முகத்தைக் கழுவித் தலையைக் கோதிக்கொண்டு புறப்பட்டாள்.

“மாமி, அப்பா வந்தா விஷயத்தைச் சொல்லுங்கோ. நா போயிட்டு வரேன்.”

காரில் ஏறி உட்கார்ந்ததும், அவள் பொறுக்க முடியாமல் கேட்டாள்.

“மாமா, என்ன உடம்பு சொல்லுங்கோ.”

அவர் கண்ணில் நீர் நிறைந்தது.

“புத்தி பேதலிச்சுப்போன மாதிரி இருக்கும்மா.”

“என்னது? எப்போலேருந்து?”

“கொஞ்ச நாளாவே அவ கொஞ்சம் நர்வஸ்ஸா ஹிஸ்டரிக்கலா இருந்த மாதிரி இருந்தது. இன்னிக்கு ரிஸல்டைப் பார்த்து தான் ஃபெயில்னு தெரிஞ்சதும் ஏதேதோ ஏடாகூடமா பேச ஆரம்பிச்சுட்டா. மாத்தி மாத்திச் சிரிக்கறா அழறா, எனக்கும்

அவ அம்மாவுக்கும் என்ன பண்றதுன்னே புரியல்லே. உன்கிட்டேதான் அவ நெருக்கமா இருந்தா, உன்னைப் பார்த்தா தேவலையோன்னு உன்னை அழைச்சுண்டு போறேன்."

ராதாவுக்கு அவரைப்பார்க்கையில், அவரது பேச்சைக் கேட்கையில் பரிதாபம் நெஞ்சை நிறைத்தது. மிகவும், ஆடிப்போயிருந்த அவரை எப்படித் தேற்றுவது என்று புரியவில்லை. இவரது துக்கத்தைச் சமாதானப்படுத்த வார்த்தைகளே கிடையாது என்று அவளுக்குத் தோன்றிற்று. இவருக்கு ஜெயாவின் மேல் எத்தனைப் பாசம் என்று அவளுக்குத் தெரியும். அவருடைய பாசமே ஜெயாவைப் பலவீனப்படுத்தி விட்டதோ என்று அவளுக்குத் தோன்றிற்று.

"ஜெயாவுக்கு இப்படியெல்லாம் ஆகும்னு நினைச்சுக்கூடப் பார்க்க முடியல்லே மாமா."

"யாரு நினைச்சாம்மா? எப்படிப் பாட்டும், சிரிப்புமா இருந்தா? எப்படி ஆயிட்டா பாரு? இப்பவும் சிரிக்கிறா பித்துப்பிடிச்ச சிரிப்பு" அவர் கண்களைத் துடைத்துக்கொண்டார்.

"எந்த வேளையிலே கல்யாணத்தைப் பண்ணினேனோ பிடிச்சுது அனர்த்தம். ஒரு முட்டாள் ஜோஸியன்கூட இந்த மாதிரியெல்லாம் ஆகும்னு சொல்லல்லே."

ராதா மெள்ளச் சொன்னாள். "மாமா, கல்யாணமெல்லாம் நன்னா அமையறது, அகமுடையான் சரியா அமையறது எல்லாம் அவாவா பண்ணின அதிர்ஷ்டம்னு எனக்குத் தோணறது. அவளுக்கு டைவோர்ஸ்ல முடிஞ்சது. அதுவரை தைரியமா இருந்தவள், அதுக்கப்புறம் எப்படி இவ்வளவு பலவீனமா போனா? நா எவ்வளவோ அவளைச் சமாதானப்படுத்த முயற்சி பண்ணேன். அவ சமாதானமாகல்லே. இந்த விவகாரத்து அவளோட தப்புனால நடந்தது இல்லே! அவளுக்கு அது தோல்வியில்லேன்னு நீங்கள் எல்லாம் வீட்டிலே உணர வெச்சிருக்கணும்."

"நீ சொல்றது வாஸ்தவம்மா. அதான் தப்பு நடந்துபோச்சு, வீட்டிலே செல்லமா வளர்ந்தவள், ரோஷமுள்ளவள், தோல்வின்னா என்னன்னே தெரியாம வளர்ந்தவ, அவளுக்கு இது

ரொம்பப் பெரிய அதிர்ச்சியா இருக்கும். தோல்வியா தோணும்னு தெரியல்லே. எங்களுக்கு தோணினாலும் அவ அதிலேயிருந்து நிமிர்ந்து வரமுடியாதபடி பச்சாதாபம் காட்டினோம்னு நினைக்கறேன். அவ அம்மா ஐயோ இப்படி நிக்கறியே, உன் கதி இப்படி ஆச்சேன்னு அவ எதிரிலே புலம்பிண்டேயிருப்பா. நாங்க அதிகமாப் பரிவைக் காண்பிக்க காண்பிக்கதான் எல்லாருக்கும் ஒரு பாரமாய்ப் போயிட்டோம்னு நினைக்க ஆரம்பிச்சுட்டா போலேயிருக்கு. என்னவோ தலையெழுத்து போயேன். எப்படிச் சரியாவாளோ? பழையபடி சிரிச்சுண்டு பாடிண்டு இல்லாட்டாலும் சாதாரணமா நார்மலா அவ ஆயிட்டா போதும்னு இருக்கு."

"ஆயிடுவாள் மாமா கவலைப்படாதீங்கோ" என்றாள் ராதா தன்னை அறியாமல். அவளுக்குச் சட்டென்று மென்டல் இன்ஸ்டிட்யூட் ஞாபகத்திற்கு வந்தது. டாக்டரும், அவருடைய பொறுமையான பரிசோதனையும் நினைவுக்கு வந்தது.

"அவ இப்ப ஏதோ பலவீனத்திலே இருக்கா. கொஞ்ச இடம் மாறிச் சரியான டாக்டர்கிட்டே சிகிச்சை எடுத்துண்டா சீக்கிரம் சரியாப் போயிடுவா."

நாய் மாதிரிக் குரைத்துக்கொண்டிருந்த பெண்ணையே சரிப்படுத்தி விடலாம் என்று சொன்ன டாக்டருக்கு ஜெயாவைக் குணப்படுத்த முடியாதா?

என்னவோ தலைவிதி என்று மறுபடியும் ஜெயாவின் அப்பா சொன்னபோது அவள் வாயை மூடிக்கொண்டிருந்தாள். தலைவிதி பாதி, தன்னால் ஏற்படுத்திக்கொள்வது பாதி என்று இவரிடம் எப்படிச் சொல்வது? ஜெயாவின் இன்றைய நிலைமைக்குக் காரணம் இவரும் மற்றவரும்தான் என்று எப்படிச் சொல்வது?

ஜெயாவின் வீடு வந்ததும் அவள் தயக்கத்துடன் உள்ளே நுழைந்தாள். ஜெயா எந்த மாதிரி நிலையில் இருப்பாளோ என்று யோசனையாக இருந்தது.

ஜெயா கூடத்தில் சோபாவில் உட்கார்ந்திருந்தாள் எங்கேயோ பார்த்தபடி. ராதா வந்ததையே கவனிக்கவில்லை. ராதாவைப்

பார்த்ததும் மூலையில் நின்றிருந்த ஜெயாவின் அம்மா மௌனமாக அழ ஆரம்பித்தாள். ஜெயாவின் அப்பா அவளை அதட்டி உள்ளே போகச் சொன்னார்.

ராதா ஜெயாவின் அருகில் போய் உட்கார்ந்துகொண்டாள். ஜெயாவின் கையைத் தன் கையில் வைத்துக்கொண்டு மென்மையாகச் சிரித்தபடி சொன்னாள்.

"ஜெயா, நான் ராதா வந்திருக்கிறேன்."

ஜெயா திரும்பினாள். கண்களில் பரிச்சயம் தெரியவில்லை. ஆனால் இயந்திரகதியில் பதில் சொன்னாள்.

"ராதாவா? வா, நானே உனக்குச் சொல்லி அனுப்பணும்னு இருந்தேன். இன்னிக்கு ஊருக்குப் போறேன். எங்க ஆத்துக்காரர்டேருந்து கடிதாசு வந்திருக்கு. உடனே வான்னு, உன்னை விட்டுட்டு எத்தனை நாள் நான் தனியா இருக்கிறதுன்னு கேட்கறார்."

ராதா "அப்படியா?" என்று மென்மையாகச் சிரித்தாள்.

"குழந்தையை அழைச்சுண்டு போகப்போறியா?"

"ஆமாம். பின்னே அவ இல்லாம? அவளைப் பார்க்காம ஒரு நிமிஷம் அவரால இருக்க முடியாது. இப்படித்தான் ஒரு தடவை அம்மை போட்டிடுத்து குழந்தைக்கு..."

ராதா, அவள் மேலே என்ன சொல்லப் போகிறாளோ என்று காத்திருந்தாள்.

ஜெயா திடீரென்ன விசித்து விசித்து அழுதாள்.

"குழந்தைக்குப் பசி தாங்க முடியல்லே. குடுக்க பால் இல்லே. என்ன செய்வேன் ராதா என்ன செய்வேன்...?"

"பால்தானே? இப்ப குடுக்கலாம் கவலைப்படாதே. சித்த இப்படியே படுத்துக்கோ. நா குழந்தைக்குப் பால் தரேன். படுத்துக்கறியா? கொஞ்சம் தூங்கறியா? எங்கே இப்படியே சாஞ்சுக்கோ!"

ஜெயா பேசாமல் அவள் வைத்த குஷன்மேல் சாய்ந்துகொண்டாள். ராதா சற்றுநேரம் மெள்ள அவளைத் தடவிக்கொடுத்துக் கொண்டிருந்தாள். கொஞ்ச நேரத்தில் ஜெயா தூங்குகிற மாதிரி இருந்தது.

ராதா மெள்ள எழுந்து ஜெயாவின் அப்பாவை வராண்டாவில் உட்கார்த்தி வைத்துக்கொண்டு மெள்ளப் பேச ஆரம்பித்தாள்.

"எப்பலேருந்து இப்படிப் பேசிண்டிருக்கா?"

"கார்த்தாலேருந்து."

"மாமா, பரவாயில்லை. கவலைப்படாதீங்கோ. தூங்கி எழுந்ததும் எப்படி இருக்காள்னு பார்க்கலாம். எனக்கென்னவோ அவளை மென்டல் இன்ஸ்டிட்யூட்லே காண்பிச்சா நல்லதுன்னு தோணறது."

"ஐயய்யோ மென்டல் ஆஸ்பத்திரியா?"

"இதிலே பதட்டப்பட ஒண்ணும் இல்லை?" என்றாள் ராதா மென்மையாக.

"மனோ வியாதிங்கறது மத்த வியாதி மாதிரிதான். டைபாய்ட் வந்தா, மலேரியா வந்தா வைத்தியம் பார்க்கறதில்லையா? அது மாதிரி இந்த வியாதிக்கும் அவசியமா வைத்தியம் பார்க்கணும். இதுக்கு இப்போ பெரிய ஸ்பெஷலிஸ்ட்டெல்லாம் இருக்கா. சீக்கிரம் காண்பிச்சா சீக்கிரம் குணமாகும். எனக்கென்னவோ அவ வீட்டிலே இருக்கறதைவிட ஆஸ்பத்திரியிலே இருந்தா நல்லதுன்னு தோணறது. நீங்க யோசனை பண்ணுங்கோ. எனக்கு டாக்டரைத் தெரியும். ரொம்ப கெட்டிக்காரர். அப்புறம் இன்னொன்னு. எனக்கும் அங்கே வேலை கிடைக்கும்போல இருக்கு. அதனாலே நீங்க கவலைப்படாம அங்கே விடலாம் அவளை."

ஜெயாவின் அப்பா வெகுநேரம் மௌனமாக இருந்தார்.

"பைத்தியக்கார ஆஸ்பத்திரின்னா தயக்கமா இருக்கு. ஆனா நீ சொல்றதைப் பாத்தா அதுதான் தேவலைன்னு தோணறது. வீட்டிலே இருந்தாள்னா இன்னும் மோசமாத்தான் ஆகும்."

அவர் எழுந்துபோய் மனைவியிடம் சொன்னார். அந்த அம்மாள் பெரிதாக அழ ஆரம்பித்துவிட்டாள்.

“பைத்தியக்கார ஆஸ்பத்திரியிலே என் பொண்ணைச் சேர்க்கப்போறேளா? வெறும் மந்திரிச்சுப் பார்த்தா போறாதா?”

ஜெயாவின் அப்பாவுக்குக் கோபம் குபீரென்று வந்த மாதிரி இருந்தது.

“நீ சித்த வாயை மூடிண்டு இரு. ஜெயாவோட நிலைமைக்கு நாமதான் காரணம். அவ கொஞ்ச நாளைக்குத் தனியா இருந்தாத்தான் அவளுக்கு நல்லது.”

அந்த அம்மாள் பிறகு வாயைத் திறக்கவில்லை.

அங்கு சூழ்நிலையே புழுக்கமாக இருந்த மாதிரி இருந்தது. நாட்டுப் பெண்களும், பிள்ளைகளும் மூலைக்கு ஒருவராக நின்றிருந்தார்கள். இங்கு நிச்சயம் ஜெயா இருக்கக்கூடாது என்று ராதாவுக்குத் தோன்றிற்று.

“டாக்டர் ஆஸ்பத்திரியில் இருக்கிறாரான்னு ஃபோன் பண்ணிப் பார்க்கிறேன் மாமா.”

உடனே ஜெயாவின் அண்ணா, “நான் நம்பரைப் பார்க்கறேன்” என்று வந்தான்.

டைரக்ட்டரியில் நம்பரைக் கண்டுபிடித்து சுழற்றிக் கொடுத்தான்.

டாக்டர் இருந்தார், யார் பேசுவது என்று தெரிந்ததும் ரொம்ப உற்சாகமாகப் பேசினார்.

“மாகாணத்தில் முதலாமே? எப்போ வேலைக்குச் சேர வரப்போறே?” என்றார்.

“வந்துண்டே இருக்கேன் சார். இன்னிக்கு முதல்லே ஒரு பேஷண்டை அழைச்சுண்டு வரப்போறேன்.”

"பலே! இன்னிக்கே உத்தியோகத்தை ஆரம்பிக்கிறேன் என்கிறே! அழைச்சுண்டு வா அரை மணி நேரத்துக்குள்ளே அப்புறம் எனக்கு வெளிவேலை இருக்கு."

அவள் டெலிஃபோனைக் கீழே வைத்து சமாச்சாரத்தைச் சொன்னாள்.

"அப்போ ஜெயாவை எழுப்பி அழைச்சுண்டு போகணும்" என்றார் ஜெயாவின் அப்பா.

ஜெயாவின் அம்மா வந்து ராதாவின் கைகளைப் பிடித்துக்கொண்டு அழுதாள்.

"ஏதோ நீ கூட்டிண்டு போற வேளை நல்ல வேளையாய் இருக்கணும்மா. அவ சீக்கிரம் சரியாயிடணும்."

ராதாவுக்கே கண்ணில் நீர் வந்துவிடும் போல இருந்தது. "சரியாயிடும் மாமி, கவலைப்படாதீர்கள்!" என்றாள்.

அதற்குள் ஜெயா தானாகவே விழித்துக்கொண்டு அரக்கப்பரக்க விழித்தாள்.

"ஸ்டேஷனுக்குப் போகணுமே, நேரமாகல்லியா?" என்றாள்.

"இதப் போகலாம். கிளம்பு. கொஞ்சம் பால் சாப்பிட்டுட்டுக் கிளம்பு" என்றாள் ராதா. அவள் தலையைக் கோதிவிட்டாள்.

பாலைக் குடித்துவிட்டுக் கிளம்புகையில் ஜெயா சொன்னாள்.

"போயிட்டு வரேம்மா. போய்ச் சேர்ந்ததும் அவரைத் தந்தி கொடுக்கச் சொல்றேன்."

அவளுடைய அம்மா விசும்பியபடியே உள்ளே சென்றாள்.

அவர்கள் ஆஸ்பத்திரியை அடையும்போது டாக்டருடன் மோஹன் இருந்தான். அவளைப் பார்த்ததும் அவனுடைய முகம் மலர்ந்துபோவதை ராதா கவனியாதவள் மாதிரி இருந்தாள்.

ஜெயாவைத் தனியாக அழைத்துப்போய் டாக்டரும், மோஹனும் வெகுநேரம் பரிசோதனை நடத்தினார்கள்.

பிறகு டாக்டர் ஜெயாவின் தகப்பனாரிடம் வந்து சொன்னார்.

“ரொம்ப டென்ஸனாக இருக்கிறாள். முதலில் அவளை ரிலாக்ஸ் செய்ய வைத்துப் பிறகு ட்ரீட்மெண்ட் ஆரம்பிப்போம். இங்கேயே அட்மிட் செய்துவிடுங்கள்...”

“சரியாகி விடுவாளா டாக்டர்?”

“ஓ! நீங்கள் கவலையே படவேண்டாம். ஒரு மாதத்தில் கம்ப்ளீட்டாகச் சரியாகிவிடுவாள். அவளுடைய சிநேகிதி வேறு இங்கே இருக்கப்போகிறாள் அவளைக் கவனித்துக்கொள்ள, என்னம்மா ராதா, வேலையில் சேரப்போகிறியோ இல்லையோ?”

“கண்டிப்பா டாக்டர்.”

“அப்ப இப்பவே ஃபாம் எல்லாம் ஃபில்லப் பண்ணிடேன். மோஹன், யூ ப்ளீஸ் ஹெல்ப் ஹர். போம்மா.”

அவள் எழுந்தாள்.

மோஹன் புன்னகையுடன் அவளை அழைத்துப்போனான். அவளிடம் ஃபார்ம்களைக் கொடுக்கையில், சம்பிரதாயமாகப் பேசுகையில் அவனுடைய மனசு வேறு எதிலோ இருக்கிறது என்று அவளுக்குப் புரிந்தது. அவனுடைய முகம் லேசாகச் சிவந்திருப்பது தெரிந்தது. இவனுடன் தன்னால் சரளமாக வேலை பார்ப்பது சாத்தியமா என்கிற கலக்கம் அவளுள் லேசாக எழுந்தது. அவள் கையெழுத்திட்டதும், “ஐ ஆம் ஸோ க்ளாட்” என்றான் அவன்.

அவர்கள் அலுவலக அறையை விட்டு வெளியே வந்ததும் அவன் உண்மையான மகிழ்ச்சியுடன் சொன்னான்.

“ராதா, உங்களைப் பார்த்ததில் எனக்கு எவ்வளவு சந்தோஷம் தெரியுமா? உங்கள் ரிஸல்ட் தெரிந்தது. உடனே உங்களைப் பார்க்கணும்போல் இருந்தது. ரொம்ப சந்தோஷப்பட்டேன். கங்க்ராசுலேசன்ஸ்...”

அவனுடைய உணர்ச்சிப்பெருக்கைக் கண்டு அவளுக்கு சங்கோஜமாக இருந்தது. இவன் தன்னை மறக்கவில்லை என்கிற

உணர்வு ஏற்பட்டது. இவனுக்குத் தன் மனசில் இருக்கும் எண்ணங்களைச் சொன்னால் இவனால் புரிந்துகொள்ள முடியுமா என்று ஒரு வேதனை ஏற்பட்டது.

"ரொம்ப தாங்க்ஸ்" என்றாள் அவள் லேசான சிரிப்புடன், "எனக்கும் இங்கே வேலைக்கு எப்பொழுது சேருவோம் என்றிருந்தது. சேர்ந்தது ரொம்ப சந்தோஷமாக இருக்கிறது. சேர்ந்திருக்கும் சந்தர்ப்பத்தை நினைத்தால்தான் வருத்தமாக இருக்கிறது. என் சினேகிதியின் நிலையைக் கண்டு ரொம்ப துக்கமாக இருக்கிறது."

"இட் இஸ் எ பிட்டி" என்றான் அவன். "நான் நினைக்கவேயில்லை அவள் ஒருநாள் இங்கு பேஷண்டாக வருவாள் என்று... ஆனால் சரியாக்கிவிடலாம்... ஆனால் நார்மலான பிறகு அவளுடைய வீட்டார்கள் ஜாக்கிரதையாக இருக்க வேண்டும். மறுபடியும் அவளுக்கு டிப்ரெஷன் வராதபடி..."

ராதா யோசனையுடன் நடந்தாள்.

ஜெயா சரியான பிறகு அவளை ஏதேனும் ஒரு வேலையில் அமர்த்தினால்தான் சரியாக இருக்கும் என்று நினைத்துக்கொண்டாள். ஆக்குப்பேஷனல் தெரப்பி அது ஒன்றுதான் வழி.

ஜெயாவின் தந்தை கிளம்பினார். ராதா அவருக்கு ஆயிரம் சமாதானங்கள் சொல்லி வழியனுப்பினாள். திடீரென்று தான் அப்பாவிடம்கூடச் சொல்லாமல் வேலைக்குச் சேர்ந்தது ஞாபகத்திற்கு வந்தது.

"என் அப்பாகிட்டே நா வேலைக்குச் சேர்ந்ததைப் பத்தி, வலுக்கட்டாயமா சேர்க்கப்பட்டதைப் பத்தி நீங்க கொஞ்சம் பக்குவமா சொல்லிடறேளா மாமா?"

"ஓ சொல்றேன்மா. கவலைப்படாதே."

அவள் அதற்குப் பிறகு டாக்டரிடம் கொஞ்சம் பேசிக்கொண்டிருந்தாள். அவர் பொதுவாக அவளுடைய

வேலைகளைப் பற்றிச் சொன்னார். அவருடைய உதவியாளராக அவள் இருக்க வேண்டும் என்றார்.

ஜெயாவுக்குத் தூக்கத்திற்கு ஊசி போட்டிருந்தார்கள். "என்னுடனேயே நீங்கள் கிளம்பலாம்" என்று மோஹன் சொன்னவுடன் இவனுக்கு எந்த விதத்தில் சமாதானமாக விளக்குவது என்கிற உணர்வுடன் அவள் அவனைத் தொடர்ந்தாள்.

கேட்டைத் தாண்டியதும் அவன் கேட்டான்.

"ராதா, நான் கேட்டதற்குப் பதில் யோசித்தீர்களா?"

அவள் அவனைப் பார்த்து மென்மையாகப் புன்னகை புரிந்தாள். "என்னை நீங்கள் புரிந்துகொள்ள வேண்டும் மிஸ்டர் மோஹன். இதில் நான் யோசிப்பதற்கு ஒன்றுமே இல்லை. எனக்கு இன்னொரு கல்யாணம் அவசியமே இல்லை!"

அவன் அடிப்பட்டவன்போல் நின்றான். பிறகு லேசாகச் சிரித்தான்.

"பட் ஐ கேன் வெய்ட்" என்றான்.

✲ ✲ ✲

அத்தியாயம் 25

சின்னக் குழந்தை பிடிவாதம் பிடித்துக்கொண்டு நிற்கிற மாதிரி அவன் அப்படிச் சொல்வதைக் கேட்க ராதாவுக்குப் பரிதாபமாக இருந்தது.

"நீங்கள் காத்திருந்து ஏதும் லாபமிருக்காது மிஸ்டர் மோஹன். என் மனசு மாறாது. ஐ ஆம் ஸாரி..."

மோஹன் மிருதுவாகப் பேசினான். "நாம் இப்போது அதைப்பற்றி விவாதிக்காமல் இருப்போம். அதுதான் நல்லது. ஓர் உண்மை உங்களுக்குத் தெரியுமா? மனிதர்கள் எப்பவும் ஒரே மாதிரி இருப்பதில்லை. நமக்குள்ளேயே நம்மை அறியாமல் மாற்றங்கள் 'மெட்டமார்ஃபாஸிஸ்' ஏற்பட்டுக் கொண்டிருக்கும். ஒருசமயம் ஓர் எண்ணம் மிகத் தீவிரமாகத் தோன்றும். பிறகு அதுவே வலுவிழந்து போகும், அடிப்படைக் குணங்கள் மாறாவிட்டாலும் சில எண்ணங்கள் மாறலாம். எனக்கு அதில் நம்பிக்கை இருக்கிறது. நாளடைவில் உங்கள் எண்ணம் மாறலாம் குணம் மாறாவிட்டாலும்..."

அவள் சிரித்தாள்.

"அதே விஷயம் உங்களுக்கும் பொருந்துமல்லவா? உங்கள் எண்ணமும் மாறலாம் அல்லவா?"

"யூ ஆர் ரைட்" என்றான் அவன். "என் எண்ணமும் மாறலாம். இப்போதைக்கு நான் பொறுமையோடு காத்திருப்பேன்.

நம் இருவருக்கும் ஒன்றும் வயதாகிவிடவில்லை. அதுவரை லெட் அஸ் பீ குட் ஃப்ரெண்ட்ஸ்."

"வி ஷல் ஆல்வேஸ் பீ ஜஸ்ட் குட் ஃப்ரெண்ட்ஸ்."

"வி ஷல் ஸீ."

அவனுடைய பிடிவாதமும், வீம்பும் அவளுக்கு அதிசயமாக இருந்தது. தன்னிடம் அவனுக்கு எதற்காக இப்படி ஒரு பிரமை ஏற்பட வேண்டும் என்று வேதனையாக இருந்தது. இவன் மனத்தில் ஏதும் கல்மிஷமில்லை என்று தோன்றிற்று. வெறும் லட்சியத்திற்காகத் தன்னிடம் இவன் வாதாடவில்லை என்று புரிந்தது. இருந்தும் தனக்கு அவனிடம் நண்பன் என்கிற உணர்வைத் தவிர ஏதும் ஈடுபாடு ஏற்படவில்லையே என்றிருந்தது.

ஏதோ மாற்றம் என்றானே, மெட்டமார்ஃபாஸிஸ் நமக்குள் ஏற்பட்டுக் கொண்டேயிருக்கிறது என்றானே என்று அவள் நினைத்துப் பார்த்துக் கொண்டாள். திடீரென்று அவளுக்கு அப்பாவின் ஞாபகம் வந்தது. மாமி பேசியதெல்லாம் ஞாபகம் வந்தது. சன்யாசிகள் மாதிரி இருந்த இரண்டு பேருக்கும் இந்த மாதிரிதான் ஒரு மாற்றம் ஏற்பட்டிருக்குமோ? மாமி சொன்னாளே, "அவர் வந்தபோது எனக்கு ஏதும் விகல்பமாப் படல்லே. நடக்க வேண்டியதுதான் நடந்த மாதிரி தோணித்து" என்றாளே, அதற்கு என்ன அர்த்தம்? நிஜமாகவே நடக்க வேண்டியதுதான் நடந்ததோ? பூட்டி வைத்திருந்த அவர்களது உணர்வுகளுக்கெல்லாம் ஒரு வடிகால் அவசியமாகிப் போயிற்றோ? இந்த வடிகால் கிடைக்காமலிருந்ததால்தான் அப்பா அந்த மாதிரிக் கொடூரமான வார்த்தைகள் பேசிக்கொண்டிருந்தாரோ? 'அவருக்கு ஏற்பட்ட உஷ்ணத்தைத் தணிச்சுக்க முடியாம அவர் அவஸ்தைப்படறதைப் பார்க்கறச்சே' என்று மாமி சொல்லும்போது அசிங்கமாக இருந்தது. இப்போது யோசிக்கையில் அவர் அதனால்தான் அந்த மாதிரிக் கதைகள் எழுதிக்கொண்டிருந்தார் என்று தோன்றிற்று. தன்னுடைய அந்தரங்க உணர்வுகளுக்கெல்லாம் அப்படி ஆபாசப் போர்வை போர்த்தினார் என்று தோன்றிற்று. இப்பொழுது அவர் கதை

எழுதுவதே வித்தியாசமாகிப் போகுமோ, அவர் சுபாவம் மாறின மாதிரி? அவளை அவர் கோபித்துக்கொண்டு வெகு நாள்கள் ஆகிவிட்டன என்று அவளுக்கு ஞாபகத்திற்கு வந்தது. இதையெல்லாம் யோசித்துப் பார்க்கும்போது அவருக்கு ஒரு பெண்ணின் உறவு அவசியம் என்று புரிந்தது. அம்மாவின் மேல் இருந்த அதீதமான பிரியத்தினால் அவர் மறுமணமே செய்துகொள்ளவில்லை என்கிற உண்மை இப்பொழுது வெறும் வாக்கியமாய் நிற்கிற மாதிரி இருந்தது. அந்த உண்மை வெறும் அவருடைய பிரமை என்று புரிந்ததுதான், அவருள் ஏற்பட்ட மாற்றம். பிறந்ததிலிருந்து கரித்துக்கொட்டிய பெண் பாஸாகிவிட்டாள் என்கிற செய்தியைக் கேட்டுச் சந்தோஷப்பட்டு பாயசம் சாப்பிட வேண்டும் என்று தோன்றக்கூடிய அளவுக்கு ஏற்பட்ட மாற்றம்...

அவள் மோஹனிடம் விடைபெற்றுகொண்டு பஸ்ஸை விட்டு இறங்கி வீட்டுக்கு நடக்கையில், இதைப் பற்றியெல்லாம் யோசிக்கையில் நேற்று அவள் மனத்தில் ஏற்பட்ட பதட்டத்துக்கெல்லாம் கோபத்துக்கெல்லாம் அர்த்தமே இல்லை என்று தோன்றிற்று. ஸைக்காலஜி படித்தவள். ரத்த சம்பந்தம் என்கிற ஒரே காரணத்தால் ஒரு சம்பவத்திற்காக அப்படி நிலைகுலைந்து போனது இப்பொழுது அதீதமாகப்பட்டது. அப்பாவின் மாமியின் மனநிலையில் இந்த மாதிரி ஒரு விளைவு ஏற்படுவது ஆச்சரியப்படும்படியான விஷயம் இல்லை என்று தோன்றிற்று. அதற்காக அவர்கள்மேல் கோபப்படுவதோ, ஆத்திரப்படுவதோ ஏதும் லாபமில்லை என்று தோன்றிற்று. யாரையும் தப்பாக நினைக்காமல், கோபத்தோடு பார்க்காமல் இருக்க வேண்டும் என்று தினமும் மனத்தை அப்யஸித்துக்கொண்டு வந்தவளுக்கு நேற்று அத்தனை ஆத்திரம் வந்ததை நினைத்து அவமானமாக இருந்தது. அவள் தனக்குள்ளேயே சொல்லிக்கொண்டாள்.

யார் மீதும் தப்பில்லை... என் மனசில் யார் மீதும் கோபமில்லை... ஆத்திரமில்லை... என் மனசுக்குப் பக்குவம் தேவை...

எத்தனையோ சமாதானத்துக்குப் பின்னும் மனசு சமாதானமாக நிற்காமல் இருந்தமாதிரி இருந்தது. எங்கேயோ ஏதோ ஒரு முரண்பாடு இருந்த மாதிரி இருந்தது. மனித தர்மம் என்பது ஒன்றிருக்கிற மாதிரி இருந்தது.

வீடு திரும்பியதும் மாமி கேட்ட கேள்விகளுக்கெல்லாம், அவள் சாதாரணமாகப் பதில் சொன்னாள். கொடுத்த டிபனையும், காப்பியையும் சாப்பிட்டாள். தோட்டத்துக்குத் தண்ணீர் ஊத்தின பிறகு குளித்துவிட்டு ஸ்வாமிக்கு விளக்கேற்ற பூஜையறையில் நுழைகையில் மனசில் ஏதோ பாரம் இன்னும் அழுத்தமாக உட்கார்ந்திருந்த மாதிரி இருந்தது. விளக்கேற்றுகையில் கை நடுங்கிற்று.

ஆண்டவனே எனக்கு மனத்தெம்பைக் கொடு என்று மனசு அழுதது. பரிசுத்தமான மனசைக் கொடு, தர்மமான வழியைக் காண்பி... நேரான பாதையில் செல்லத் தைரியத்தைக் கொடு...

அவள் வெகுநேரம் கண்களை மூடியபடி அங்கு நின்றாள். பிறகு ஒரு தீர்மானத்துக்கு வந்தவளாக வெளியே வந்தாள்.

அப்பா வெளியிலிருந்து வந்துவிட்டது தெரிந்தது.

"ராதா!" என்று அவர் கூப்பிட்டதும் அவள் கூடத்துக்குச் சென்றாள்.

"வேலையில் சேர்ந்துட்டியாமே?"

அவருடைய குரல் சாந்தமாக இருந்தது. இது புதிய அப்பா, பழைய அப்பாவாக இருந்தால் அவள் சொல்லாமல் செய்த இந்தக் காரியத்துக்கு வீடு இரண்டுபட்டிருக்கும்.

"அந்த டாக்டர் விடாப்பிடியா என்னைச் சேர்த்துட்டார்" என்றாள் அவள் மன்னிப்புக் கோருகிற மாதிரி.

"இட் இஸ் ஆல்ரைட்" என்றார் அப்பா. "நீயும் இத்தனை படிச்சுட்டு வீட்டிலே உட்கார்ந்திண்டு என்ன பண்ணுவே? இது நல்ல வேலை, சேரு. ஐ ஹேவ் நோ அப்ஜெக்ஷன்."

தன்னுடைய அப்பாதானா இது என்று அவளுக்கு நம்புவது கஷ்டமாக இருந்தது.

அவள் தயங்கியபடி மெள்ளச் சொன்னாள்.

"அப்பா! இன்னிக்குச் சாப்பாடானப்புறம், மொட்டைமாடிக்குக் கொஞ்சம் வரேளா? உங்களோடு நா தனியா கொஞ்சம் பேசணும்..."

அவர் சட்டென்று கொஞ்சம் விறைத்துக்கொண்ட மாதிரி இருந்தது. பிறகு சமாளித்துக்கொண்டு "சரி" என்றார்.

சாப்பிட்டு முடிகிறவரை அவள் காத்திருந்தாள். பிறகு மாடிக்குச் சென்று இரண்டு நாற்காலிகளைப் போட்டுவிட்டு அப்பாவுக்காகக் காத்திருந்தாள். ஆகாயம் நிர்மலமாக இருந்தது. சந்திரனும், நட்சத்திரங்களும் பளிச்சென்று தெரிந்தன. இந்த மாதிரி மனசில் மேகங்களே இல்லாமல் பளிச்சென்று எப்பவும் இருக்க வேண்டும் என்று அவள் நினைத்துக்கொண்டாள். அகங்கார மமகார மேகங்கள்... சுய நல மேகங்கள்... அஞ்ஞான மேகங்கள்...

அப்பா வந்து உட்கார்ந்து கொண்டார். இந்த மாதிரி எதிரும் புதிருமாக இருவரும் உட்கார்ந்து பழக்கமே இல்லாததால் அவளுக்கு அது புதுமையாக ஏதோ திரை விழுந்தாற்போல் இருந்தது. அந்தத் திரையை எப்படிக் கிழிப்பது என்று அவள் யோசனை செய்தாள்.

"உம், என்ன சமாச்சாரம் சொல்லு." அப்பாவின் குரலில் பழைய உறுமல் லேசாகத் தென்பட்ட மாதிரி இருந்தது.

"சொல்றேன்" என்றாள் அவள் மெள்ள. "சாதாரணமா இந்த மாதிரி ஒரு விஷயத்தை ஒரு மகள் தகப்பனார்கிட்டே சொல்லத் தயங்குவா. ஆனா நம்ம ரெண்டுபேரும் நெருக்கமா என்னிக்குமே இருந்ததில்லே. இரண்டுபேர் நடுவிலேயும் ஒரு சுவர் இருந்திருக்கு. அதனாலே நான் மூணாம் மனுஷி மாதிரி சுவருக்கு அந்தண்டை நின்னுண்டு பேசறமாதிரி பேசறேன்..."

அவர் பேசாமல் அவள் பேசுவதையே கேட்டுக்கொண்டு உட்கார்ந்திருந்தார். அவர் அப்படிப் பேசாமல் இருந்தது அவளுக்குத் தெம்பாக இருந்தது.

"நீங்க கதை எழுதறவர். நிறையப் படிச்சவர் என்னுடைய பேச்சிலே இருக்கிற நியாயத்தை தர்மத்தைப் புரிஞ்சுப்பேள்னு நினைக்கிறேன்..."

அவர் இடைமறித்தார்.

"எதுக்கு இப்படிச் சுத்தி வளைக்கிறே? அந்த மோஹனைக் கல்யாணம் செய்துக்கப் போறேன்னு சொல்லப்போறே, அவ்வளவுதானே?"

அவளுக்குத் தூக்கிவாரிப் போட்டது. அவரது சிந்தனையே வேறுவிதமாகப் போவதைப் பார்த்து அதிர்ச்சியாக இருந்தது.

"மோஹனா? என்ன சொல்றேள்?"

"எனக்கு ஒண்ணும் தெரியாதுன்னு நினைக்காதே! நா உன்னுடைய நடவடிக்கைகளையெல்லாம் கவனிச்சுண்டுதான் வறேன்."

திடீரென்று அவருடைய பேச்சிலிருந்த அபத்தம் அவளைத் தாக்கிற்று.

அவள் பெரிதாகச் சிரித்தாள்.

கண்ணில் நீர்கூடத் துளிர்த்தது.

"அப்பா! உங்களுக்கு உங்களுடைய கதாநாயகிகளைப் பத்திதான் தெரியும். உங்க பெண்ணைப் பத்தி ஒண்ணுமே தெரியாது. அந்த மோஹனைக் கல்யாணம் பண்ணிக்கணும்னு இருந்தா இப்படி உங்களை மொட்டைமாடிக்கு வரவழைச்சு நட்சத்திரங்களை எண்ணிண்டு சுத்தி வளைச்சுப் பேசமாட்டேன். நேரடியாக் கேட்டிருப்பேன்."

"ஓ, அவ்வளவு தைரியம் உனக்கு இருக்குங்கறது மறந்துபோச்சு நேக்கு."

அப்பாவின் குரலில் இருந்த எகத்தாளத்தை லட்சியம் செய்யாமல் அவள் சொன்னாள்.

"ஆமாம், நான் ஒரு வேஷதாரி இல்லே. செய்யறதைத் தைரியமா செய்வேன். திருடனை மாதிரி நடந்துக்க மாட்டேன்."

சட்டென்று புரிந்துபோனாற்போல் அவர் மௌனமாய் உட்கார்ந்திருந்தார். அவருக்குப் புரிந்துபோய்விட்டது என்று உணர்ந்துகொண்ட அவள் மிருதுவாகச் சொன்னாள்.

"அப்பா, நான் உங்களையோ, மாமியையோ குறை சொல்லல்லை. இத்தனை நாள் நீங்கள் இரண்டுபேரும் தங்களுடைய கௌரவத்தைத் தனியா காப்பாத்திண்டதே ரொம்பப் பெரிய காரியம்னு நினைக்கிறேன். இப்ப உங்க ரெண்டுபேருக்கும் நடுவிலே ஏற்பட்டுவிட்ட உறவுக்காக நான் உங்களை ஒண்ணும் பழிசொல்லப் போறதில்லை. ஆனா இந்த மாதிரி ஒரு ரகசிய உறவை நிரந்தரமாக்கிண்டேள்னா அது ஒரு பெரிய பழின்னு எனக்குத் தோணறது. அது வேஷதாரியோட வாழ்க்கை. நீங்க உண்மையா நியாயமா தர்மமா நடந்துக்கணும்னா நீங்க ஒண்ணு செய்யணும்..."

அவள் சற்று நிறுத்திவிட்டு நிதானமாகச் சொன்னாள்.

"நீங்க மாமியைப் பகிரங்கமா கல்யாணம் செய்துக்கணும்."

அவர் அதிர்ந்துபோன மாதிரி அவளைப் பார்த்தார்.

"என்னது!"

அவள் சிரித்தாள்.

"ஏன் அது மாத்திரம் அதிர்ச்சியா இருக்கு? அவ சமையல்காரி, இதனாலேயா? இரகசியமா உறவு வெச்சுக்கறச்சே மட்டும் அதெல்லாம் தோணல்லியா?"

"ஷட் அப்!" என்றார். "அது என் சொந்த விஷயம். அதிலெல்லாம் தலையிட உனக்கு உரிமை கிடையாது. உன்னை இத்தனை தூரம் பேச அனுமதிச்சதே தப்பு."

அவள் ஆயாசத்துடன் பேசாமல் உட்கார்ந்தாள். அடிப்படையில் இவருடைய குணம் மாறாது என்று தோன்றிற்று.

“அப்பா! யாராவது ஏதாவது அக்கிரமமா, அநியாயமா செஞ்சா அது தப்புன்னு சொல்றதுக்கு எல்லாருக்கும் உரிமையிருக்கு. உங்க முடிவு என்னன்னு சொல்லுங்கோ. நம்ம ரெண்டுபேர் உறவுக்கும் இப்ப அது ரொம்ப முக்கியம்.”

அப்பா கோபத்தோடு எழுந்தார். “நீ ஏதோ அசட்டுப்பிசட்டுன்னு உளர்றதுக்கு நான் மண்டையாட்டிடுவேன்னு நினைக்காதே. எனக்குப் புரியறது. நீ அந்த மோஹனைக் கல்யாணம் செய்துக்கணும் என்கிறதுக்கு நியாயம் தேடறதுக்காக என்னை இப்படியெல்லாம் செய்யச் சொல்றே.”

அவளுக்குச் சிரிப்பு வந்தது.

“நான் மோஹனைக் கல்யாணம் செய்துக்கப் போறதில்லே. அப்படிச் செய்துக்கணும்னு தோணித்துன்னா தைரியமா பண்ணிப்பேன். கோழையா இருக்க மாட்டேன். வேஷம் போட மாட்டேன்.”

“ஷட் அப்!”

“அப்பா! இதுதான் உங்க முடிவா?”

“எஸ். அண்ட் யூ மே கோ டு ஹெல்!”

அவர் எழுந்துபோன பிறகும் அவள் உட்கார்ந்திருந்தாள், வானம் நிர்மலமாகப் பளிச்சென்று, சின்னச் சின்ன நட்சத்திரங்கள்கூடத் துல்லியமாகத் தென்பட்டது. அவள் மனத்தில் வேதனையிருந்தாலும் உதட்டில் புன்னகை அரும்பிற்று...

மறுநாள் காலை அவள் தூக்கத்திலிருந்து எழுந்திருக்கையில் மனசு தெளிந்திருந்த மாதிரி இருந்தது.

ஜன்னல் வழியே எட்டிப்பார்த்த ரோஜாவைப் பற்றில்லாமல் பார்த்து மகிழ முடிந்தது. பல் துலக்கிக் காப்பி குடித்த பிறகு அவள் குளித்துவிட்டு வந்தாள்.

பெட்டியில் தன் துணிமணிகளை எடுத்து வைத்துக்கொண்டாள். சுவாமிக்கு விளக்கேற்றுகையில் கண்ணில் படர்ந்தது நீர். "நான் செல்லும் பாதை நேரானதாக இருக்கட்டும். நேர்மையிலிருந்து வழுவாத தர்மத்திலிருந்து வழுவாத பாதையாக இருக்கட்டும்."

பெட்டியைத் தூக்கி வராண்டாவில் வைத்தாள். பிறகு அப்பாவிடம் சென்றாள்.

"நான் போகிறேன்" என்றாள். "நா உமன்ஸ் ஹாஸ்டல்லே இருக்கறதா முடிவு பண்ணியிருக்கேன். நீங்க உங்க முடிவை மாத்திண்டப்புறம்தான் நான் வருவேன். போலி வாழ்க்கை வாழறது எனக்குப் பிடிக்காது..."

அப்பா பதிலே சொல்லவில்லை.

அவள் போவதைப் பார்த்து மங்களம் மாமி பதறிக்கொண்டு ஓடிவந்தாள்.

"மங்களாம்! அவளை விடு, போகட்டும்" என்றார் அப்பா.

டாக்ஸியில் உட்கார்ந்ததும் ராதாவின் முகத்தில் ஒரு புன்னகை அரும்பிற்று. 23 வயதில் அனுபவித்துத் தெரிந்துகொண்டுவிட்ட ஞானப் புன்னகை மாதிரி. மங்களம் மாமி இத்தனை சௌகர்யமான வாழ்வை விட்டுவிட்டுப் போகமாட்டாள், பைத்தியம் பிடித்திருந்தால் ஒழிய...

ஹாஸ்டலில் இடம் கிடைத்தது. அவள் பெட்டியை வைத்துவிட்டு சாப்பாட்டை முடித்துக்கொண்டு இன்ஸ்டிட்யூட்டுக்குக் கிளம்பினாள்.

அவளைப் பார்த்ததும் மோஹன், "ஹல்லோ" என்றான் ஆர்வத்துடன். இவன் எவ்வளவு நாள்களுக்குத் தனக்காகக் காத்திருக்கப்போகிறான் என்று நினைத்து அவளுக்கு வேடிக்கையாக இருந்தது.

சில நாள், சில வருஷங்கள் காத்திருப்பான். பிறகு அவனே மாறிப்போய் வேறு ஏதாவது பெண்ணைத் தேடிக்கொள்வான். எண்ணங்கள் மாறலாம். அடிப்படைக் குணங்கள் மாறாது.

அடிப்படையில் அவள் மாறப்போவதில்லை. அவளுடைய அடிப்படைக் குணம்தான் அவளது எண்ணங்களை உருவாக்குகிறது என்று அவனுக்குத் தெரியாது...

அவள் சிரித்தபடியே வேலையைத் துவங்கினாள். ஜெயாவைப் போய்ப் பார்த்தாள். அவள் ஏடாகூடமாகப் பேசுவதற்குத் தகுந்த மாதிரிப் பதில் சொல்லிவிட்டு அவள் தன் இருக்கைக்குத் திரும்பினாள்.

டாக்டர் அவளுக்காகக் காத்திருந்தார்.

"ராதா! உனக்கு நினைவிருக்கா? முன்னே நாய் மாதிரி ஒரு பெண் குரைப்பாளே? அவள் நார்மலாகி வீட்டுக்குப் போயிருக்காள். இன்று ரொட்டீன் செக்-அப்புக்கு வந்திருக்காள். நீ இருக்கிறது தெரிஞ்சு உன்னைப் பார்க்கணும் என்கிறாள். வறயா?"

"ஓ யெஸ்" என்றாள் ராதா சந்தோஷத்துடன்.

டாக்டருடன் நடைபோடுகையில் அவள் மனத்தில் ஒரு நிறைவு பொங்கியெழுந்தது.

—— முற்றும் ——

www.ingramcontent.com/pod-product-compliance
Lightning Source LLC
LaVergne TN
LVHW090330051026
849518LV00005B/1928